Elementary Vietnamese

Elementary Vietnamese

Revised Edition

Binh Nhu Ngo
(Ngô Như Bình)

TUTTLE PUBLISHING
Tokyo • Rutland, Vermont • Singapore

Published in 1999 by Tuttle Publishing, an imprint of Periplus Editions (HK) Ltd.
with editorial offices at 364 Innovation Drive, North Clarendon, VT 05759 USA
and at 61 Tai Seng Avenue, #02-12 Singapore 534167.

LCC Card No. 99030228
ISBN 978-0-8048-3369-1

Printed in Singapore

Distributed by:

Japan
Tuttle Publishing
Yaekari Building 3F, 5-4-12 Osaki
Shinagawa-ku
Tokyo 141-0032, Japan
Tel: (81) 3 5437 0171
Fax: (81) 3 5437 0755
Email: tuttle-sales@gol.com

North America, Latin America & Europe
Tuttle Publishing
364 Innovation Drive
North Clarendon, VT 05759-9436 USA
Tel: 1 (802) 773 8930
Fax: 1 (802) 773 6993
Email: info@tuttlepublishing.com
www.tuttlepublishing.com

Asia-Pacific
Berkeley Books Pte Ltd
61 Tai Seng Avenue, #02-12
Singapore 534167
Tel: (65) 6280 1330
Fax: (65) 6280 6290
Email: inquiries@periplus.com.sg
www.periplus.com

13 12 11 10
10 9 8 7 6 5 4

TUTTLE PUBLISHING® is a registered trademark of Tuttle Publishing,
a division of Periplus Editions (HK) Ltd.

Acknowledgments

I would like to express my gratitude to my friends Prof. Martha Collins of the University of Massachusetts/Boston and Dr. Glenn Adams of Spyglass Co. for their comments on the textbook and their assistance in editing the English part of the textbook.

I am also grateful to Prof. Hue-Tam Ho Tai of Harvard University for her enthusiastic support and encouragement on this project and her advice on the content of the textbook, to Ms. Ann Robinson and Ms. C. Rose Cortese of Harvard University who contributed to the English translations in some parts of the textbook, to Ms. Nguyễn Thị Nhã of the Ministry of Foreign Affairs of Vietnam, Ms. Chu Tuyết Lan of the Institute of Classical Chinese and Nôm Writing System of Hanoi, Ms. Xuân Hoa of Hanoi National University, Mr. Todd Espinosa of Harvard University, Dr. Glenn Adams, Ms. Adele Sage, Ms. Lê Kim Liên, Mr. Nguyễn Ngọc Dung of Hồ Chí Minh City National University, Mr. Nguyễn Thành of Huế University and Mr. Weijia Huang of Harvard University for their contribution to the recording of the textbook. I wish to thank Mr. Robert Doyle, Ms. Margaret Keyes, Mr. Jeffrey Martini, Ms. Rosanne Hebert and Mr. Bill Countie of the Media Production Center of Harvard University for their excellent production of the audio CDs.

My deep gratitude is expressed to my students of the beginning Vietnamese class at Harvard University in the academic years of 1994-1995, 1995-1996, 1996-1997 and 1997-1998, of the intermediate Vietnamese class in the academic year of 1996-1997, for their comments on the textbook as learners and users. Thanks also to Dr. Glenn Adams, Dr. Do Hyun Han, Mr. Nester Clark, Ms. Nguyễn Thị Nhã, Mr. Nils Per Erik Eriksson and Ms. Narquis Barak, Ms. Trịnh Ngọc Anh-Thư and Mr. Benjamin Wilkinson who granted me permission to use their photos of Vietnam in my textbook, to my Chinese colleagues Hwei Li Chang and Weijia Huang in the Department of East Asian Languages and Civilizations of Harvard University for their help in incorporating the Chinese characters to Lesson 14 of the textbook.

My sincere appreciation is due to architect Trần Quang Trung and artist Đỗ Minh Tuấn for their humorous illustrations in the lessons of my text.

Finally, I would like to thank Charles E. Tuttle Company, Inc. for honoring me with the First Annual Tuttle Language Grant for Asian Language Publication Research, and the Consortium for Language Teaching and Learning for its support.

C
O
N
T
E
N
T
S

Contents

CONTENTS

CONTENTS

CONTENTS

CONTENTS

PREFACE

The development of this text was completed in the summer of 1994. The text was used to teach Vietnamese in the beginning class at Harvard University during the academic years of 1994–1995, 1995–1996, 1996–1997, 1997–1998 and 1998–1999. At the end of each semester, the students evaluated the text. Their feedback was taken into consideration to make necessary changes in the text in the summers of 1996, 1997, 1998 and 1999.

This revised edition has been expanded to include Lesson Fifteen, a grammar and usage index, and Vietnamese traditional cartoons in each of the fifteen lessons.

The text consists of two parts. The first part called *Pronunciation Guide* introduces the phonetic system of the Vietnamese language based on the Hanoi dialect and the spelling rules. The *Guide* includes the descriptions of the Vietnamese sounds, the comparison of phonological similarities, and differences between some Vietnamese and English sounds. Several basic differences between the Hanoi and Saigon dialects are also explained. This phonetic part can be introduced to students either before they start the main part or along with the main part. The second part is composed of fourteen lessons:

- Each lesson is opened by several short dialogues, presenting real situations related to the lesson's cultural theme. The new vocabulary used in the dialogues is given with translations into English.
- The dialogues and the vocabulary are followed by grammar and usage explanations, which are accompanied by numerous and varied drills. These drills are designed to reinforce all of the grammatical constructions and the usage of the vocabulary introduced in the dialogues.
- The exercises following the drills focus on the lesson's topic and encourage students to interact with each other, sharing thoughts, concerns, and opinions as they learn about today's Vietnam.
- The advertisements taken from Vietnamese newspapers and magazines provide up-to-date information on Vietnam, the lesson's theme, and give students practice in reading Vietnamese while using dictionaries.
- Lessons Eight through Fourteen contain narratives on the lesson's topic, which introduce students to written Vietnamese. The narrative is followed by English translations of the vocabulary, grammar and usage notes, plus drills and exercises. All share the same purpose as these sections for the dialogues.
- Lessons Eleven, Twelve, Thirteen, and Fourteen introduce students to four of the most important word-formation processes (compounding, affixation, reduplication and borrowing) in the Vietnamese language.
- Each lesson has a proverb at the end that is related to the lesson's topic. It is accompanied by the English translation.
- Most of the photos used in the lessons are also related to the lesson's topic. They were originally color and were scanned into the text as color, too. However, the copies of the text can show the black and white pictures only.

The text is provided with a Vietnamese–English glossary and an English–Vietnamese glossary that include all the words and most frequent combinations introduced in the text.

The text is accompanied by a set of audio CDs. The CDs consist of recordings of (1) all the units of the Pronunciation Guide; (2) the fourteen lessons consisting of dialogues, narratives with vocabulary, grammar and usage notes for both the dialogues and the narratives; and (3) an *Audio-Lingual Course*. The *Audio-Lingual Course* exists on the CDs only. In order to do homework, the students have to listen to the CDs. Each lesson on the CDs consists of (1) a drill asking the students to write down a dozen sentences on the grammar, usage, and cultural topic of the lesson; (2) a conversation related to the lesson's topic; and (3) several questions about the conversation to which the students should give answers. The recordings were conducted at the Harvard University Media Production Center.

INTRODUCTION

1. Vietnamese is the official language of Vietnam, spoken by eighty million people in Vietnam and approximately two million overseas Vietnamese. It belongs to the subfamily of Mon-Khmer languages in the Austroasiatic family of languages.

   Vietnamese has three main dialects: northern, central and southern. The dialectal differences concern both the vocabulary and the phonetic system. However, the Vietnamese everywhere understand each other despite these dialectal differences.

   The Vietnamese language does not have a standard pronunciation. The Hanoi dialect represents the phonetic system of the language more fully than the other dialects. The Vietnamese language used in news broadcasts on the Vietnamese radio and television and in Vietnamese books, newspapers, and magazines is mostly based on the Hanoi dialect. The next most significant dialect is the dialect spoken in Saigon (Ho Chi Minh City), the biggest city in Vietnam and the most important political, economic, and cultural center in Southern Vietnam.

   This Vietnamese language text introduces the contemporary Hanoi dialect. The phonetic part of the text represents the full system of Vietnamese sounds and introduces the specific features of the Hanoi pronunciation. The audio-lingual course is recorded by native speakers of the Hanoi dialect.

2. Vietnamese is a tonal language where changes of the pitch level signal a change in meaning. The Vietnamese language has six tones: mid-level, low-falling, high-rising, low-falling-rising, high-rising broken, and low-falling broken. Except for the mid-level tone, all the tones are denoted by diacritic marks.

Syllable Structure

In the Vietnamese language, the syllable is the minimal meaningful unit that cannot be divided into smaller meaningful parts. Each syllable consists of two mandatory components: a tone and a nuclear vowel; in addition, three optional components may be present: an initial consonant, a sound indicating the labialization (rounding of the lips) of the syllable, and a final consonant or semivowel. The structure of the Vietnamese syllable can be presented as follows:

TONE			
INITIAL CONSONANT	LABIALIZATION	NUCLEAR VOWEL	FINAL CONSONANT/ SEMIVOWEL

The tone and the nuclear vowel are the compulsory constituents of the Vietnamese syllable. The initial consonant, labialization and final consonant/semivowel are not always obligatorily present.

INTRODUCTION

When describing the production of the sounds, some technical terms are used in the phonetic part of the text. Please refer to organs of speech in the following figure.

Organs of Speech

1. lips
2. teeth
3. alveolar ridge
4. (hard) palate
5. velum
6. uvula
7. tongue tip
8. tongue blade
9. front of the tongue
10. back of the tongue
11. mouth cavity
12. nose cavity
13. pharynx
14. epiglottis
15. oesophagus
16. glottis
17. larynx

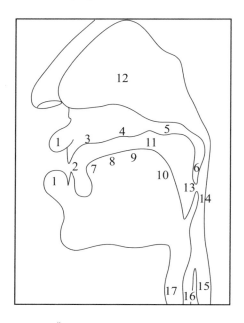

Initial Consonants

The Vietnamese phonetic system contains 23 *initial consonant* sounds: b, ph [f], v, m, t, đ [d], th, x [s], d [z], n, l, tr [ţ], s [ʂ], [ʐ], ch, nh, [k], g, kh, ng, h, p, r*. The Vietnamese consonants are represented in the following chart based on the place and manner of their production (articulation).

Place *Manner*	Labial	Alveolar	Retroflex	Palatal	Velar	Glottal
Stop — Voiceless	p	t	[ţ]	ch	k	
Stop — Voiced	b	[d]				
Stop — Voiceless Aspirated		th				
Fricative — Voiceless	ph	[s]	[ʂ]		kh	h
Fricative — Voiced	v	[z]	[ʐ]		g	
Nasal — Voiced	m	n		nh	ng	
Lateral — Voiced		l				
Rolled — Voiced		r				

Consonants are produced by obstructing the flow of air through the vocal tract in some manner. The place of articulation of sounds indicates where the obstruction takes place and the organs involved. The *labial* consonants are made with one or both lips; *dental*, with tongue

* The consonants p and r in the Hanoi dialect occur only in words borrowed from European languages.

tip and upper front teeth; *retroflex*, with tongue tip curled back past the alveolar ridge; *palatal*, with front of the tongue and the hard palate; *velar*, with back of the tongue and the velum; and, *glottal*, with the vocal cords.

Besides describing the place where the obstruction occurs in the production of a consonant, it is also essential to consider the manner of articulation, i.e., the nature and extent of the obstruction. A *stop* consonant is made when the organs of speech involved come together, then completely cut off the flow of air momentarily, followed by abrupt separation. A *fricative* consonant is produced with the organs of speech brought very close together, leaving only a very narrow channel through which the air squeezes on its way out, producing turbulence in the process. *Nasal* sounds are produced with air escaping through the nose; the velum is lowered to allow access to the nasal tract. To produce a *lateral* sound, the air is obstructed by the tongue at a point along the center of the mouth, but the sides of the tongue are left low so that air is allowed to escape over both sides of the tongue. The *rolled* consonant *r* is made with a sequence of rapid vibratory movements produced by the tongue tip.

A *voiceless* consonant is produced if the vocal cords are apart (inactive). If the vocal cords are very close together, the air will blow them apart as it forces its way through and make them vibrate, producing a *voiced* sound.

Triangle of Vowels

The Vietnamese language has eleven *nuclear monophthong vowels*: i, ê, e, ư, ơ, â, a, ă, u, ô, o and three nuclear *diphthongs*: iê/ia, ươ/ưa, uô/ua. According to the part of the tongue that is raised, the monophthongs can be *front* (i, ê, e), *mid* (ư, ơ, â, a, ă), and *back* (u, ô, o). They can be *high* (i, ư, u), *mid* (ê, ơ, â, ô), and *low* (e, a, ă, o), depending on the extent to which the tongue rises in the direction of the palate. The lips are rounding when producing three *rounded* vowels u, ô, o, and the diphthong uô/ua. The nuclear vowels in Vietnamese are represented in the triangle on the basis of the part of the tongue that is raised and the position of the tongue toward the palate.

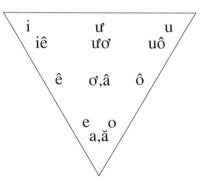

In Vietnamese there are six *final* consonants: p, t, c/ch, m, n, ng/nh and two final semivowels: i/y, o/u.

3. Vietnamese belongs to the group of *isolating* languages where there are no inflectional endings and all the words are invariable. Grammatical relationships are expressed not by changing the internal structure of the words (the use of inflectional endings), but by the use of auxiliary words and word order.

4. The Chinese writing system, which was previously adopted along with other cultural elements, was used in Vietnam for official documents of all sorts as well as for creating literature and poetry for a very long period of time. It is called in Vietnamese *chữ Hán* or *chữ nho*.

A writing system known as *chữ nôm* was developed by Vietnamese Buddhist scholar-priests around the thirteenth century. It was based on Han Chinese writing. Composite graphs borrowed from Chinese were used in which one component signals the pronunciation, while the other component indicates the meaning of a Vietnamese word. However, the new writing system was not so popular because it was too complicated to learn. That is the reason why *chữ nôm* existed for several centuries alongside the standard written Chinese used both by the royal court and the Vietnamese intellectuals for different purposes.

     The Roman script was introduced by Catholic missionaries at the beginning of the seventeenth century when they began their efforts to Christianize Vietnam. The writing system based on the Roman script is called *quốc ngữ*. It has obvious advantages over the official *chữ nho* and *chữ nôm*, because it makes use of the phonetic principle (where each symbol, for the most part, represents a structurally significant phonetic entity, i.e., phoneme). Since the beginning of the twentieth century, *quốc ngữ* has become the official alphabet in Vietnam.

     The Vietnamese alphabet contains twenty-two Roman characters: a, b, c, d, e, g, h, i, k, l, m, n, o, p, q, r, s, t, u, v, x, and y. Some diacritic marks are also used to indicate specific sounds: ă, â, ê, ô, ư, ơ, đ and the tones: ` , ´ , ? , ~ , .

5. Most words in Vietnamese are monosyllabic (consisting of one syllable) or disyllabic (consisting of two syllables). The number of polysyllabic words (comprising more than two syllables) is rather small. Besides the words of Mon-Khmer origin, the Vietnamese vocabulary also contains a large number of words and parts of words borrowed from Chinese. It also makes use of words of French and English origin.

Symbols and Typography

In the phonetic part of this text, the square brackets [ ] enclose phonetic transcription for the specific Vietnamese sounds which <u>differ</u> from the English sounds that are denoted by the same letter, for instance: the letter *d* represents the consonant [d] in English and the consonant [z] in Vietnamese.

     In the notes on grammar and usage, the optional words and elements of a pattern are shown between square brackets [ ].

     A preposition used together with a verb to show its connection with another word is enclosed between round brackets ( ).

The slash / means that either of two choices is possible.

     The quotation marks " " are used to enclose English translations of Vietnamese words, phrases and sentences.

     When a Vietnamese word or phrase is introduced in the text for the first time, it is printed in *italics*.

PRONUNCIATION GUIDE

UNIT ONE

Nuclear vowels: a, i, u
Initial consonants: m, b, v, [f] (ph), [d] (đ), n, l, t, h
Tones: mid-level, low-falling
Spelling: nuclear vowel i

Pronunciation

1. Nuclear vowels

1.1. **A** is a low central and unrounded vowel. When producing this vowel, the mouth is wide open, and the tongue is in the lowest position. This vowel is almost like the English vowel [a:] as in c*a*lm, f*a*ther, h*ea*rt.

1.2. **I** is a high front and unrounded vowel. The lips are spread, the tongue tip is in a low position, and the front of the tongue is rising towards the hard palate. This vowel is almost like the English vowel [i:] as in f*ie*ld, t*ea*m, k*e*y.

1.3. **U** is a high back and rounded vowel. The tongue tip is in a low position and away from the lower front teeth. The lips are sharply rounded. This vowel is almost like the English vowel [u:] as in b*oo*t, m*o*ve, sh*oe*.

2. Initial consonants

2.1. The initial consonants **m, b, v,** [f] (ph), [d] (đ), **n, l** are similar to the English consonant sounds **m, b, v, f, d, n, l**.

2.2. The consonant **t** is the voiceless counterpart of the voiced consonant [d], for example: *ta, ti, tu*. It can never be pronounced as a voiced sound, like the English consonant **t** in the words *water, better*. The Vietnamese **t** is an unaspirated consonant; it must not be confused with the aspirated consonant **th** (Unit Four), which is pronounced almost like the consonant **t** in English at the beginning of a stressed syllable as in *talk, attend*.

2.3. **H** is a glottal voiceless fricative consonant which sounds almost like the English consonant **h**: *ha, hi*.

3. Tones

3.1. The **mid-level** tone has a pitch starting at the midpoint of the normal speaking voice range and remaining stable during the pronunciation of a syllable. It is very important to keep the mid-level tone at the same pitch level in the flow of speech when pronouncing the syllables having this tone, without any fluctuation. This tone is symbolized in the writing system by the absence of any diacritic mark, for example: *ma, ba*.

3.2.   The **low-falling** tone starts just slightly lower than the midpoint of the normal voice range and trails downward toward the bottom of the voice range. It is symbolized by the grave accent, which is called in Vietnamese *dấu huyền*: *mà, bà*.

Spelling

The nuclear vowel **i** is represented mostly by the character **i**. However, in some cases it is indicated by the character **y**: (a) when **i** is the only sound that forms a syllable: *y* "medicine", *ý* "idea, thought"; (b) in the diphthong **ia** without an initial consonant and with a final (Unit Five); and (c) in some words formed by an initial consonant and the nuclear vowel **i** (without a final) both **i** and **y** are used to indicate the vowel **i**: *hi vọng* or *hy vọng* "hope", *kí* or *ký* "sign", *lí* or *lý* "physics."

Pronunciation Drills

1. Listen to and repeat after the speaker.

ma - mi	a - i	mà - mì	à - ì	mi - mì	i - ì
ba - bi	đa - đi	bà - bì	đà - đì	bi - bì	đi - đì
va - vi	ta - ti	và - vì	tà - tì	vi - vì	ti - tì
pha - phi	ha - hi	phà - phì	hà - hì	phi - phì	hi - hì

2. Listen to and repeat after the speaker.

đa - đà	đi - đì	đu - đù	đà - đa	đì - đi	đù - đu
ta - tà	ti - tì	tu - tù	tà - ta	tì - ti	tù - tu
ha - hà	hi - hì	hu - hù	hà - ha	hì - hi	hù - hu
a - à	i - ì	u - ù	à - a	ì - i	ù - u

3. Listen to and repeat after the speaker.

ma - mi - mu	ba - bi - bu	ta - ti - tu	la - li - lu
mà - mì - mù	bà - bì - bù	tà - tì - tù	là - lì - lù
la - lì - lu	pha - phì - phu	đa - đì - đu	na - nì - nu
nù - na - nì	lù - la - lì	tù - ta - tì	hù - hi - hà

UNIT TWO

Nuclear vowels: ơ, ư
Initial consonants: [k] (c, k, qu), ng, kh, g
Tones: high-rising, low-falling-rising
Spelling: initial consonants [k], ng, g

Pronunciation

1. Nuclear vowels

1.1. **Ơ** is a mid central unrounded vowel. The lips keep a neutral position, the front of the tongue is rising towards the point between the hard palate and the velum. This sound is produced to some degree like the schwa [ə] (the reduced, unstressed vowel characteristic of unstressed syllables) in English, e.g., in *alone, system, easily.* However, the muffled vowel sound [ə] in English occurs only in an unstressed position, while the Vietnamese **ơ** is always the main vowel of a syllable.

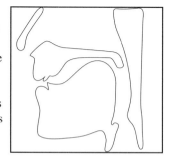

Figure 2: Ơ

1.2. **Ư** is a high central and unrounded vowel. The tongue blade is moving a little backwards and tense, the back of the tongue is rising towards the velum. In the central position of the tongue, **ư** is the least open vowel, **a** is the most open vowel, and **ơ** is the half-open (or half-close) vowel.

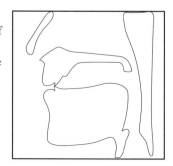

Figure 3: Ư

2. Initial consonants

2.1. The initial consonant [k] (c, k, qu) is similar to the English consonant [k].

2.2. **Ng** is a velar voiced stop nasal consonant. In the production of this consonant the tongue blade is moving backwards, with the contact of the back of the tongue against the velum, which is lowered to allow air to escape through the nasal cavity: *nga, nghe.* Note that in English the consonant **ng** occurs at the end of a syllable, for instance, in the words *hang, long, thing* and is never an initial consonant. The Vietnamese **ng** occurs both at the beginning and at the end of a syllable (the final consonant **ng** is introduced in Units Seven and Eight).

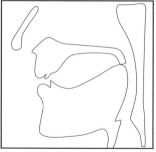

Figure 4: Ng

2.3. **Kh** is a velar voiceless fricative consonant. **Kh** is created by narrowing the passage between the back of the tongue and the roof of the mouth, for instance: *khơ, khi, khư.* Note that [k] and **kh** in Vietnamese are quite different consonants, unlike the English [k], which can be aspirated when occurring at the beginning of a stressed syllable, e.g., in *cat, account.*

2.4. **G** is a velar voiced fricative consonant, the voiced counterpart of the voiceless consonant **kh**. When producing the consonant **g**, the tongue blade is moving backwards, the tongue tip is located at the bottom of the lower teeth, the back of the tongue rises toward the velum, leaving a narrow channel through which the air squeezes on its way out. Note that the Vietnamese consonant **g** is unlike the English **g**, which is a stop consonant produced by the back of the tongue and the velum coming together and completely cutting off the flow of air momentarily, then separating abruptly, for example: Vietnamese *ga, ghi* and English *garment, give.*

3. Tones

3.1. The **high-rising** tone starts a little higher than the mid-level tone, then approximately in the middle of the syllable the voice sharply rises. It is symbolized by the acute accent, which is called in Vietnamese *dấu sắc: má, bá.*

3.2. The **low-falling-rising** tone starts at about the beginning point of the low-falling tone and drops rather abruptly, then is followed by a sweeping rise at the end of the syllable. It is symbolized by an accent made of the top part of a question mark, which is called in Vietnamese *dấu hỏi: mả, bả.*

Spelling

1. The consonant [k] is represented by the character **c**, e.g., *cư, cơ, ca.*

   Exception: before the vowels *i, ê, e* **k** is written, for instance: *ký, kê, kẻ.* (Unit Six will introduce the consonant **k** represented by the combination of two characters **qu**.)

2. The consonant **ng** is represented by the combination of two characters **ng**: *ngư, ngơ, nga.*

   Exception: before the vowels *i, ê, e* **ngh** is written: *nghỉ, nghề, nghe.*

3. The consonant **g** is represented by the character **g**: *ga, gờ.*

   Exception: before the vowels *i, ê, e* **gh** is written: *ghì, ghê, ghé.*

Pronunciation Drills

1. Listen to and repeat after the speaker.

ơ - ư	ờ - ừ	i - ư	ì - ừ	ư - ừ
bơ - bư	bờ - bừ	bi - bư	bì - bừ	đư - đừ
đơ - đư	đờ - đừ	đi - đư	đì - đừ	tư - từ
tơ - tư	tờ - từ	ti - tư	tì (tỷ) - từ	hư - hừ
hơ - hư	hờ - hừ	hi - hư	hì (hỷ) - hừ	

2. Listen to and repeat after the speaker.

ma - mơ - mư	ngà - ngờ - ngừ	đu - đa - đi	ngư - ngơ - nga
ba - bơ - bư	gà - gờ - gừ	tu - ta - ti	cừ - cờ - cà
ca - cơ - cư	phà - phờ - phừ	gu - ga - ghi	phư - phờ - pha
ha - hơ - hư	khà - khờ - khừ	ngu - nga - nghi	gà - ghi - gừ
đa - đơ - đư	cà - cờ - cừ	hu - ha - hi	ky - cù - cư
ta - tơ - tư	hà - hờ - hừ	phu - pha - phi	mà - mi - mù

3. Listen to and repeat after the speaker.

ca - nga - ha - kha - ga	cư - ngư - hư - khư - gư	cu - ngu - hu - khu - gù
cà - ngà - hà - khà - gà	cừ - ngừ - hừ - khừ - gừ	cù - ngù - hù - khù - gu
cơ - ngơ - hơ - khơ - gơ	ki - nghi - hy - khi - ghi	ki - nghì - hư - khừ - gơ
cờ - ngờ - hờ - khờ - gờ	kì - nghì - hỳ - khì - ghì	cà - nga - hà - kha - gà

4. Listen to and repeat after the speaker.

ba - bá	ca - cá	ti - tí	ty - tý	nga - ngá - ngà
bi - bí	cơ - cớ	tư - tứ	hý - hy	ngu - ngú - ngù
bu - bú	cư - cứ	tu - tú	mý - my	ngư - ngứ - ngừ
				nghi - nghí - nghì

ma - má - mà	phi - phí - phì
hơ - hớ - hờ	đư - đứ - đừ
khư - khứ - khừ	vu - vú - vù

5. Listen to and repeat after the speaker.

bà - bả	hà - hả	tì - tỷ	phì - phỉ	ga - gả	nga - ngả
bì - bỉ	hờ - hở	từ - tử	đì - đỉ	ty - tỉ	bơ - bở
bù - bủ	hừ - hử	tù - tủ	kỳ - kỷ	đu - đủ	tư - tử

ghi - ghỉ	há - hả	khá - khả	nghí - nghỉ
khư - khử	hí - hỷ	khớ - khở	ngứ - ngử
tu - tủ	hú - hủ	khứ - khử	ngú - ngủ

UNIT THREE

Nuclear vowels: ê, e, ô, o
Initial consonants: nh
Tones: high-rising broken, low-falling broken

Pronunciation

1. Nuclear vowels

1.1. **Ê** is a mid front and unrounded vowel. In the production of this vowel the tip of the tongue is in a low position close to the lower front teeth, the back of the tongue rises slightly toward the hard palate, the mouth is open wider than in pronouncing **i**: *phê, bề, để*.

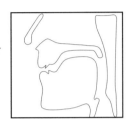

Figure 5: Ê

1.2. **E** is a low front and unrounded vowel. The tongue has almost the same position as in the production of **ê**; however, the place of articulation is deeper than **ê**, and the mouth is open wider than **ê**: *nghe, bé, kẻ*.

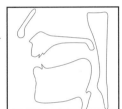

Figure 6: E

1.3. **Ô** is a mid back and rounded vowel. The blade of the tongue is moving backwards, and the tip of the tongue is in a very low position. The lips are moving forwards and rounded, and the mouth is open wider than in producing **u**: *khô, tổ, phố*.

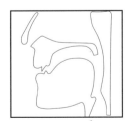

Figure 7: Ô

1.4. **O** is a low back and rounded vowel, which is produced in a deeper position than **ô**. The lips are moving forwards and rounded, and the mouth is open wider than in production of **ô**: *mò, đỏ, phó*.

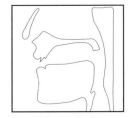

Figure 8: O

2. Initial consonant

Nh is a palatal nasal consonant, which is created with the tip of the tongue being lowered toward the lower teeth and the back of the tongue rising toward the hard palate and contacting it: *nha, nhờ, nhủ*.

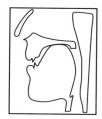

Figure 9: Nh

3. Tones

3.1. **High-rising broken** tone has a high-rising pitch starting as high as the high-rising tone and is accompanied by a glottal stop. It is symbolized by the tilde, which is called in Vietnamese *dấu ngã*: *mã, bã*.

3.2. **Low-falling broken** tone has a low pitch starting as low as the low-falling tone and then dropping very sharply. It is almost immediately cut off by a strong glottal stop. This tone is symbolized by a subscript dot, which is called in Vietnamese *dấu nặng*: *mạ, bạ*.

The contours of the six tones in Vietnamese are described in figure 10.

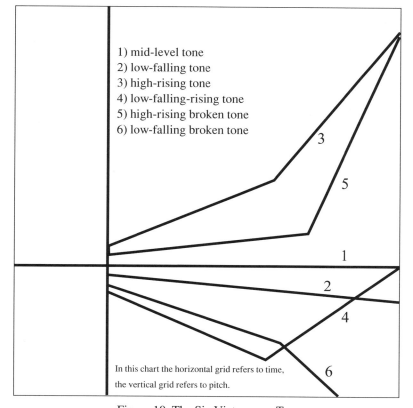

1) mid-level tone
2) low-falling tone
3) high-rising tone
4) low-falling-rising tone
5) high-rising broken tone
6) low-falling broken tone

In this chart the horizontal grid refers to time, the vertical grid refers to pitch.

Figure 10: The Six Vietnamese Tones

Pronunciation Drills

1. Listen to and repeat after the speaker. Pay attention to the difference between **ê** and **e**.

mê - me	tê - te	ca - ke - kê - ki/ky	nga - nghe - nghê - nghi
mề - mè	tề - tè	cà - kè - kề - kì/kỳ	ngà - nghè - nghề - nghì
mế - mé	tế - té	cá - ké - kế - kí/ký	ngá - nghé - nghế - nghí
mể - mẻ	tể - tẻ	cả - kẻ - kể - kỉ/kỷ	ngả - nghẻ - nghể - nghỉ
mễ - mẽ	tễ - tẽ	cã - kẽ - kễ - kĩ/kỹ	ngã - nghẽ - nghễ - nghĩ
mệ - mẹ	tệ - tẹ	cạ - kẹ - kệ - kị/ky	ngạ - nghẹ - nghệ - nghị

2. Listen to and repeat after the speaker. Pay attention to the difference between **ô** and **o**.

vô - vo	lô - lo	nô - no	nga - ngo - ngô - ngu	kha - kho - khô - khu
vồ - vò	lồ - lò	nồ - nò	ngà - ngò - ngồ - ngù	khà - khò - khồ - khù
vố - vó	lố - ló	nố - nó	ngá - ngó - ngố - ngú	khá - khó - khố - khú
vổ - vỏ	lổ - lỏ	nổ - nỏ	ngả - ngỏ - ngổ - ngủ	khả - khỏ - khổ - khủ
vỗ - võ	lỗ - lõ	nỗ - nõ	ngã - ngõ - ngỗ - ngũ	khã - khõ - khỗ - khũ
vộ - vọ	lộ - lọ	nộ - nọ	ngạ - ngọ - ngộ - ngụ	khạ - khọ - khộ - khụ

3. Listen to and repeat after the speaker.

lu - lô	ghi - ghê - ghe	khư - khơ
lù - lồ	ghì - ghề - ghè	khừ - khờ
lú - lố	ghí - ghế - ghé	khứ - khớ
lủ - lổ	ghỉ - ghể - ghẻ	khử - khở
lũ - lỗ	ghĩ - ghễ - ghẽ	khữ - khỡ
lụ - lộ	ghị - ghệ - ghẹ	khự - khợ

4. Listen to and repeat after the speaker. Pay attention to the production of the consonant **nh**.

nha - nhơ - như	nhu - nhô - nho	nhe - nhê - nhi	như - nhơ
nhà - nhờ - nhừ	nhù - nhồ - nhò	nhè - nhề - nhì	nhừ - nhờ
nhá - nhớ - nhứ	nhú - nhố - nhó	nhé - nhế - nhí	nhứ - nhớ
nhả - nhở - nhử	nhủ - nhổ - nhỏ	nhẻ - nhể - nhỉ	nhử - nhở
nhã - nhỡ - nhữ	nhũ - nhỗ - nhõ	nhẽ - nhễ - nhĩ	nhữ - nhỡ
nhạ - nhợ - nhự	nhụ - nhộ - nho	nhẹ - nhệ - nhị	nhự - nhợ

nhi - nhê	như - nhu
nhì - nhề	nhừ - nhù
nhí - nhế	nhứ - nhú
nhỉ - nhể	nhử - nhủ
nhĩ - nhễ	nhữ - nhũ
nhị - nhệ	nhự - nhụ

UNIT FOUR

Nuclear vowels: diphthongs ia, uʼa, ua in open syllables
Initial consonants: th, ch, tr
Spelling: diphthongs ia, uʼa, ua in open syllables

Pronunciation

1. Nuclear vowels

   The Vietnamese language has three diphthongs, i.e., vowels whose quality changes during their production: **ia, uʼa, ua**. All three diphthongs in Vietnamese are falling (or descendant), which means the first vowel in each of them is the main vowel of the nucleus and is pronounced longer and stronger. In the open syllable (i.e., syllable which does not have any final) the second vowel is pronounced as a neutralized mid central vowel between **ơ** and **a** that is transcribed as [ʌ], for example:

$$tia = ti[ʌ]$$
$$tuʼa = tuʼ[ʌ]$$
$$tua = tu[ʌ]$$

2. Initial consonants

2.1. **Th** is an alveolar voiceless aspirated stop consonant which has an approximately similar position like in the production of **t**, but is pronounced with aspirated release. The Vietnamese **t** and **th** are quite different consonants which constrast with each other as aspirated and unaspirated and are used to distinguish word meanings: *ta* "we" - *tha* "forgive", *ti* "service" - *thi* "exam", *tơ* "silk" - *thơ* "poetry", *tuʼ* "private" - *thuʼ* "letter", etc.

   Note that the consonant indicated by **th** in English differs from the aspirated consonant **th** in Vietnamese. It is neither a voiced fricative [ð]: *that, then, those*, nor a voiceless fricative [θ]: *thatch, thaw, think, thumb*.

2.2. **Ch** is a palatal voiceless stop consonant in the production of which the tongue tip is down near the backs of the lower teeth and the contact is made by the blade against the hard palate: *cha, chờ, chủ*.

   Note that the Vietnamese **ch** and the English **ch** are different consonants: the Vietnamese sound is a palatal stop which is created by the tongue tip being down near the backs of the lower teeth, with the blade rising towards the back of the alveolar ridge and the front of the hard palate, while the English palato-alveolar sound is generally produced by the tongue tip against the alveolar ridge with the blade touching just behind it: Vietnamese *cha* - English *char*.

   Figure 11: Ch

2.3. **Tr** is a retroflex voiceless stop consonant. The tongue tip is rising and slightly curled back, while the front of the tongue blade makes a contact with the alveolar ridge: *trà, tre, trí*. However, the Hanoi dialect does not distinguish the two consonants; they are pronounced like **ch**: *tra* "to fit in" - *cha* "father", *tre* "bamboo" - *che* "to cover."

Note that **tr** in Vietnamese indicates one consonant sound unlike the combination of two characters **tr** in English where they indicate two separate sounds **t** and **r**, for instance: *train, treat, trim.*

Spelling

When syllables containing one of the three diphthongs do not have any final, the second vowel of the diphthongs is denoted by the character *a: thìa, thừa, thùa.*

Pronunciation Drills

1. Listen to and repeat after the speaker. Pay attention to the production of the consonants **t** and **th**.

ta - tha	ti - thi	tư - thưa	ti - tê - thia	tu - tô - thua
tà - thà	tì - thì	từ - thừa	tì - tề - thìa	tù - tồ - thùa
tá - thá	tí - thí	tứ - thứa	tí - tế - thía	tú - tố - thúa
tả - thả	tỉ - thỉ	tử - thửa	tỉ - tể - thỉa	tủ - tổ - thủa
tã - thã	tĩ - thĩ	tữ - thữa	tĩ - tễ - thĩa	tũ - tỗ - thũa
tạ - thạ	tị - thị	tự - thựa	tị - tệ - thịa	tụ - tộ - thụa

2. Listen to and repeat after the speaker. Pay attention to the production of the consonant **ch**.

cha - chơ	chi - chê	chu - cho	chư - chừ	chè - chẹ	cha - chá
chà - chờ	chì - chề	chù - chò	chơ - chờ	chề - chệ	chơ - chớ
chá - chớ	chí - chế	chú - chó	cha - chà	chì - chị	chư - chứ
chả - chở	chỉ - chể	chủ - chỏ	chứ - chử	ché - chẽ	chú - chủ
chã - chỡ	chĩ - chễ	chũ - chõ	chớ - chở	chế - chễ	chố - chổ
chạ - chợ	chị - chệ	chụ - chọ	chá - chả	chí - chĩ	chó - chỏ

3. Listen to and repeat after the speaker. Pay attention to the production of the consonants **ch** and **tr** in the southern dialect.

cha - tra	chư - trư	chi - tri	chu - tru	chê - trê	cho - tro
chà - trà	chừ - trừ	chì - trì	chù - trù	chề - trề	chò - trò
chá - trá	chứ - trứ	chí - trí	chú - trú	chế - trế	chó - tró
chả - trả	chử - trử	chỉ - trỉ	chủ - trủ	chể - trể	chỏ - trỏ
chã - trã	chữ - trữ	chĩ - trĩ	chũ - trũ	chễ - trễ	chõ - trõ
chạ - trạ	chự - trự	chị - trị	chụ - trụ	chệ - trệ	chọ - trọ

4. Listen again to Drill 3 with the consonants **ch** and **tr** produced in the northern dialect where people do not distinguish the two consonants: **tr** is pronounced like **ch**.

UNIT FIVE

Final semi-vowels [i], [u]
Nuclear vowels:
 1. Short vowels: ă, â
 2. Diphthongs: iê, ươ, uô in closed syllables
Initial consonants: [z] (d, gi), [ẓ] (r), [s] (x), [ʂ] (s)
Spelling:
 1. Final semi-vowels: [i], [u]
 2. Nuclear short vowel: ă
 3. Diphthong: iê
 4. Initial consonant: [z]
Intonation of assertive and interrogative sentences

Pronunciation

1. Final semi-vowels

   The Vietnamese language has two final semi-vowels [i] and [u], which are pronounced shorter than the nuclear vowels **i** and **u**. However, their degree of length depends on the types of nuclear vowels that they follow: after a long nuclear vowel they are pronounced shorter, after a short vowel they are pronounced longer. For instance:

tai "ear" - *tay* "hand"
cao "high, tall" - *cau* "betel nut"

   The short vowel **ă** in *tay* and *cau* will be described below.

2. Nuclear vowels

2.1. There are two *short vowels* in Vietnamese: **ă** and **â**, which are pronounced shorter than their long counterparts **a** and **ơ**. For example:

may "lucky" - *mai* "tomorrow"
mấy "how many" - *mới* "new"

2.2. When the *diphthongs* occur in a closed syllable that has a final semi-vowel, the second vowel of the diphthongs is pronounced more closed than in an open syllable (Unit Four, 1. Nuclear vowels). For example:

miếu "temple" - *mía* "sugar cane"
lười "lazy" - *lừa* "deceive"
muối "salt" - *múa* "dance"

3. Initial consonants

3.1. [z] is an alveolar voiced fricative consonant which is denoted by either the character **d** or the combination of two characters **gi**. [z] is similar to English **z** in *zebra*, for example: *da, dì, gia, gì.*

3.2. [ʐ] is a retroflex voiced fricative consonant which is indicated by the character **r**. This consonant is produced by the tongue tip rising and slightly curled back and the front of the tongue rising towards the hard palate. It resembles the sound of **g** as pronounced in the word *genre,* for instance: *ra, rổ, rìa.*

     This consonant does not exist in the Hanoi dialect where it sounds like the consonant [z]; however, they are distinguished in spelling: *ra* "to go out" - *da* "skin" - *gia* "family."

3.3. [s] is the voiceless counterpart of the consonant [z]; it is similar to the English sound **s** in *sand, some*. This consonant in Vietnamese is denoted by the character **x**: *xa, xế, xù, xua, xủ, xâu.*

3.4. [ʂ] is a retroflex voiceless fricative consonant, the voiceless counterpart of the voiced consonant [ʐ]. It is to a certain degree similar to English **sh** in *shall, show.* This sound is denoted by the character **s**, for instance: *sa, sĩ, sử, sâu.*

     This consonant does not exist in the Hanoi dialect, where it sounds like the consonant [s] (indicated by the character **x**). However, they differ from each other in spelling: *sa* "to fall, drop" - *xa* "far", *sử* "history" - *xử* "to judge", *sâu* "deep" - *xâu* "string."

Spelling

1. The final semi-vowel [i] is represented by the character **i**: *bụi, tôi, coi, gửi, mới, ai.*

     Exception: When the final [i] follows the short vowels **ă** and **â**, it is indicated by the character **y**: *tay, tây.*

     Note that the final [i] is never preceded by the front nuclear vowels **i, ê, e, ia/iê**.

2. The final semi-vowel [u] is represented by the character **u**: *kêu, chịu, đau, hươu, gấu.*

     Exception: When the final [u] follows the nuclear vowel **e** and the long nuclear **a**, it is denoted by the character **o**: *đeo, táo.*

     Note that the final [u] is never preceded by the rounded nuclear vowels **u, ô, o, ua/uô**.

3. The short vowel **ă** is indicated (a) by **ă** when followed by the final consonants **p, t, [k], m, n, ng** (Unit Seven), and (b) by **a** when followed by the final semi-vowels **y** and **u**: *tay, đau.*

     Note that the short vowels **ă** and **â** are always followed by a final.

4. The diphthong **iê** is represented by the combination of characters **yê** when followed by a final in syllables that do not contain any initial consonant, for instance: *yêu, yến, yểm.*

5. When the consonant [z] indicated by **gi** occurs before the nuclear vowel **i**, one character **i** is dropped: *gì.*

Pronunciation Drills

1. Listen to and repeat after the speaker. Note that the final semi-vowels sound short.

mi - mai	nghi - ngơi	nhu - nhau	tu - tiu
mì - mài	nghì - ngời	nhù - nhàu	tù - tìu
mí - mái	nghí - ngới	nhú - nháu	tú - tíu
mỉ - mải	nghỉ - ngởi	nhủ - nhảu	tủ - tỉu
mỹ - mãi	nghĩ - ngỡi	nhũ - nhãu	tũ - tĩu
mị - mại	nghị - ngợi	nhụ - nhạu	tụ - tịu

2. Listen to and repeat after the speaker. Pay attention to the production of the short vowels **ă** and **â**.

tay - tây	thay - thây	cau - câu	đau - đâu
bày - bầy	cày - cầy	màu - mầu	làu - lầu
máy - mấy	ngáy - ngấy	báu - bấu	cáu - cấu
nhảy - nhẩy	phảy - phẩy	nhảu - nhẩu	tảu - tẩu
đãy - đẫy	bãy - bẫy	ngãu - ngẫu	phãu - phẫu
nạy - nậy	lạy - lậy	tạu - tậu	lạu - lậu

3. Listen to and repeat after the speaker. Pay attention to the contrast between the long and short nuclear vowels, and, accordingly, between the relatively short and long final semi-vowels.

bai - bay	hai - hay	bơi - bây	phơi - phây
cài - cày	đài - đày	lời - lầy	nhời - nhầy
mái - máy	cái - cáy	mới - mấy	sới - sấy
phải - phảy	bải - bảy	khởi - khẩy	bởi - bẩy
dãi - dãy	hãi - hãy	lỡi - lẫy	dỡi - dẫy
lại - lạy	vại - vạy	vợi - vậy	đợi - đậy

4. Listen to and repeat after the speaker. Pay attention to the production of the diphthongs in open and closed syllables.

tia - tiêu	mưa - mươi - mươu	đua - đuôi
lìa - liều	lừa - lười - lườu	rùa - ruồi
phía - phiếu	dứa - dưới - dướu	múa - muối
đỉa - điểu	bửa - bưởi - bưởu	bủa - buổi
dĩa - diễu	rữa - rưỡi - rưỡu	dũa - duỗi
khịa - khiệu	vựa - vượi - vượu	ngụa - nguội

5. Listen to and repeat after the speaker. Pay attention to the production of the consonants [z] and [ʐ] in the southern dialect.

da - gia - ra	di - gi - ri	du - giu - ru	diêu - riêu
dà - già - rà	dì - gì - rì	dù - giù - rù	diều - riều
dá - giá - rá	dí - gí - rí	dú - giú - rú	diếu - riếu
dả - giả - rả	dỉ - gỉ - rỉ	dủ - giủ - rủ	diểu - riểu
dã - giã - rã	dĩ - gĩ - rĩ	dũ - giũ - rũ	diễu - riễu
dạ - giạ - rạ	dị - gị - rị	dụ - giụ - rụ	diệu - riệu

6. Listen again to Drill 5 with the consonants [z] and [ʐ] produced in the northern dialect where the two consonants are not distinguished: [ʐ] is pronounced like [z].

7. Listen to and repeat after the speaker. Pay attention to the production of the consonants [s] (denoted by **x**) and [ʂ] (denoted by **s**) in the southern dialect.

xa - sa	xi - si	xu - su	xiêu - siêu	xuôi - suôi
xà - sà	xì - sì	xù - sù	xiều - siều	xuồi - suồi
xá - sá	xí - sí	xú - sú	xiếu - siếu	xuối - suối
xả - sả	xỉ - sỉ	xủ - sủ	xiểu - siểu	xuổi - suổi
xã - sã	xĩ - sĩ	xũ - sũ	xiễu - siễu	xuỗi - suỗi
xạ - sạ	xị - sị	xụ - sụ	xiệu - siệu	xuội - suội

8. Listen again to Drill 7 with the consonants [s] and [ʂ] produced in the northern dialect where people do not distinguish the two consonants: [ʂ] is pronounced like [s].

Intonation

In Vietnamese, pitch differences are the main component in producing the tones that are used for contrasting the lexical meanings of syllables; they do not function as intonation patterns to distinguish the syntactical meanings of sentences. However, there are certain pitch differences between an assertive and an interrogative sentence: generally speaking, tones in an interrogative sentence are pronounced at a higher pitch level than tones in an assertive one. At the same time, the contrast of the tones in the whole sentence remains.

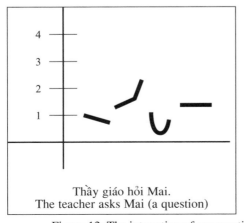

4
3
2
1
Thầy giáo hỏi Mai.
The teacher asks Mai (a question)
4
3
2
1
Thầy giáo hỏi ai?
Who(m) does the teacher ask?

Figure 12: The intonation of an assertive sentence and an interrogative sentence.

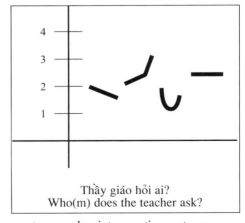

UNIT SIX

Labialization
Spelling:
  1. Labialization represented by u, o
  2. Diphthong ia/iê in labialized syllables

Pronunciation

Labialization of the beginning of a syllable may occur in the syllables that do not contain the rounded vowels. The lips start rounding when the initial consonant (if any) is produced and finish rounding at the beginning of the production of the nuclear vowel, for example: *hoa, tuy.*

Labialization never occurs (a) in syllables having the rounded nuclear vowels **u, ô, o, ua/uô,** or the nuclear vowels **ư, ươ,** or (b) in syllables containing the following initial consonants: **b,** [f] (ph), **v, m, n, g,** [ʐ] (r) and [z] denoted by the combination of two characters **gi**.

Spelling

1. Labialization is represented by the character **u** in syllables containing the close nuclear vowels **i, ê, ơ, â:** *huy* (the character **y** indicates the nuclear **i**), *thuê, thuở, khuấy.*

   When labialization occurs in syllables with **e, a** and **ă** as nuclear vowels, it is represented by the character **o:** *khoẻ, nhoà, hoay.*

   When labialization occurs in syllables with [k] as the initial consonant, it is represented by the character **u,** and the initial [k] by the character **q:** *quả, queo, quý.*

2. The diphthong **ia/iê** in labialized syllables is indicated by **ya/yê:** *khuya, quyển* (the final consonant **n:** Unit Seven).

Pronunciation Drills

1. Listen to and repeat after the speaker.

ao - oa	iu - uy	tha - thoa	thê - thuê	nghe - ngoe	phui - phuy
xào - xoà	tìu - tuỳ	nhà - nhoà	hề - huề	nhè - nhoè	chùi - chuỳ
đáo - đoá	thíu - thuý	cá - quá	tế - tuế	té - toé	túi - tuý
hảo - hoả	xỉu - xuỷ	hả - hoả	để - đuể	kẻ - quẻ	củi - quỷ
lão - loã	kĩu - quỹ	lã - loã	lễ - luễ	lẽ - loẽ	lũi - luỹ
tạo - toạ	nhịu - nhuy	tạ - toạ	nghệ - nguệ	hẹ - hoẹ	thụi - thuy

2. Listen to and repeat after the speaker.

qua - quà - quá - quả - quã - quạ

quai - quài - quái - quải - quãi - quại

quay - quày - quáy - quảy - quãy - quạy

quây - quầy - quấy - quẩy - quẫy - quậy

khoa - khoà - khoá - khoả - khoã - khoạ

khoai - khoài - khoái - khoải - khoãi - khoại

khoay - khoày - khoáy - khoảy - khoãy - khoạy

khuây - khuầy - khuấy - khuẩy - khuẫy - khuậy

xoa - xoà - xoá - xoả - xoã - xoạ

xoai - xoài - xoái - xoải - xoãi - xoại

xoay - xoày - xoáy - xoảy - xoãy - xoạy

xuây - xuầy - xuấy - xuẩy - xuẫy - xuậy

nhoa - nhoà - nhoá - nhoả - nhoã - nhoạ

nhoai - nhoài - nhoái - nhoải - nhoãi - nhoại

nhoay - nhoày - nhoáy - nhoảy - nhoãy - nhoạy

nhuây - nhuầy - nhuấy - nhuẩy - nhuẫy - nhuậy

UNIT SEVEN

Final consonants: m, n, ng (ng, nh), p, t, [k] (c, ch)

Pronunciation

There are six final consonants in Vietnamese: **m, n, ng** (ng, nh), **p, t**, [k] (c, ch). **M, n**, and **ng** are created like the similar initial consonants. The voiceless stop consonants **p, t**, [k] when occurring in the final position of a syllable are implosives, that is, they are made without an egressive airstream from the lungs, unlike the finals **p, t**, [k] in English, which are plosives. They are created with a rapid burst when the closure is released: Vietnamese *bóp, thót, các* - English *bop, thought, cake.*

The syllables with the stop final consonants **p, t**, [k] may have only two tones – either the high-rising or the low-falling broken. In this type of syllable, the high-rising tone starts much higher than the similar tone in open syllables or syllables with the sonorant final consonants **m, n, ng**, and rises sharply; the low-falling broken tone drops abruptly right at the beginning of the syllable. For example: *má - mác, mạ - mạc.*

Pronunciation Drills

1. Listen to and repeat after the speaker. Pay attention to the contrast between the long and short vowels. Note that the short vowels are always followed by a final.

a - ăn	can - căn	ơ - ân	bơn - bân
ca - căn	màn - mần	cơ - cân	đờn - đần
ta - tăn	bán - bắn	phơ - phân	tớn - tấn
na - năn	hản - hẳn	sơ - sân	mởn - mẩn
nga - ngăn	lãn - lẫn	hơ - hân	lỡn - lẫn
tha - thăn	đạn - đặn	tơ - tân	thợn - thận

2. Listen to and repeat after the speaker. Note the difference between the syllables without finals and the syllables with finals.

ba - bam - ban - bang	cơ - cơm - cơn - cân	tô - tôm - tôn
cà - càm - càn - càng	đờ - đờm - đờn - đần	đồ - đồm - đồn
phá - phám - phán - pháng	tớ - tớm - tớn - tấn	ngố - ngốm - ngốn
đả - đảm - đản - đảng	phở - phởm - phởn - phẩn	hổ - hổm - hổn
mã - mãm - mãn - mãng	nỡ - nỡm - nỡn - nẫn	gỗ - gỗm - gỗn
lạ - lạm - lạn - lạng	chợ - chợm - chợn - chận	cộ - cộm - cộn

PRONUNCIATION GUIDE

3. Listen to and repeat after the speaker. Pay attention to the production of the tones with different finals.

bớ - bớm - bớp	phí - phím - phíp	xú - xúm - xúp	đứa - đướm - đướp
bợ - bợm - bợp	phị - phịm - phịp	xụ - xụm - xụp	đựa - đượm - được
tớ - tớm - tớp	khí - khím - khíp	chú - chúm - chúp	tứa - tướm - tướp
tợ - tợm - tợp	khị - khịm - khịp	chụ - chụm - chụp	tựa - tượm - tượp
đớ - đớm - đớp	nhí - nhím - nhíp	tú - túm - túp	ngứa - ngướm - ngướp
đợ - đợm - đợp	nhị - nhịm - nhịp	tụ - tụm - tụp	ngựa - ngượm - ngượp
nớ - nớm - nớp	bí - bím - bíp	thú - thúm - thúp	lứa - lướm - lướp
nợ - nợm - nợp	bị - bịm - bịp	thụ - thụm - thụp	lựa - lượm - lượp
lá - lán - lát	khí - khín - khít	tú - tún - tút	tía - tiến - tiết
lạ - lạn - lạt	khị - khịn - khịt	tụ - tụn - tụt	tịa - tiện - tiệt
tá - tán - tát	bí - bín - bít	đú - đún - đút	thía - thiến - thiết
tạ - tạn - tạt	bị - bịn - bịt	đụ - đụn - đụt	thịa - thiện - thiệt
đá - đán - đát	kí - kín - kít	bú - bún - bút	nghía - nghiến - nghiết
đạ - đạn - đạt	kị - kịn - kịt	bụ - bụn - bụt	nghịa - nghiện - nghiệt
nhá - nhán - nhát	nhí - nhín - nhít	phú - phún - phút	mía - miến - miết
nha - nhạn - nhạt	nhị - nhịn - nhịt	phụ - phụn - phụt	mịa - miện - miệt
đá - đáng - đác	bớ - bấng - bấc	nhá - nhắng - nhắc	lúa - luống - luốc
đạ - đạng - đạc	bợ - bậng - bậc	nha - nhặng - nhặc	lụa - luộng - luộc
tá - táng - tác	thớ - thấng - thấc	thá - thắng - thắc	búa - buống - buốc
tạ - tạng - tạc	thợ - thậng - thậc	tha - thặng - thặc	bụa - buộng - buộc
khá - kháng - khác	số - sấng - sấc	tá - tắng - tắc	múa - muống - muốc
kha - khạng - khạc	sợ - sậng - sậc	tạ - tặng - tặc	mụa - muộng - muộc
trá - tráng - trác	lớ - lấng - lấc	khá - khắng - khắc	chúa - chuống - chuốc
trạ - trạng - trạc	lợ - lậng - lậc	kha - khặng - khặc	chụa - chuộng - chuộc

UNIT EIGHT

Final consonants: ng (ng, nh), [k] (c, ch) in different positions

Pronunciation

The final consonants **ng** (ng, nh) and [k] (c, ch) occur in three positions.

1. After the mid nuclear vowels **ư, â, a, ă** and the three diphthongs **iê, ươ, uô**, they occur in their main variants as deep velar stops produced by the contact of the back of the tongue against the velum. They are written as **ng** and **c**:

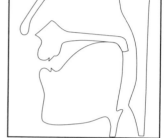

đứng - đức	điếng - điếc
đấng - đấc	đướng - đước
đáng - đác	đuống - đuốc
đắng - đắc	

Note that the finals **ng** and **c** never follow the nuclear **ơ**.

Figure 13: Tongue and lip position for the regular final **ng**.

2. After the back nuclear vowels **u, ô, o**, they are pronounced as labialized variants: they are modified to adjust to preceding rounded vowels (regressive assimilation), which leads to the lips coming together at the end of the production of the syllable:

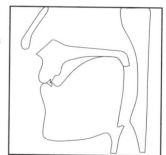

đùng - đục
đồng - độc
đòng - đọc

Figure 14: Tongue and lip position for the final **ng** after u, ô, o.

Note that the lips do not start rounding until the end of the production of the rounded vowels. At the beginning the vowels are pronounced like their central unrounded counterparts:

đùng = đ[ừ^u]ng	đục = đ[ụ^u]c
đồng = đ[ồ^u]ng	độc = đ[ộ^u]c
đòng = đ[ʌ^u]ng	đọc = đ[ʌ^u]c

3. When following the front vowels **i, ê, e**, the finals **ng** and [k] are made partly in the palatal region to agree in place of articulation with the preceding vowels; therefore, they are slightly palatalized and written as **nh** and **ch**:

inh   ích

ênh   ếch

anh   ách

(The vowel **e** is represented ᴜ the character **a**: *anh - ách*.)

Note that when following the diphthong **iê**, the finals **ng** and [k] remain in their main variant, that is, they are pronounced as **ng** and [k] and written as **ng** and **c**: *nghiêng, tiếc.*

There is a small number of words where **ng** and [k] occur in their main variant (as velar stops) when following the nuclear **e**: *kẻng, xẻng, éc.*

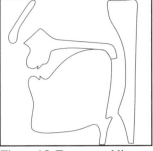

Figure 15: Tongue and lip position for the final **nh** after i, ê, e.

Note that syllables where the front and back rounded vowels are followed by the finals **ng** (ng, nh) and [k] (c, ch) are always short and tense. Compare:

tín - *tính*	hít - *hích*	cúm - *cúng*	ngụt - *ngục*
bên - *bênh*	chết - *chếch*	nồm - *nồng*	lột - *lộc*
kèn - *cành*	phét - *phách*	mỏm - *mỏng*	sọt - *sọc*

Pronunciation Drills

1. Listen to and repeat after the speaker. Pay attention to the production of syllables with the finals **m** and **ng** following the rounded nuclear vowels.

um - ung	ôm - ông	om - ong	úp - úc	ộp - ộc	óp - óc
đùm - đùng	xồm - xồng	còm - còng	cụp - cục	phốp - phốc	họp - học
túm - túng	đốm - đống	ngóm - ngóng	đúp - đúc	hộp - hộc	ngóp - ngóc
bủm - bủng	chổm - chổng	nhỏm - nhổng	sụp - sục	lốp - lốc	cọp - cọc
lũm - lũng	ngỗm - ngỗng	chõm - chõng	húp - húc	độp - độc	tóp - tóc
cụm - cụng	nhộm - nhộng	khọm - khọng	ngụp - ngục	tốp - tốc	đọp - đọc

2. Listen to and repeat after the speaker.

ung - bung - dung - khung - cung - hung - lung - xung - sung - phung - trung - tung - mung - nung - rung - nhung - chung

mồng - cồng - tồng - phồng - bồng - chồng - nồng - sồng - đồng - rồng - hồng - vồng - lồng - ngồng

mỏng - tổng - đổng - nhổng - lổng - phổng - hổng - ngổng - dổng - bổng

úc - túc - đúc - múc - rúc - xúc - lúc - phúc - nhúc - súc - cúc - húc - núc - thúc

ục - tục - đục - mục - rục - xục - lục - phục - nhục - sục - cục- hục - nục - thục

ốc - xốc - bốc - vốc - cốc - tốc - đốc - nhốc - dốc - sốc - ngốc - hốc - phốc - khốc - nốc - thốc - lốc - mốc

ộc - xộc - bộc - vộc - cộc - tộc - độc - dộc - sộc - hộc - phộc - lộc - mộc - ngộc

óc - nóc - bóc - róc - cóc - ngóc - sóc - thóc - dóc - tóc - hóc - nhóc - vóc - khóc - xóc - lóc - móc

ọc - nọc - bọc - rọc - cọc - ngọc - sọc - thọc - dọc - tọc - học - nhọc - vọc - xọc - lọc - mọc

3. Listen to and repeat after the speaker. Pay attention to the production of syllables with the finals **nh** and **ch** following the front nuclear vowels. In such syllables the vowel **e** is indicated by the character **a**. This type of syllable is always tense and short.

in - inh	hên - hênh	then - thanh	khít - khích	phết - phếch
thìn - thình	dền - dềnh	kèn - cành	tịt - tịch	nghệt - nghệch
kín - kính	nến - nếnh	sén - sánh	bít - bích	chết - chếch
nhỉn - nhỉnh	nghển - nghểnh	lền - lảnh	nịt - nịch	bệt - bệch
vĩn - vĩnh	tễn - tễnh	bẽn - bãnh	xít - xích	kết - kếch
mịn - mịnh	bện - bệnh	nhẹn - nhạnh	nghịt - nghịch	vệt - vệch

nhét - nhách
kẹt - cạch
nghét - ngách
vẹt - vạch
nét - nách
tẹt - tạch

4. Listen to and repeat after the speaker. Note that after the diphthong **iê** the consonants **ng** and [k] occur in their main variants (as **ng** and [k]).

inh - ênh - anh - *iêng/yêng*   ích - ếch - ách - *iếc/yếc*

kình - kềnh - cành - *kiềng*   nghịch - nghệch - ngạch - *nghiệc*

tính - tếnh - tánh - *tiếng*   phích - phếch - phách - *phiếc*

đỉnh - đểnh - đảnh - *điểng*   tịch - tệch - tạch - *tiệc*

lĩnh - lễnh - lãnh - *liễng*   mích - mếch - mách - *miếc*

thịnh - thệnh - thạnh - *thiệng*   xịch - xệch - xạch - *xiệc*

Bảng chữ cái tiếng Việt
Vietnamese Alphabet

Chữ	Tên chữ	Chữ	Tên chữ
Letter	Name	Letter	Name
a	a	n	en/e-nờ
ă	á	o	o
â	ớ	ô	ô
b	bê	ơ	ơ
c	xê	p	pê
d	dê	q	cu
đ	đê	r	er/e-rờ
e	e	s	éx/ét-xì
ê	ê	t	tê
g	giê	u	u
h	hát	ư	ư
i	i	v	vê
k	ca	x	íchx/ích-xì
l	el/e-lờ	y	i-gờ-rếch
m	em/e-mờ	[z]	[dét]

Dấu Diacritic marks denoting the tones

Không dấu	Mid-level tone
Dấu huyền	Low-falling tone
Dấu sắc	High-rising tone
Dấu hỏi	Low-falling-rising tone
Dấu ngã	High-rising broken tone
Dấu nặng	Low-falling broken tone

LESSON

1

Topic: Greetings

Grammar:
1. Interrogative sentences
2. Equative verb: là
3. Demonstrative adverbs: đây, đấy, đó, kia
4. Interrogative word: ai
5. Position of an adjective modifying a noun

Usage:
chào, xin lỗi, cám ơn

Dialogue 1

A: Chào chị!
B: Chào anh!
A: Chị có khoẻ không?
B: Vâng, cám ơn anh, tôi khoẻ. Còn anh thế nào?
A: Cám ơn chị, tôi cũng khoẻ. Xin lỗi chị, chị tên là gì?
B: Tên tôi là Mary. Còn anh, tên anh là gì?
A: Tôi tên là Thắng.

Dialogue 2

A: Đấy có phải là anh Dũng không?
B: Không phải, đấy là anh Hùng.
A: Còn kia là ai?
B: Kia là chị Lan.

Dialogue 3

A: Anh có báo mới không?
B: Không, tôi không có báo mới.

Vocabulary

chị:	elder sister; you	*tên:*	name
anh:	elder brother; you	*là:*	to be (linking verb)
có:	to have	*gì?:*	what?
có … không?:	question pattern	*tên anh (chị…) là gì?/*	
khoẻ:	fine, well, healthy, strong	*anh (chị…) tên là gì?:*	what is your name?
vâng:	yes	*tên tôi là…/tôi tên là…:*	my name is
cám ơn:	to thank	*đấy:*	there, that
còn:	as for	*kia:*	there, that
thế nào:	how	*ai?:*	who?
cũng:	also, too	*có:*	to have
xin lỗi:	to excuse, to beg pardon	*báo:*	newspaper
xin lỗi anh (chị…):	excuse me	*mới:*	new, recent

Grammar Notes

1. A question is formed with the frame construction … có … không? The word order will be:

> SUBJECT + CÓ + PREDICATE + KHÔNG

Anh *có* khoẻ *không*?
"How are you?"

When the predicate is expressed by the verb *có*, only one *có* appears in the question:

Anh *có* báo *không*?
"Do you have a newspaper?"

The word *vâng* is used very commonly at the beginning of the affirmative response:

Vâng, tôi khoẻ.
"Yes, I am fine."

The negation *không* is used in the negative response, both at the beginning and immediately before the predicate:

Không, tôi không khoẻ.
"No, I am not fine."

Không, tôi không có báo.
"No, I don't have a newspaper."

2. The equative (or linking) verb là is used to link the subject with the identification predicate, which may be represented by a noun (*kỹ sư* "engineer") or a pronoun (interrogative ai?):

Hải là ai? "Who is Hải?"
Hải là kỹ sư. "Hải is an engineer."

When an adjective functions as the predicate of a sentence, it follows the noun immediately, without any linking verb. The word order will be:

> SUBJECT (noun, pronoun) + PREDICATE (adjective)

For example: *Cô Hà trẻ*. "Miss Hà is young."

3. When a question contains the equative verb *là*, the frame construction …*có **phải** … không?* is used to form the question. The word order will be:

> SUBJECT + CÓ PHẢI LÀ + IDENTIFICATION PREDICATE + KHÔNG

Anh *có phải là* kỹ sư Hải *không?*
"Are you engineer Hải?"

The word *vâng* is used at the beginning of the affirmative response:

Vâng, tôi là kỹ sư Hải.
"Yes, I am engineer Hải."

The negation *không* or *không phải* is used at the beginning of the negative response, and *không **phải*** is used before the equative verb *là*:

Không/Không phải, tôi không phải là kỹ sư Hải.
"No, I am not engineer Hải."

4. Demonstrative (locational) adverbs *đây, đấy, đó, kia* are used for replacing nouns denoting place. *Đây* "here, this" denotes a place, person or thing close to the speaker: *Đây là cô Hà*. "This is Miss Hà."
    Đấy, đó "there, that" indicates a place, person or thing far from the speaker, but close to those to whom he or she is talking: *Đấy/đó là cô giáo* "female teacher" Thu. "That is teacher Thu."
    Kia "there, that" demonstrates a place, person or thing far from both the speaker and those to whom he or she is talking: *Kia là nhà mới*. "That is a new house."

5. The interrogative word *ai?* "who?, whom?" is used for a person. It may function as the identification predicate "Hải là ai?," as the subject (Ai có ô tô? "Who has a car?"), as the object (Nga vẽ *ai?* "Whom is Nga drawing?"). When *ai* functions as the subject of the question, it is placed at the beginning of the question. When functioning as the identification predicate, it follows the identification marker *là*. When functioning as the object, it is placed after the verb.

6. When an adjective modifies a noun functioning as an attribute of the noun modified, it follows the noun, for instance:

Cô Hà có nhà <u>nhỏ</u> "small."
"Miss Ha has a small house."

Notes on Usage

In most cases a second personal pronoun is used after such words as chào "hello," xin lỗi "to beg one's pardon, to be sorry, to excuse," cám ơn "to thank."

Chào ông!	*Xin lỗi ông!*	*Cám ơn ông!*
Chào bà!	*Xin lỗi bà!*	*Cám ơn bà!*
Chào anh!	*Xin lỗi anh!*	*Cám ơn anh!*
Chào chị!	*Xin lỗi chị!*	*Cám ơn chị!*

Drills

1. Make up questions for the following sentences, using the frame construction *có …không?* or *có phải …không?*

Example:

A. *Bố* "father" đọc báo.

➜ Bố có đọc báo không?

B. Đấy là cô Nga.

➜ Đấy có phải là cô Nga không?

A

1. Dũng *mở* "to open" *cửa* "door."
2. Bố có ô tô "car" mới.
3. Hà *ghi* "to write down" *từ* "vocabulary."
4. Mẹ "mother" *đi* "to go" *chợ* "market."
5. *Thư ký* "secretary" *hỏi* "to ask" *bác sĩ* "doctor" Hùng.
6. Dũng *nghe* "to listen" *nhạc* "music."
7. *Thày giáo* "Mr. teacher" hỏi Lan.
8. *Sách* "book" *hay* "interesting."
9. Thanh *mua* "to buy" ô tô.
10. Hùng *thích* "to like" *ăn* "to eat" *đu đủ* "papaya."
11. *Dừa* "coconut" *ngon* "tasty."
12. Hà *trả lời* "to answer" *cô giáo* "Ms. teacher."
13. *Họ* "they" *hiểu* "understand" *câu hỏi* "question."
14. *Bài* "lesson" *dễ* "easy."
15. Bố *đọc* "to read" sách.
16. Lan *chào* "to greet" cô giáo.
17. *Xe* "vehicle" *tốt* "good."
18. Họ *bán* "to sell" *nhà* "house."
19. Nhà *đẹp* "beautiful."
20. Câu hỏi *khó* "hard, difficult."

B

1. Đấy là báo mới.
2. *Cô* "Miss" Mai là *y tá* "nurse."
3. Kia là *dứa* "pineapple."
4. Đấy là *từ điển* "dictionary" Anh-Việt "English-Vietnamese."
5. *Ông ấy* "he" là bác sĩ.
6. *Cô ấy* "she" là cô Thuý.
7. Đây là *chanh* "lemon, lime."
8. Đấy là *vở* "notebook" ghi từ mới.
9. Cô Thu là thư ký.
10. Kia là *anh lái xe* "driver" *tắc-xi* "taxi."
11. Cô ấy là bác sĩ Lan.
12. Đây là *phố* "street" Lê Lợi.
13. Đấy là *tạp chí* "magazine" *cũ* "old."
14. Cô ấy là y tá.
15. Ông ấy là thày Thắng.
16. Anh Hải là kỹ sư.
17. Họ là *sinh viên* "student."
18. Kia là xe mới.
19. *Ông* "Mister" Long là bác sĩ.
20. Đây là phố Hai Bà Trưng.
21. Đó là kỹ sư Hùng.

2. Change the sentences given in Drill 1 to the negative sentences.

Example:

   A. Bố đọc báo.
      ➜ Bố không đọc báo.
   B. Đấy là cô Nga.
      ➜ Đấy không phải là cô Nga.

3. Give both the affirmative and the negative anwsers to the following questions.

Example:

   A. Câu hỏi có khó không?
      ➜ Vâng, câu hỏi khó.
      ➜ Không, câu hỏi không khó.
   B. Cô Nga có phải là bác sĩ không?
      ➜ Vâng, cô Nga là bác sĩ.
      ➜ Không, cô Nga không phải là bác sĩ.

A
   1. Anh có báo mới không?
   2. Xe có *đắt* "expensive" không?
   3. Kỹ sư Johnson có đi Hà Nội không?
   4. Nhà có đẹp không?
   5. Hà có hiểu câu hỏi không?
   6. Bà có *lo* "to worry" không?
   7. Cô ấy có mua *hoa* "flower" không?
   8. Bài có khó không?
   9. Dừa có ngon không?
   10. Chị có đọc sách không?
   11. Thắng có chào cô Mai không?
   12. Anh có ghi từ mới không?

B
   1. Ông ấy có phải là kỹ sư Thắng không?
   2. Kia có phải là cô Thư không?
   3. Bà ấy có phải là bác sĩ Thuỷ không?
   4. Đấy có phải là phố Lý Thường Kiệt không
   5. Đây có phải là *cam* "orange" không?
   6. Đó có phải là thày Hùng không?
   7. Đấy có phải là đu đủ không?
   8. Cô Thanh có phải là thư ký không?
   9. Kia có phải là *bưu điện* "post office" không?
   10. Đây có phải là từ điển mới không?

4. Give answers to the following questions.

Example:

   Hải là ai? (kỹ sư)
      ➜ Hải là kỹ sư.

   1. *Chị* "Miss" Nga là ai? (kỹ sư)
   2. Cô Hà là ai? (cô giáo)
   3. Mai là ai? (thư ký)
   4. Hải là ai? (thầy giáo)
   5. Chị Phi là ai? (cô giáo)

   6. Cô Thu là ai? (thư ký)
   7. Hà là ai? (kỹ sư)
   8. Chị Mai là ai? (cô giáo)
   9. Cô Thư là ai? (y tá)
   10. Hải là ai? (lái xe)

5. Give answers to the following questions.

Example:

Ai có từ điển? (cô Hà)

➔ Cô Hà có từ điển.

1. Ai có nhà *to* "big"? (*bố mẹ* "parents")	11. Ai mua ô tô mới? (bà)
2. Ai hỏi chị Nga? (bà)	12. Ai mở cửa? (cô Mỹ)
3. Ai trả lời bà? (chị Nga)	13. Ai *đi ngủ* "to go to bed"? (Mai)
4. Ai ghi từ mới? (chị Thư)	14. Ai có vở ghi từ mới? (Hải)
5. Ai là y tá? (Hà)	15. Ai mua nhà to? (cô giáo Thuỷ)
6. Ai về nhà? (bố)	16. Ai là thư ký? (chị Thuý)
7. Ai nghỉ? (mẹ)	17. Ai vẽ *hổ* "tiger"? (Oanh)
8. Ai là lái xe? (Hải)	18. Ai hiểu bà? (bố mẹ)
9. Ai có ô tô? (cô Thu)	19. Ai có *mũ* "hat" mới? (Trang)
10. Ai nghe câu hỏi? (chị Thanh)	20. Ai hỏi bố mẹ? (bà)

6. Give answers to the following question using the words given below.

Nga hỏi ai?

bố, mẹ, cô giáo, bà Mai, cô thư ký, cô Hà, thày giáo, Hải

7. Replace the verb *hỏi* in Drill 6 by the verbs *trả lời, nghe, chào, vẽ,* and give the answers to the questions.

8. Give answers to the following questions.

Example:

Thầy giáo hỏi ai? (Thuỷ)

➔ Thầy giáo hỏi Thuỷ.

1. Hà vẽ ai? (bà)	6. Bố mẹ hiểu ai? (bà)
2. Thuý trả lời ai? (cô giáo)	7. Thư ký trả lời ai? (cô Châu)
3. Thư nghe ai? (thày giáo)	8. Bố mẹ hỏi ai? (y tá)
4. Thuỷ chào ai? (cô Hải)	9. Thày giáo trả lời ai? (tôi)
5. Cô giáo hỏi ai? (Phi)	10. Cô Nga mở cửa *cho* "for" ai? (bố)

9. Give answers to the following questions.

Example:

Anh tên là gì?/Tên anh là gì?

➜ Tôi tên là Thắng./Tên tôi là Thắng.

1. *Ông* "you" tên là gì? (Dũng)
2. Chị tên là gì? (Thuý)
3. Tên anh là gì? (Hùng)
4. Bà tên là gì? (Phương)
5. Cô tên là gì? (Lan)
6. Tên ông là gì? (Tân)
7. Anh tên là gì? (Tuấn)
8. Tên chị là gì? (Phượng)
9. Tên bà là gì? (Thuỷ)

10. Ông ấy tên là gì? (Hiển)
11. Chị ấy tên là gì? (Hiền)
12. Tên anh ấy là gì? (Hiến)
13. *Bà ấy* "she" tên là gì? (Hiên)
14. Ông kỹ sư ấy tên là gì? (Hải)
15. Cô bác sĩ ấy tên là gì? (Mai)
16. Tên cô thư ký đó là gì? (Nga)
17. Cô giáo ấy tên là gì? (Ngà)
18. Cô ấy tên là gì? (Liên)

10. Complete the following sentences.

Example:

Tôi tên là Thắng. (anh)

➜ Tôi tên là Thắng. Còn anh tên là gì?

1. Tôi tên là Hiển. (chị)
2. Tôi tên là Trung. (ông)
3. Tên tôi là Mai. (cô)
4. Tôi tên là Dũng. (bà)
5. Tôi tên là Vân. (anh)

6. Tên tôi là Nga. (ông)
7. Tôi tên là Nhung. (anh)
8. Tên tôi là Ngọc. (chị)
9. Tên tôi là Liên. (anh)
10. Tôi tên là Hiền. (cô)

11. Complete the following sentences.

Example:

Anh có khoẻ không? (cô)

➜ Cám ơn cô, tôi khoẻ. Còn cô thế nào?

1. Ông có khoẻ không? (bà)
2. Anh có khoẻ không? (cô)
3. Bà có khoẻ không? (ông)
4. Cô có khoẻ không? (ông)
5. Chị có khoẻ không? (anh)

6. Cô có khoẻ không? (bà)
7. Ông có khoẻ không? (anh)
8. Chị có khoẻ không? (bà)
9. Anh có khoẻ không? (cô)
10. Bà có khoẻ không? (chị)

LESSON

1

Tục ngữ
(Proverb, saying)
Lời chào cao hơn mâm cỗ.

"It's better to greet someone with respect than to serve him an auspicious meal."

Đình làng ở đồng bằng sông Hồng
A village community hall in the Red River delta

LESSON
LESSON
2

Topic: Getting acquainted

Grammar:
1. Interrogative words: [cái] gì, nào
2. Interrogative expression: phải không
3. Interrogative word: à
4. Interrogative adverb: ở đâu
5. Classifiers: cái, chiếc, cây, quả, con, quyển, cuốn, tờ, toà, ngôi
6. Demonstrative pronouns: này, kia, ấy, đó

Usage:
ở as a verb and as a preposition

Dialogue 1

A: Chào cô!

B: Chào anh!

A: Xin lỗi cô, cô là người nước nào?

B: Tôi là người Việt. Còn anh là người Mỹ, phải không?

A: Vâng, tôi là người Mỹ. Cô là sinh viên à?

B: Vâng, tôi là sinh viên.

A: Tôi cũng là sinh viên.

B: Anh học ở đâu?

A: Tôi học ở trường Đại học Harvard.

sinh viên = student
đại học = university

Dialogue 2

A: Anh ơi! Toà nhà cao kia có phải là thư viện trường không?

B: Không phải. Thư viện trường là ngôi nhà trắng gần đấy. Cô cần gì ở thư viện?

A: Tôi muốn mượn mấy quyển sách.

Vocabulary

người:	man, person	*toà:*	classifier, used for tall buildings
nước:	country	*cao:*	tall, high
nào?:	what? which?	*kia:*	that
cô là người		*thư viện:*	library
nước nào?:	where are you from?	*ngôi:*	classifier, used for houses, buildings
người Việt:	Vietnamese person	*trắng:*	white
Mỹ:	America; the U.S.A.	*gần:*	near, close
người Mỹ:	American	*gần đấy:*	close to there
học:	to study, to learn	*cần:*	to need
ở:	in, at	*muốn:*	to want
trường:	school	*mượn:*	to borrow
đại học:	college, university	*mấy:*	a few
trường đại học:	college, university	*cuốn:*	classifier, used for books
ơi:	vocative particle, used to attract someone's attention		

Grammar Notes

1. The interrogative word [*cái*] *gì?* "what?" is used for a thing. The element *cái* is optional. [*Cái*] *gì* functions as

a. the identification predicate following *là*:
    Đấy là [*cái*] *gì?* "What is that?"

b. as the object following a verb:
    Cô Mai mua [*cái*] *gì?* "What does Miss Mai buy?"

2. The interrogative pronoun *nào* "which, what" follows the noun it modifies and denotes a choice which is to be made from a known set of things or people. The interrogative pronoun *gì* "what" is used in the same function when the choice is from an indefinite set of things or people:

gì?	*nào?*
Đây là quyển *gì?* "What kind of book is this?" Đây là [quyển] từ điển. "This is a dictionary."	Anh mua quyển từ điển *nào?* "Which dictionary are you buying?" Tôi mua quyển [từ điển] kia. "I am buying that one."

Note that if *gì* follows a classifier, the classifier may be omitted in the reply. If *nào* follows a noun used together with a classifier, the noun may be omitted in the reply, but the classifier is required.

3. The interrogative expression *phải không*, similar to the English question tag, is placed at the end of the sentence to form a question when the speaker expects his hearer to confirm what he/she just said:

Cô học ở trường Đại học Harvard, *phải không?*
"You study at Harvard, don't you?"

Anh là người Mỹ, *phải không?*
"You are an American, aren't you?"

The responses to this kind of question are similar to the responses to the questions formed by the frame construction *có...không?* and *có phải là...không?* In the negative response *không phải* may also occur at the beginning:

Anh là người Mỹ, *phải không?*
"You are an American, aren't you?"

Không phải, tôi là người Anh.
"No, I am an Englishman."

4. The interrogative *à* when placed at the end of the sentence to form a question also asks for confirmation or agreement. However, *à* denotes a speaker's stronger belief that the hearer will agree with him than the expression *phải không*:

Cô học ở trường Đại học Harvard *à?*
"You study at Harvard, right?"

Anh là người Mỹ *à?*
"You are an American, right?"

5. The interrogative adverb *ở đâu* "where" is placed at the end of the question, indicating a location only, not a motion:

Anh học *tiếng* "language" Việt *ở đâu?*
"Where are you studying Vietnamese?"

Cô mua chiếc xe máy này *ở đâu?*
"Where did you buy this motorbike?"

6. The Vietnamese language has a group of words called classifiers, which indicate the semantic class to which a group of words belongs. Classifiers express a wide range of categories, such as size, shape, fruits, trees, animateness, inanimate things, etc. *Cái, chiếc, cây, quả, con, quyển, cuốn, tờ, toà, ngôi* in the above given examples are classifiers.

Cái and *chiếc* are the most common classifiers in Vietnamese. They are used with many nouns denoting inanimate objects: *cái/chiếc* ô tô "a car," *cái/chiếc* áo "a shirt," *cái/chiếc* ô "an umbrella."

Cây is used for trees: *cây* lê "a pear tree," *cây* chuối "a banana tree," *cây* đu đủ "a papaya tree."

Quả is used for fruits: *quả* lê "a pear," *quả* chuối "a banana," *quả* đu đủ "a papaya."

Con is used for animals, fish, birds: *con* hổ "a tiger," *con* cá "a fish," *con* chim "a bird."

Quyển and *cuốn* are used for books: *quyển/cuốn* sách "a book," *quyển/cuốn* từ điển "a dictionary."

Tờ is used for paper, newspapers, magazines: *tờ* giấy "a sheet of paper," *tờ* báo "a newspaper," *tờ* tạp chí "a magazine."

Ngôi is used for houses, buildings, *toà* is used for tall buildings.

When a countable noun is used with a number, the phrase demands a classifier inserted between the number and the noun, for instance: một cái *ghế* "chair", hai tờ báo, ba con chim.

$$\boxed{\text{NUMBER + CLASSIFIER + NOUN}}$$

7. When modifying nouns, the demonstrative pronouns *này* "this," *kia* "that," *ấy/đó* "that" follow the nouns: ngôi nhà *ấy*, cái bàn *kia*, quyển từ điển *này*, tờ báo *đó*. Note the following word order of the noun group:

$$\boxed{\text{CLASSIFIER + NOUN + PRONOUN}}$$

A demonstrative may follow a classifier, forming a phrase without a noun:

Đây là cái mũ.   *Cái này* là cái mũ.
Kia là cây chuối.   *Cây kia* là cây chuối.

Dũng *và* "and" Hùng đọc sách. Dũng đọc *quyển này*, Hùng đọc *quyển kia*.

Note the similarities and differences between the demonstrative adverbs and the demonstrative pronouns:

ADVERBS	PRONOUNS
đây	này
kia	kia
đấy	ấy
đó	đó

Notes on Usage

The word *ở* may function as a verb in the sense of "to live": Ông bà tôi *ở* phố này. "My grandparents live on this street." It may function also as a preposition in the sense of "in, on, at": Ông bà tôi mua một ngôi nhà *ở* phố này. "My grandparents bought a house on this street."

Drills

1. Give answers to the following questions.

Example:

    A. Đây là quyển gì? (sách)
    ➜ Đây là [quyển] sách.

    B. Anh *thích* "to like" quyển sách nào? (kia)
    ➜ Tôi thích quyển [sách] kia.

A

1. Kia là cây gì? (*chuối* "banana")
2. Kỹ sư Thắng mua xe gì? (*xe máy* "motorcycle, motorbike")
3. Đây là vở gì? (ghi từ mới)
4. Đó là quả gì? (*xoài* "mango")
5. Bố đọc báo gì? (cũ)
6. Hà vẽ con gì? (hổ)
7. Bà mua quả gì? (cam và dứa)
8. Cô ấy *nói* "to speak" tiếng gì? (Anh)
9. Ông Hải đọc tạp chí gì? (Mỹ)
10. Họ học tiếng gì? (Việt)
11. Con kia là con gì? (*ngựa* "horse")
12. Trường ấy là trường gì? (đại học)
13. Anh thích đi xe gì? (xe đạp)
14. Kia là nhà gì? (bưu điện)
15. Ông đọc sách gì? (tiếng Anh)
16. Cô thích *lái* "to drive" xe gì? (xe máy)

B

1. Quả dứa nào ngon? (này)
2. Anh trả lời câu hỏi nào? (ấy)
3. Họ *thấy* "to see" ngôi nhà nào? (kia)
4. Bác sĩ Hùng ở phố nào? (đó)
5. Cô Mai là thư ký ở bưu điện nào? (Bờ Hồ)
6. Cô thích cái áo nào? (*đỏ* "red" kia)
7. Hiền học ở trường đại học nào? (Huế)
8. Bố lái chiếc xe nào? (trắng này)
9. Còn mẹ lái chiếc xe nào? (*đen* "black" kia)
10. Anh muốn đọc tờ báo nào? (mới kia)
11. Cuốn sách nào đắt? (này) Còn cuốn nào *rẻ* "inexpensive"? (ấy)
12. Ông nào là kỹ sư Hải? (kia)
13. Cô nào là bác sĩ? (này) Còn cô nào là y tá? (kia)
14. Cô Lan mua cái ô nào? (*xanh* "green")
15. Cây nào là cây cam? (này) Còn cây nào là cây *bưởi* "grapefruit"? (ấy)

2. Give answers to the following questions.

    Example:
        Chiếc áo ấy *mầu* "color" gì? (xanh)
        ➜ Chiếc áo ấy mầu xanh.

    1. Cái ô ấy mầu gì? (đen)
    2. Ngôi nhà cao kia mầu gì? (trắng)
    3. Chiếc xe ấy mầu gì? (đỏ)
    4. Quả bưởi mầu gì? (xanh)
    5. Hoa ấy mầu gì? (trắng)
    6. Cái *bút* "pen" này mầu gì? (đen)
    7. Cái *quần* "pants" kia mầu gì? (*nâu* "brown")
    8. Con *chó* "dog" ấy mầu gì? (*vàng* "yellow")
    9. Quyển từ điển ấy mầu gì? (đen)
    10. Ông Hiển mua xe mầu gì? (trắng)

3. Make up questions to the following sentences, using *phải không* at the end of the questions. Then give both positive and negative answers to them.

    1. Ông ấy là bác sĩ Tuấn.
    2. Bà Ngọc mua nhà mới.
    3. Cô Mai là thư ký.
    4. Kỹ sư Thắng có ô tô mầu đỏ.
    5. Bố mẹ nghỉ.
    6. Hà trả lời câu hỏi ấy.
    7. Anh ấy thích đọc sách.
    8. Bà mở cửa cho tôi.
    9. Bà ấy là y tá.
    10. Anh ấy tên là Hiển.
    11. Cô Mary thích ăn xoài.
    12. Họ học tiếng Anh ở trường này.
    13. *Bài tập* "exercise" ấy *rất* "very" khó.
    14. Mẹ đi chợ.
    15. Lan trả lời thầy giáo.
    16. Chị Thanh ở phố này.

4. Make up questions to the following sentences, using the interrogative particle *à*.

    Example:
        Anh ấy học tiếng Việt.
        ➜ Anh ấy học tiếng Việt à?

    1. Câu hỏi này khó.
    2. Anh ấy lái xe đi Hà Nội.
    3. Bố đọc báo.
    4. Cô Thu là bác sĩ.
    5. Ông kỹ sư Tuấn mua xe mới mầu đỏ.
    6. Tôi không hiểu.
    7. Bà mua *nhiều* "much" *nho* "grape" và cam.
    8. Mẹ *ngủ* "to sleep".
    9. Cây kia là cây dừa.
    10. Quả dứa này không ngon.

5. Write questions using the interrogative particle *à* so that the following sentences could be the responses to them.

1. _____?
Vâng, tôi là sinh viên.
2. _____?
Vâng, tôi học ở trường đại học Harvard.
3. _____?
Vâng, ông kia là bác sĩ Dũng.
4. _____?
Vâng, họ lái xe đi New York.
5. _____?
Vâng, cô ấy ở phố này.
6. _____?
Vâng, tôi học tiếng *Nga* "Russia".

7. _____?
Không, cô ấy không phải là y tá.
Cô ấy là bác sĩ.
8. _____?
Vâng, tôi không hiểu câu hỏi ấy.
9. _____?
Không, bà ấy không mua xe mới. Bà ấy mua xe cũ.
10. _____?
Vâng, kỹ sư Hải ở phố này.

6. Give answers to the following questions.

Example:
A. Ông là người nước nào? (Anh)
➜ Tôi là người Anh.

B. Cô học tiếng gì? (Việt)
➜ Tôi học tiếng Việt.

A
1. Cô là người nước nào? (*Pháp* "France")
2. Anh là người nước nào? (*Đức* "Germany")
3. Chị là người nước nào? (*Nhật* "Japan")
4. Bà là người nước nào? (Nga)
5. Ông ấy là người nước nào? (*Ý* "Italy")
6. Anh ấy là người nước nào? (*Trung Quốc* "China")
7. Bà ấy là người nước nào? (*Tây Ban Nha* "Spain")
8. Họ là người nước nào? (Canada)
9. Cô là người nước nào? (*Bồ Đào Nha* "Portugal")
10. Anh ấy là người nước nào? (Mexico)

B
1. Anh học tiếng gì? (Tây Ban Nha)
2. Bà ấy hiểu tiếng gì? (Trung Quốc)
3. Bác sĩ Trung *biết* "to know" tiếng gì? (Anh và Pháp)
4. Họ học tiếng gì? (Ý)
5. Bà Ngọc nói tiếng gì? (Pháp)
6. Cô sinh viên ấy học tiếng gì? (Bồ Đào Nha)
7. Họ nói tiếng gì? (Đức)
8. Anh học tiếng gì? (Indonesia)
9. Tiếng gì khó? (Trung Quốc và Nhật)
10. Tiếng gì dễ? (Việt)

7. Give answers to the following questions, using the phrases given in the parentheses where *ở* functions either as a verb or as a preposition.

1. Bà nghỉ ở đâu? (*ở nhà* "at home")
2. Họ ở đâu? (phố kia)
3. Sinh viên ấy học tiếng Việt ở đâu? (trường Đại học Hà Nội)
4. Ở đâu có nhiều xoài? (Việt Nam)
5. Anh mua tờ tạp chí này ở đâu? (*hiệu sách* "bookstore")
6. Cô đọc báo ở đâu? (thư viện)
7. Ở đâu *mưa* "to rain" nhiều? (Huế)
8. Họ mua nhà ở phố nào? (phố Huế)
9. Ông ấy ở đâu? (Pháp)
10. Anh ấy thích lái xe ở đâu? (New York)

8. Listen to and repeat after the speaker the cardinal numbers in Vietnamese (from one to ten).

một: one
hai: two
ba: three
bốn: four
năm: five

sáu: six
bảy: seven
tám: eight
chín: nine
mười: ten

9. Replace the underlined phrases with the phrases given in the parentheses.

Example:
Bà mua <u>một cái ô tô</u>. (một cái nhà)
➜ Bà mua một cái nhà.

1. Hà vẽ <u>hai con hổ</u>. (ba con ngựa)
2. Bố đọc <u>một quyển sách</u> mới. (năm tờ báo)
3. Cô Nga mua <u>một cái mũ</u> xanh. (một cái ô)
4. Đấy là <u>ba cây chuối</u> (sáu quả *táo* "apple")
5. Kỹ sư Hà mua <u>một cái ô tô</u> cũ. (một ngôi nhà)
6. Thuý ăn <u>hai quả táo</u> to. (ba quả cam nhỏ)
7. Kia là một <u>toà nhà</u> *lớn* "big." (ngôi nhà nhỏ)
8. Họ có <u>một cái bàn</u> to. (sáu cái ghế)
9. Tôi thấy <u>ba ngôi nhà nhỏ</u>. (hai toà nhà mới)
10. Thuý vẽ <u>một cây dừa</u>. (ba cây lê)

11. Tôi mua <u>sáu tờ báo</u> mới. (ba tờ tạp chí)
12. Dũng ăn <u>một quả dứa</u> to. (bốn quả chuối)
13. Họ thấy <u>năm cây dừa</u> cao. (hai ngôi nhà)
14. Bố mẹ mua một chiếc *bàn* "table" to. (sáu chiếc ghế đẹp)
15. Hùng có <u>mười chiếc áo</u> mới. (bảy cái quần)
16. Bà có <u>hai chiếc xe</u>. (một cái xe đỏ và một cái xe xanh)
17. Thuý vẽ <u>mười con cá</u> to. (năm con chim nhỏ)
18. Đây là hai <u>quyển từ điển</u> mới. (cuốn sách)
19. Tôi đọc <u>hai tờ báo</u> mới. (một tờ tạp chí)

10. Fill in the blanks with the proper classifiers.

    1. Bà mua 10 _____ cam.
    2. Kia là _____ bàn cao.
    3. Hùng mua 1 _____ xe xanh cũ.
    4. Họ thấy 2 _____ táo và 5 _____ lê.
    5. Nga có 1 _____ từ điển mới và 3 _____ sách hay.
    6. Kỹ sư Dũng mua 2 _____ tạp chí rất hay.
    7. Mẹ mua 1 _____ mũ mới rất đẹp.
    8. Hà vẽ 4 _____ ngựa to.
    9. Tôi thấy 6 _____ nhà nhỏ và 1 _____ nhà lớn.
    10. Thuỷ ăn 2 _____ chuối to.

11. Replace the underlined pronoun with the pronoun given in the parentheses.

    Example:
        Hùng đọc cuốn sách <u>này</u>. (ấy)
        ➜ Hùng đọc cuốn sách ấy.

    1. Bố mua cái nhà <u>này</u>. (kia)
    2. Cô Thuỷ đọc tờ báo <u>kia</u>. (ấy)
    3. Dũng vẽ con ngựa <u>đó</u>. (này)
    4. Tôi ghi từ mới <u>kia</u>. (đó)
    5. Kỹ sư Ngọc *ở* "to live" ngôi nhà <u>này</u>. (ấy)
    6. Hà có quyển vở <u>này</u> ghi từ mới. (kia)
    7. Họ bán ngôi nhà nhỏ <u>ấy</u>. (đó)
    8. Cô y tá <u>này</u> hỏi chị Mai. (kia)
    9. Cô giáo <u>ấy</u> là cô Bích. (này)
    10. Ông lái xe <u>ấy</u> rất tốt. (kia)

    11. Họ thấy toà nhà <u>ấy</u>. (này)
    12. Bà mua cái mũ xanh <u>kia</u>. (đó)
    13. Cô Hà hỏi cô thư ký <u>này</u>. (kia)
    14. Tôi hiểu câu hỏi <u>ấy</u>. (này)
    15. Họ chào thầy giáo <u>này</u>. (kia)
    16. Mẹ mở cửa cho cô y tá <u>kia</u>. (ấy)
    17. Cô kỹ sư <u>này</u> là cô Thuý. (kia)
    18. Bà bán chiếc xe cũ <u>đó</u>. (này)
    19. Nga ăn hai quả cam <u>này</u>. (kia)
    20. Hùng vẽ ba cây dừa <u>ấy</u>. (này)
    21. Câu hỏi <u>này</u> dễ. (đó)

12. Fill in the blanks with the words given in the parentheses.

    Example:
        Cái này là cái bàn. Cái kia _____ (ghế)
        ➜ Cái kia là cái ghế.

    1. Cây này là cây chuối. Cây kia _____ (cam)
    2. Quả này là quả dừa. Quả ấy _____ (dứa)
    3. Quyển kia là quyển sách. Quyển này _____ (từ điển)
    4. Cái này là cái mũ. Cái ấy _____ (ô)
    5. Cô này là cô Thuý. Cô kia _____ (Thuỷ)
    6. Tờ này là tờ báo. Tờ ấy _____ (tạp chí)
    7. Con kia là con *mèo* "cat." Con này _____ (chó)
    8. Quả này là quả cam. Quả kia _____ (chanh)
    9. Cái này và cái kia là hai cái *xe đạp* "bicycle." Cái ấy _____ (xe máy)
    10. Ông này là ông Quang. Ông kia _____ (Thắng)

13. Fill in the blanks with the proper demonstrative pronouns.

Example:

Kia là ngôi nhà. Ngôi nhà _____ đẹp.

➜ Kia là ngôi nhà. Ngôi nhà kia đẹp.

1. Đây là quyển sách. Quyển sách _____ hay.
2. Đó là câu hỏi. Câu hỏi _____ khó.
3. Kia là hai tờ báo. Hai tờ báo _____ cũ.
4. Đấy là bà kỹ sư. Bà kỹ sư _____ là bà Phương.
5. Kia là toà nhà. Toà nhà _____ cao và đẹp.
6. Đấy là chị Mai. Chị _____ là thư ký.
7. Đây là quả dừa. Quả dừa _____ *ngon* "tasty."
8. Đó là cái ô. Cái ô _____ đắt.
9. Đây là cái ghế. Cái ghế _____ *nhẹ* "light, not heavy."
10. Kia là ông kỹ sư. Ông kỹ sư _____ là ông Thắng.
11. Đấy là hai quả đu đủ và ba quả dứa. Hai quả đu đủ và ba quả dứa _____ rất ngon.
12. Đó là cô Thuỷ. Cô _____ rất trẻ.
13. Đây là ngôi nhà. Ngôi nhà _____ nhỏ.
14. Kia là chiếc ô tô. Chiếc ô tô _____ mới và tốt.
15. Đấy là cuốn từ điển. Cuốn từ điển _____ rất cũ.

Exercise

Prepare with your partner the following dialogue, then perform the dialogue for the class.

A	B
1. greets B	1. greets A, asks where A is from
2. answers B's question, asks where B comes from	2. answers A's question, talks about the university library
3. agrees with B that the library is big, asks if B is a student at this university	3. answers the question
4. closes	4. closes

Tháp Rùa trên Hồ Gươm (Hà Nội)
Turtle Temple on the Lake of the Returned Sword (Hanoi)

Topic: Language, nationality

Grammar:

1. Ít "few, little," nhiều "many, much"
2. Ordinal numbers
3. Plural markers: các, những
4. Adverbs of degree: rất, lắm, quá
5. Hay with the meaning "or"
6. Interrogative word: [như] thế nào
7. Position of an adjective modifying a verb

Dialogue 1

A (*an American student*): Chào anh! Anh là người Việt, phải không?

B (*a Vietnamese student*): Chào anh! Anh biết tiếng Việt à?

A: Tôi biết tiếng Việt rất ít. Tôi học tiếng Việt ở trường Đại học Harvard. Tôi là sinh viên năm thứ nhất.

B: Ai dạy các anh tiếng Việt?

A: Một cô giáo người Việt. Tiếng Việt khó lắm.

B: Tiếng Anh cũng rất khó.

A: Anh nói tiếng Anh giỏi lắm.

B: Anh khen tôi quá lời!

Dialogue 2

A: Năm nay cậu học ngoại ngữ nào? Tiếng Pháp hay tiếng Đức?

B: Năm nay mình định học tiếng Tây Ban Nha. Nhiều người nói tiếng Pháp và tiếng Đức khó lắm.

A: Còn tiếng Tây Ban Nha thế nào?

B: Tiếng Tây Ban Nha không khó lắm.

Vocabulary

ít:	little, few	*quá:*	very, excessively
năm:	year	*khen quá lời:*	to flatter someone too much
thứ nhất:	first	*năm nay:*	this year
sinh viên năm		*cậu:*	you (familiar)
thứ nhất:	first-year student, freshman	*ngoại ngữ:*	foreign language
dạy:	to teach	*hay:*	or
các:	plural marker	*mình:*	I (familiar)
giỏi:	well, good	*định:*	to plan, intend
lắm:	very	*thế nào?:*	what? how?
khen:	to praise		

Trường Đại học Tổng hợp Hà Nội
Hanoi College of Arts & Sciences, Hanoi University

Grammar Notes

1. The words *ít* "few, little" and *nhiều* "many, much" indicate quantity.

1.1. They may precede: (1) a countable noun without any classifier: *ít* sách "few books," *nhiều* sách "many books"; (2) an uncountable noun: *ít* cơm "little rice," *nhiều* cơm "much rice."

1.2. They may follow a verb, modifying it: biết *ít* "to know little," biết *nhiều* "to know much."

2. Ordinal numbers are formed from the regular number system by the addition of *thứ* before the numbers. Note that there are two exceptions: *một* is replaced by *nhất*, and *bốn* is replaced by *tư*.

> *thứ nhất*: first   *thứ sáu*: sixth
> *thứ hai*: second   *thứ bảy*: seventh
> *thứ ba*: third   *thứ tám*: eighth
> *thứ tư*: fourth   *thứ chín*: ninth
> *thứ năm*: fifth   *thứ mười*: tenth

3. The plural markers *các* and *những* convey the notion of plurality: *các* sinh viên "students," *những* quyển sách "books." Generally speaking, *các* implies that all of a given set of entities are involved, while *những* suggests that only a certain number of the total possible number are referred to.

Note that (1) only *các* is used before personal pronouns in direct addressing: Chào *các* anh *các* chị! "Hello!"; (2) in most cases only *những* is used with the word *người*: *những người* Pháp ấy, *những người* Mỹ này.

4. The adverbs of degree *rất* "very," *lắm* "very," and *quá* "very, excessively" are used with adjectives and, in some cases, with a few verbs such as *thích* "to like," *yêu* "to love," *sợ* "to fear, to be afraid," *lo* "to worry, to be worried."

Rất precedes the adjectives and the verbs, *lắm* and *quá* follow them. In terms of conveying degree, *rất* denotes a moderate degree, *lắm* is used in the sense of a greater degree, and *quá* indicates an extreme degree, sometimes going beyond the usual limits:

> Chiếc áo này *rất* đẹp.   "This shirt is quite beautiful."
> Chiếc áo này đẹp *lắm*.   "This shirt is very beautiful."
> Chiếc áo này đẹp *quá*!   "This shirt is extremely beautiful!"

When the verb functioning as the predicate has an object, *rất* is placed before the verb, *lắm* and *quá* at the end of the sentence, **without** the word *nhiều* "much":

> Tôi *rất* thích chiếc áo này.   "I rather like this shirt."
> Tôi thích chiếc áo này *lắm*.   "I like this shirt very much."
> Tôi thích chiếc áo này *quá*!   "I really like this shirt!"

In the question formed by the frame construction *có...không* and in the negative sentences, the adverbs *rất* and *quá* are replaced by the adverb *lắm*:

> Chiếc áo này rất đẹp.   →   Chiếc áo này có đẹp lắm không?
> Chiếc áo này đẹp lắm.   →   Chiếc áo này không đẹp lắm.
> Chiếc áo này đẹp quá!   →   Chiếc áo này không đẹp lắm.

However, when the predicate is expressed by a verb, the adverb *rất* may precede the verb in the negative sentence in the sense of "at all":

Tôi không thích chiếc áo này *lắm*.	"I don't like this shirt very much."
Tôi *rất* không thích chiếc áo này.	"I don't like this shirt at all."

5. The word *hay [là]* has the meaning "or":

Năm nay tôi định học tiếng Nhật *hay [là]* tiếng Trung Quốc.
"This academic year I plan to study Japanese or Chinese."

The word *hay [là]* may function as an interrogative word and refer to any part of the sentence:

Bố đọc sách *hay* nghỉ?	"Does father read a book or rest?"
Ngôi nhà ấy đẹp *hay xấu* "ugly?"	"Is that house nice or ugly?"
John nói tiếng Việt giỏi *hay kém* "not well?"	"Does John speak Vietnamese well or not?"

Note that when a question contains the interrogative word *hay [là]*, the interrogative construction is not used to form the question.

6. The interrogative word *thế nào/như thế nào* "what, how" is placed after a noun group without the link verb *là*, and is placed after a verb in the questions:

Ngôi nhà này *[như] thế nào*?	"What is the house like?"
Ngôi nhà này mới và đẹp.	"This house is new and beautiful."
Hà vẽ *[như] thế nào*?	"How does Ha draw?"
Hà vẽ rất đẹp.	"Ha draws very beautifully."

7. When an adjective modifies a verb (like an adverb modifying a verb in English), it follows the verb or the verb group: vẽ *đẹp* "to draw beautifully," *hát hay* "to sing well," học *khá* "to study well," nói tiếng Việt *giỏi* "to speak Vietnamese well."

Drills

1. Replace the numbers in the following sentences by the words *ít* and *nhiều*. Note that classifiers are not used between *ít/nhiều* and countable nouns.

1. Anh ấy có mười cuốn sách hay.
2. Bài này có chín từ mới.
3. Cô Thu mua hai cái áo đẹp.
4. Phố này có ba ngôi nhà cao.
5. Bà mua mười quả chuối và hai quả dứa.
6. Hà vẽ năm con chim và ba con cá.
7. Thanh có bốn quyển từ điển mới.
8. Họ có ba chiếc xe.
9. *Phòng* "room" ấy có hai cái bàn và chín cái ghế.
10. Cây bưởi kia có mười quả.
11. Tôi có ba tờ báo và hai tờ tạp chí.
12. Quang *nhớ* "remember" mười từ khó.
13. Sinh viên học ba bài mới.
14. Tôi biết hai bác sĩ ở *bệnh viện* "hospital" này.
15. Trường đại học này có sáu sinh viên Việt Nam.
16. Thắng mua bảy cái bút tốt.
17. Phố kia có tám cây cao.
18. *Lớp* "class" ấy có chín sinh viên.
19. *Hiệu* "store" đó bán sáu chiếc xe cũ.

2. Add the words *ít* and *nhiều* in the following sentences. Pay attention to their position.

1. Anh ấy ngủ.
2. Họ có sách.
3. Bố đọc báo và tạp chí tiếng Anh và tiếng Pháp.
4. Bà ấy nói.
5. Mẹ mua cam và xoài.
6. Sinh viên lớp ấy học.
7. Họ nghỉ.
8. Hà nhớ từ mới.
9. Ông ăn cơm.
10. Phố này có nhà đẹp.
11. *Ở đây* "here" mưa.
12. Họ *uống* "to drink" *bia* "beer."
13. Cây dừa kia có quả.
14. Ông ấy *làm việc* "to work."
15. Mẹ lo.

3. Fill in the blanks with the ordinal numbers.

Example:
> Anh ấy là sinh viên năm _____ (1)
> ➔ Anh ấy là sinh viên năm thứ nhất.

1. Họ học năm _____ (3)
2. Bài _____ (1) rất khó, còn bài _____ (2) không khó lắm.
3. Đó là hai quyển từ điển. Quyển _____ (1) là từ điển Anh-Việt, còn quyển _____ (2) là từ điển Việt-Anh.
4. Chúng tôi học tiếng Việt *tháng* "month" _____ (3)
5. Lớp tiếng Việt năm _____ (2) có 7 sinh viên, còn lớp năm _____ (3) có 8 sinh viên.
6. Thày giáo hỏi hai câu. Câu _____ (1) dễ, *nhưng* "but" câu _____ (2) khó quá!
7. Đây là *lần* "time" _____ (2) tôi đọc cuốn sách này.
8. Anh Jeff đi Hà Nội lần _____ (3)
9. Cô ấy học năm _____ (4) ở trường này. Năm _____ (1) và năm _____ (2) cô ấy học tiếng Nhật, còn năm _____ (3) và năm _____ (4) học tiếng Trung Quốc.
10. Đây là chiếc ô tô _____ (2) chúng tôi mua ở hiệu này.

4. Change the following sentences, using numbers and *những* or *các*. Pay attention to the position of the classifiers.

Example:
> Đây là báo mới. (hai, những) ➔ 1) Đây là hai tờ báo mới.
> ➔ 2) Đây là những tờ báo mới.

1. Đó là cây dừa. (bốn, những)
2. Tôi thích quyển sách này. (ba, những)
3. Đây là sinh viên Pháp. (năm, các)
4. Từ mới rất khó. (mười, các)
5. Tạp chí ấy hay. (ba, những)
6. Nhà ở đây cao. (hai, những)
7. Chiếc xe ấy mầu trắng. (bốn, những)
8. Người Pháp này biết tiếng Đức. (sáu, những).
9. Bệnh viện ấy có bác sĩ giỏi. (nhiều, những)

5. Fill in the blanks, using *những* or *các*.
    1. Chào _____ bà! 2. _____ người Nhật ấy làm việc ở bệnh viện. 3. Chào _____ anh
    _____ chị! _____ anh _____ chị có phải là sinh viên trường đại học này không?
    4. Chào _____ ông! _____ ông có khoẻ không? 5. _____ cô có biết anh ấy không?
    6. Họ không hiểu _____ người Ý ấy nói gì. 7. _____ anh có muốn nghe nhạc không?
    8. Xin lỗi _____ ông _____ bà, _____ ông _____ bà là người Trung Quốc, phải
    không? 9. _____ người ấy làm việc ở đây. 10. _____ ông có báo mới không? 11. Cám
    ơn _____ anh! 12. _____ cô có thích chiếc áo này không? 13. _____ lớp ở trường này
    học tiếng Tây Ban Nha. 14. _____ người Anh ấy là ai? 15. _____ anh _____ chị muốn
    nghỉ à? 16. Tôi thích _____ chiếc áo đỏ này, còn _____ chiếc kia tôi không thích lắm.
    17. _____ anh có *quen* "to know, to be acquainted with" bà ấy không? 18. _____ từ mới
    dễ lắm! 19. _____ cô ấy là sinh viên trường này, phải không? 20. _____ cuốn từ điển ấy
    cũ quá!

6. Add the adverbs *rất*, *lắm* and *quá* in the following sentences. Pay attention to their position
    and the type of the sentences (assertive, negative or interrogative).

    1. Họ thích nghe nhạc Mozart.   9. Ở đây có nhiều hoa đẹp.
    2. Trường đại học ấy có lớn không?   10. Người Đức thích uống bia.
    3. Dứa Hawai'i ngon.   11. Tiếng Nhật khó.
    4. Mưa to.   12. Tôi không thích cuốn sách này.
    5. Hà sợ chó.   13. Nhiều người sợ lái xe ở Boston.
    6. Ngôi nhà ấy đẹp.   14. Cây dừa ấy cao.
    7. Cái bàn này không nặng.   15. Bố mẹ lo.
    8. Bà ấy yêu con.   16. Ông ấy không khoẻ.

7. Give both the positive and negative answers to the following questions, using *rất*, *lắm*
    and *quá*.
    1. Anh/chị có thích đọc báo không?   9. Bà ấy sợ đi *máy bay* "airplane,"
    2. Bài này khó lắm, phải không?   phải không?
    3. Anh/chị thích uống bia à?   10. Bài đó có nhiều từ mới không?
    4. Lớp ấy có nhiều sinh viên không?   11. Cô ấy thích chó và mèo à?
    5. Anh ấy học ít, phải không?   12. Anh/chị có thích ăn *cơm*
    6. Xoài Việt Nam có ngon không?   "food, cuisine" Việt Nam không?
    7. Cô ấy thích đi xe đạp à?   13. Xe ô tô Anh có đắt không?
    8. Bệnh viện ấy có nhiều bác sĩ giỏi,   14. Anh/chị có thích đi Việt Nam không?
       phải không?

8. Give answers to the following questions.

1. Cái áo ấy cũ hay mới?
2. Ngôi nhà kia đẹp hay xấu?
3. Chiếc xe này đắt hay rẻ?
4. Cô Hà hay cô Nga dạy tiếng Việt?
5. Tờ báo ấy cũ hay mới?
6. Bà nói *to* "loud" hay nhỏ?
7. Ngôi nhà ấy cao hay *thấp* "short, low"?
8. Thắng vẽ đẹp hay xấu?
9. Cuốn từ điển ấy cũ hay mới?
10. Dũng trả lời *đúng* "correct" hay *sai* "incorrect"?
11. Bác sĩ Dung hay kỹ sư Dũng mua nhà?
12. Đấy là gì: báo hay tạp chí?
13. Bài tập này khó hay dễ?
14. Ai trả lời đúng: Lan hay Phương?
15. Kia là cây cam hay cây chanh?
16. Ai mở cửa cho bà: bố hay mẹ?
17. Cô giáo hỏi từ mới hay từ cũ?
18. Ai nói tiếng Việt hay: anh John hay anh Jeff?
19. Ai có quyển từ điển Việt-Anh mới: cô Nga hay cô Thuý?
20. Chiếc xe máy kia cũ hay mới?

9. Give answers to the following questions.

Example:
Cái ô ấy [như] thế nào? (tốt)
➡ Cái ô ấy tốt.

1. Ngôi nhà kia như thế nào? (đẹp)
2. Quả dừa ấy thế nào? (ngon)
3. Tờ tạp chí này thế nào? (hay)
4. Bài tập ấy như thế nào? (khó)
5. Cô Thuý thế nào? (trẻ và đẹp)
6. Hai cuốn từ điển này như thế nào? (cũ)
7. Hoà trả lời thế nào? (đúng)
8. Chiếc ô tô đó như thế nào? (đắt)
9. Cái bàn và sáu cái ghế ấy thế nào? (to)
10. Cô Thu nói *tiếng Anh* "English language" như thế nào? (hay)
11. Kỹ sư Hải thế nào? (rất giỏi)
12. Thắng vẽ như thế nào? (xấu)
13. Hai cái áo mới này thế nào? (đẹp)
14. Thầy giáo hỏi thế nào? (*rõ* "clear")
15. Toà nhà ấy như thế nào? (rất cao)
16. Ba quả dứa đó thế nào? (nhỏ)
17. Ông bác sĩ ấy như thế nào? (tốt)
18. Bà nói thế nào? (to)
19. Dũng học thế nào? (giỏi)
20. Bố mẹ thế nào? (*khoẻ* "well, fine")

LESSON

3

10. Ask questions referring to the underlined words in the following sentences.

Example:
    Quyển sách này <u>hay</u>.
    ➜ Quyển sách này [như] thế nào?

1. Ba cái áo và hai cái quần ấy <u>mới</u>.
2. Quả dừa ấy <u>ngon</u>.
3. Tờ báo kia <u>hay</u>.
4. Chiếc ô tô ấy <u>rất đắt</u>.
5. Ngôi nhà này <u>đẹp</u>.
6. Cây chuối ấy <u>cao</u>.
7. Quyển từ điển ấy <u>rất cũ</u>.
8. Cô Hà <u>trẻ</u>.
9. Cái ô ấy <u>xấu</u>.
10. Chiếc xe đạp kia <u>rẻ</u>.
11. Dũng vẽ <u>rất đẹp</u>.
12. Cô giáo hỏi <u>rõ</u>.
13. Cái bàn ấy <u>to</u>.
14. Cô Nga hát <u>hay</u>.
15. Thắng học <u>giỏi</u>.
16. Toà nhà ấy <u>cao</u> và đẹp.
17. Ông Johnson nói tiếng Việt <u>hay</u>.
18. Hà trả lời <u>đúng</u>.
19. Thầy giáo nói <u>to</u> và <u>rõ</u>.
20. Tôi hiểu <u>đúng</u>.

Tục ngữ
Có công mài sắt có ngày nên kim.

"If one polishes iron long enough, some day it will become a needle."
"Practice makes perfect."

Tháp Chàm (Phan Rang)
Cham Tower (Phan Rang)

LESSON

4

Topic: Getting acquainted
in the classroom

Grammar:

    1. Interrogative words: bao nhiêu, mấy
    2. Number system from 11 to 99
    3. Frame construction: có … không used with an adjective

Usage:

    1. Final particle: ạ
    2. Initial particle: thưa

Dialogue

A (*cô giáo*): Chào các anh các chị!

B (*sinh viên*): Chào cô ạ!

A: Đây là lớp tiếng Việt năm thứ nhất, phải không?

B: Vâng ạ.

A: Lớp có bao nhiêu sinh viên?

C: Thưa cô, có mười lăm sinh viên, 7 nam, 8 nữ.

A: Tôi nói tiếng Việt, các anh các chị hiểu có rõ không?

B: Thưa cô, chúng em hiểu rõ lắm ạ!

Vocabulary

ạ:	polite final particle
thưa:	initial polite particle
bao nhiêu:	how many
nam:	male
nữ:	female
chúng em:	we

Grammar Notes

1. *Bao nhiêu* in the sense of "how many" is used when the speaker presumes a quantity of 10 or more than 10, and *mấy* is used for a quantity of less than 10.

2. Number system from 11 to 99

2.1. The numbers from 11 to 19 are formed by adding một, hai, ba, bốn, năm, sáu, bảy, tám, chín, to the number mười. The number *năm* changes into *lăm*:

mười một: 11	*mười sáu*: 16
mười hai: 12	*mười bảy*: 17
mười ba: 13	*mười tám*: 18
mười bốn: 14	*mười chín*: 19
*mười **lăm***: 15	

2.2. The numbers 20, 30, 40, 50, 60, 70, 80, 90 add the element *mươi* (with mid-level tone) to the numbers hai, ba, bốn, năm, sáu, bảy, tám, chín: *hai **mươi**, ba **mươi**, bốn **mươi**, năm **mươi**, sáu **mươi**, bảy **mươi**, tám **mươi**, chín **mươi**.*

2.3. The number *một* in the numbers 21, 31, 41, 51, 61, 71, 81, 91 changes its tone to the high-rising tone: *hai mươi **mốt**, ba mươi **mốt**, bốn mươi **mốt**, năm mươi **mốt**, sáu mươi **mốt**, bảy mươi **mốt**, tám mươi **mốt**, chín mươi **mốt**.*

2.4. The number *bốn* in the numbers 24, 34, 44, 54, 64, 74, 84, 94 changes to *tư*: *hai mươi **tư**, ba mươi **tư**, bốn mươi **tư**, năm mươi **tư**, sáu mươi **tư**, bảy mươi **tư**, tám mươi **tư**, chín mươi **tư**.*
Speakers of the Saigon dialect retain the form *bốn* in those numbers: *ba mươi bốn* (34).

2.5. The number *năm* in the numbers 25, 35, 45, 55, 65, 75, 85, 95 changes to either *nhăm* or *lăm*: *hai mươi **nhăm/lăm**, ba mươi **nhăm/lăm**, bốn mươi **nhăm/lăm**, năm mươi **nhăm/lăm**, sáu mươi **nhăm/lăm**, bảy mươi **nhăm/lăm**, tám mươi **nhăm/lăm**, chín mươi **nhăm/lăm**.*
The other numbers (*hai, ba, sáu, bảy, tám, chín*) preserve their original forms: *hai mươi **hai*** (22), *ba mươi **ba*** (33), *bốn mươi **sáu*** (46), *năm mươi **bảy*** (57), *sáu mươi **tám*** (68), *bảy mươi **chín*** (79).

3. When an adjective follows a verb and modifies it, the interrogative frame construction *có … không* usually encircles the adjective:

Anh nghe *có rõ không*?
"Do you understand clearly?"

Hà vẽ *có đẹp không*?
"Does Hà paint beautifully?"

Notes on Usage

1. The final particle *ạ*, used in spoken Vietnamese, may be placed at the end of the sentence as an indication of respect for the addressed person, being in most cases older than the speaker:

Chào cô ạ! "Hello!"
Cám ơn bà ạ! "Thank you!"
Anh có bút không? "Do you have a pen?"
Không ạ! "No, sorry."

2. The initial particle *thưa* may precede a personal pronoun in a direct address, denoting politeness and respect for the person the speaker is talking to:

Thưa ông, đây có phải là phố Lý Thường Kiệt không?
"Excuse me, sir, is this Lý Thường Kiệt Street?"
Anh có quen cô ấy không? "Do you know her?"
Thưa bà, không ạ. "No, madam."
Thưa ông, ông có phải là bác sĩ Thắng không?
"Excuse me, sir, you are doctor Thắng, aren't you?"
Vâng, tôi là bác sĩ Thắng. "Yes, I am."

Drills

1. Give the answers to the following questions, using the numbers given in the parentheses.

Example:
Anh có mấy quyển từ điển? (3)
➜ Tôi có ba quyển từ điển.

1. Lớp này có bao nhiêu sinh viên? (14)
2. Bà mua mấy cái ô? (5)
3. Phòng này có bao nhiêu chiếc ghế? (25)
4. Cây dừa kia có bao nhiêu quả? (34)
5. Dũng ghi bao nhiêu từ mới? (41)
6. Hiệu này bán bao nhiêu chiếc xe cũ? (15)
7. Phố ấy có mấy ngôi nhà cao? (4)
8. Trường này có bao nhiêu lớp? (21)
9. Sinh viên *làm* "to do, to make" mấy bài tập? (7)
10. Bệnh viện ấy có bao nhiêu bác sĩ? (60)
11. Bao nhiêu kỹ sư làm việc ở đây? (74)
12. Bưu điện này có bao nhiêu người làm việc? (24)
13. Ngôi nhà ấy có mấy phòng? (8)
14. Bao nhiêu sinh viên học tiếng Việt? (35)
15. Bao nhiêu sinh viên học tiếng Nhật? (98)
16. Phòng này có bao nhiêu cái bàn? (11)
17. Anh/chị quen bao nhiêu sinh viên ở trường này? (95)
18. *Thành phố* "city" ấy có bao nhiêu trường đại học? (14)
19. Họ mua bao nhiêu cuốn sách? (22)
20. *Sổ* "a small notebook" ghi từ mới có bao nhiêu từ? (85)
21. Lớp này có mấy quyển từ điển Việt-Anh? (5)

2. Read the following sentences and put questions with *mấy* or *bao nhiêu* to them.

1. Bố mẹ có 2 chiếc xe.
2. Họ mua 15 tờ báo và tạp chí.
3. 21 bác sĩ làm việc ở bệnh viện ấy.
4. Cây bưởi này có 48 quả.
5. Lớp tiếng Tây Ban Nha có 38 sinh viên.
6. Hiệu ấy bán 35 cuốn từ điển Anh-Việt và 17 cuốn từ điển Việt-Anh.
7. Trường này có 19 cô giáo và 15 thầy giáo.
8. 31 sinh viên học tiếng Pháp và 45 sinh viên học tiếng Đức.
9. Phố Trần Hưng Đạo có 8 toà nhà cao.
10. Thành phố này có 4 bưu điện.
11. Trường ấy có 3 lớp tiếng Việt.
12. Mẹ mua 20 quả cam.
13. Thắng vẽ 10 con chim và 2 con hổ.
14. Hùng nhớ 71 từ khó.
15. Dũng ăn 3 quả xoài.
16. Lớp tiếng Việt năm thứ hai có 15 sinh viên, 6 nam và 9 nữ.
17. Mary hiểu 12 câu hỏi.
18. Cô ấy trả lời đúng 10 câu hỏi.
19. Ngôi nhà kia có 24 phòng.
20. Bài ấy có 22 từ mới.

3. Put questions to the following sentences, using the construction *có ... không*.

Example:
Hà vẽ *đẹp*.
➜ Hà vẽ *có đẹp không?*

1. Hùng học *giỏi*.
2. Cô Ngọc hát *hay*.
3. Anh ấy lái xe *nhanh* "fast."
4. Họ hiểu *rõ*.
5. Họ nói *to*.
6. Bà đi *chậm* "slow."
7. Ông ấy ăn *nhiều*.
8. Cô ấy nói tiếng Pháp *giỏi*.
9. John trả lời câu hỏi ấy *đúng*.
10. Ông ngủ *nhiều*.

4. Give answers to the questions received in drill 3, using the construction *không ... lắm*.

Example:
Hà vẽ có đẹp không?
➜ Hà vẽ *không đẹp lắm*.

LESSON

4

5. Add the particles *thưa* and *ạ* to the following sentences.

Example:
   Đây có phải là bưu điện không?
   Vâng.

   ➔ *Thưa ông/bà/*, đây có phải là bưu điện không?
   Vâng *ạ.*

   1. Thày có phải là thày giáo tiếng Việt không?
   2. Bà có quen ông ấy không?
      Tôi không quen ông ấy.
   3. Ông có biết tiếng Đức không?
      Không.
   4. Bà bác sĩ ấy làm việc ở bệnh viện Saint Paul, phải không?
      Vâng, bà ấy làm việc ở bệnh viện Saint Paul.
   5. Ông là kỹ sư Thắng, phải không?
      Không phải, tên tôi là Hiển.
   6. Họ có phải là sinh viên lớp tiếng Nhật không?
      Vâng.
   7. Anh có báo mới không?
      Không.
   8. Ông có biết tiếng Trung Quốc không?
      Vâng, tôi biết.
   9. Thư viện trường này có báo và tạp chí tiếng Việt không?
      Có.
   10. Các anh các chị làm bài tập à?
      Vâng.

LESSON

4

Vịnh Hạ Long
Ha Long Bay

LESSON

5

Topic: Address system

Grammar: Personal pronouns

Dialogue 1

A: Lâu ngày không gặp cậu. Dạo này thế nào?

B: Nhiều việc quá! Mình chuẩn bị thi. Cậu có khoẻ không?

A: Cám ơn cậu, mình khoẻ lắm. Chúng mình cũng chuẩn bị thi.

B: Thi mấy môn?

A: Năm môn.

B: Năm môn à? Nhiều quá!

Dialogue 2

A: Chào cháu! Bố có nhà không?

B: Chào bác ạ! Thưa bác, bố cháu không có nhà.

A: Tiếc quá! Bác muốn mời bố đi xem một bộ phim mới.

B: Bác chờ bố cháu mấy phút ạ. Bố cháu đi mua báo.

Vocabulary

lâu:	long	*môn:*	subject
ngày:	day	*có nhà:*	to be at home
lâu ngày:	for a long time	*không có nhà:*	not to be at home
gặp:	to meet, to see	*tiếc:*	to regret
dạo này:	these days, nowadays	*Tiếc quá!:*	What a pity!
Dạo này thế nào?:	How are you these days?	*mời:*	to invite
		xem:	to watch, look, take a look
việc:	business	*bộ:*	set; classifier for movies
Nhiều việc quá!:	I have a lot to do. I'm very busy.	*phim:*	movie
chuẩn bị:	to prepare	*chờ:*	to wait (for)
thi:	to take an exam; exam, examination	*phút:*	minute

Grammar Notes

USAGE OF PERSONAL PRONOUNS

1. The Vietnamese language does not have words that function strictly as pronouns in the second person; rather, a large number of kinship terms serve this function. These terms will be covered more fully below.

	Singular	Plural
First Person	*tôi, mình*	*chúng tôi, chúng ta, chúng mình, ta*
Second Person	Ø	Ø
Third Person	*nó*	*họ, chúng nó*

1.1. For the speaker in most polite situations, use of the form *tôi* is appropriate.

1.2. The plural form *chúng tôi* excludes the person addressed, and the form *chúng ta* includes that person/those persons. In some cases *ta* may be used in the sense of *chúng ta*.

1.3. The singular form *mình* is used on a familiar basis.

1.4. The familiar plural form *chúng mình* both excludes and includes the person(s) addressed, depending on circumstances.

1.5. *Nó* and *chúng nó* are used in referring to children and animals. They are familiar, and sometimes may be offensive when used in referring to adults. *Nó* may be also used to refer to an inanimate object.

2. In Vietnamese many kinship terms are used as personal pronouns to refer to persons both within and outside the family. Here are several of them.

bố: father	*ông:* grandfather
cha: father	*bà:* grandmother
ba: father (in Southern Vietnam)	*bác:* uncle, aunt (father's and mother's elder brother or sister)
mẹ: mother	
má: mother (in Southern Vietnam)	*chú:* uncle (father's younger brother)
anh: elder brother	*cậu:* uncle (mother's younger brother)
chị: elder sister	*cô:* aunt (father's and mother's younger sister)
em: younger brother or sister	
con: child	*cụ:* great-grandparent
cháu: (1) nephew or niece (2) grandchild	

2.1. *Ông* is used in addressing a middle-aged male person. *Bà* is used in addressing a middle-aged female.

2.2. *Anh* is used in addressing a young male person; *cô* is used in addressing a young female person. In Northern Vietnam the word *chị* may be also used in the sense of *cô*.

2.3. *Bác* is used in addressing a person as old as the speaker's parents.

2.4. *Cụ* is used in addressing an old man or woman.

2.5. *Cậu* is a familiar form used by young people, especially by male persons, in addressing each other.

2.6. *Em* or *cháu* is used when addressing a child.

3. In high schools, colleges and universities in Vietnam, students use *thầy/thày* when addressing a male teacher, and use *cô* when addressing a female teacher. A student refers to himself/herself as *em*; students refer to themselves as *chúng em*. At high schools a teacher uses *em* when addressing a student. At colleges and universities a teacher uses *anh* when addressing a male student and *chị* when addressing a female student. A teacher refers to himself/herself as *tôi*.

4. The plural forms for second persons are made by adding the word *các* before the kinship terms:
   ông → các ông; bà → các bà; anh → các anh; cô→ các cô; chị → các chị; bác → các bác; cụ → các cụ; cậu → các cậu; em → các em; cháu → các cháu.

5. The word *ấy* is added after a kinship term to form the third person for both singular and plural:
   ông → ông ấy/các ông ấy; bà → bà ấy/các bà ấy; anh → anh ấy/các anh ấy; cô → cô ấy/các cô ấy; chị → chị ấy/các chị ấy; bác → bác ấy/các bác ấy …

Drills

1. Fill in the blanks, using the proper personal pronouns.

   1. Tôi hỏi một người *bạn* "friend": " _____ có thích nhạc Mozart không?"
   2. Thày giáo nói với sinh viên: "Hôm nay _____ học bài mới."
   3. Sinh viên hỏi cô giáo: "Thưa _____ , bài này có nhiều từ mới không ạ?"
   4. Bà Ngọc làm việc ở trường Đại học Huế. _____ dạy tiếng Pháp.
   5. Dũng chào bác Thắng: "Chào _____ ạ!"
   6. _____ là người Mỹ. Còn các ông các bà là người nước nào?
   7. Anh Hiển là bác sĩ. _____ làm việc ở bệnh viện Saint-Paul.
   8. Cô giáo hỏi *học sinh* "student in an elementary or high school": " _____ có nhớ từ ấy không?" Học sinh trả lời: "Thưa _____ , có ạ!"
   9. Những người này là sinh viên. _____ học tiếng Việt.
   10. Ông Hải làm việc ở đâu? _____ làm kỹ sư ở *nhà máy* "factory."
   11. Tôi không thích cái áo này. _____ *ngắn* "short" quá.
   12. Chúng tôi chào cụ Hiền: "Chào _____ ! _____ có khoẻ không?"
   13. Cháu Phương *học lớp hai* "is in second grade." _____ rất thích vẽ.
   14. Mình gặp chị Lan. _____ mời mình đi ăn cơm Việt Nam.
   15. Mẹ hỏi con: " _____ có thích ăn cam không?" Con trả lời: " _____ thích lắm."

LESSON

5

2. Answer the following questions.

Example:
    Chào anh. Anh có khoẻ không? (cô, tôi)

    → Cám ơn cô, tôi khoẻ.

    1. Anh có hiểu câu hỏi này không? (thầy, em)

    2. Bà Khanh làm bác sĩ ở đâu? (bà ấy)

    3. *Cháu học lớp mấy?* "What grade are you in?" (bác, cháu)

    4. Ông có quen ông Tuấn không? (tôi, ông ấy)

    5. Thưa cô, hôm nay chúng em học bài mới, phải không? (các anh các chị)

    6. Anh John học ở đâu? (anh ấy)

    7. Bà tên là gì? (ông, tôi)

    8. Cô Hằng và cô Thảo học tiếng Anh ở đâu? (bà, các cô ấy)

    9. Các anh làm việc ở đâu? (chị, chúng tôi)

    10. Cô có thích chiếc xe này không? (nó)

Tục ngữ.
Một giọt máu đào hơn ao nước lã.

"Blood is thicker than water."

Hồ Trúc Bạch (Hà Nội)
Lake Truc Bach (Hanoi)

LESSON 6

Topic: Year, month, week,
day, days of the week, dates

Grammar:
   1. Number system from 100
   2. Time expressions
   3. Interrogative words: bao giờ, khi nào, ngày nào, thứ mấy, hôm nào
   4. The word có in the sense of "Yes"

Usage:
   Initial particle: ừ

Dialogue 1

A: Hôm nay thứ sáu, phải không?
B: Ừ, hôm nay thứ sáu.
A: Thứ tư tuần sau ngày bao nhiêu? Cậu có lịch túi không?
B: Có, thứ tư là mồng tám. Bao giờ lớp ta đi xem phim Việt Nam?
A: Thứ năm tuần sau. Cậu có đi không?
B: Có.

Dialogue 2

A: Ngày mai sinh nhật mình.
B: Thế à? Chúc mừng cậu!
A: Tối mai mình tổ chức ăn sinh nhật ở nhà. Mời cậu lại.
B: Cám ơn cậu. Tối mai mình đến.

Vocabulary

hôm nay:	today		*ngày mai:*	tomorrow
thứ sáu:	Friday		*sinh nhật:*	birthday
ừ:	yeah, sure thing!		*thế à?:*	oh! really?
thứ tư:	Wednesday		*chúc mừng:*	to congratulate;
tuần:	week			congratulations
tuần sau:	next week		*tối mai:*	tomorrow night
lịch:	calendar		*tổ chức:*	to organize
túi:	pocket, bag		*ăn sinh nhật:*	to celebrate one's birthday
mồng:	particle used with the date		*lại:*	to come over
bao giờ?:	when?		*đến:*	to come

Grammar Notes

1. Number system from 100.

100: một trăm	100 000: một trăm nghìn
1 000: một nghìn	1 000 000: một triệu
10 000: mười nghìn	1 000 000 000: một tỷ

Note that in Vietnamese commas are not used as thousands separators (i.e., to divide the digits into groups of three):

	English		Vietnamese
One Thousand	1,000		1 000
Ten Thousand	10,000		10 000
One Hundred Thousand	100,000		100 000
One Million	1,000,000		1 000 000

Four-, five- and more digit numbers are made by adding number at a lower level:

1 100: một nghìn một trăm
1 500: một nghìn năm trăm
1 930: một nghìn chín trăm ba mươi
2 367: hai nghìn ba trăm sáu mươi bảy
31 645: ba mươi mốt nghìn sáu trăm bốn mươi nhăm/lăm

The particle *linh* signals that the ten level is skipped:

101: một trăm *linh* một
204: hai trăm *linh* bốn

When the ten- or more level is skipped, the word *không* may be added with *trăm*:

> 2 004: hai nghìn *không* trăm linh bốn, or: hai nghìn linh bốn
> 20 004: hai mươi nghìn *không* trăm linh bốn, or: hai mươi nghìn linh bốn
> 3 050: ba nghìn *không* trăm năm mươi, or: ba nghìn năm mươi
> 12 003: mười hai nghìn *không* trăm linh ba, or: mười hai nghìn linh ba
> 204 005: hai trăm linh bốn nghìn *không* trăm linh năm, or: hai trăm linh bốn nghìn linh năm

The word *lẻ*, borrowed from the Saigon dialect, is sometimes used instead of *linh*.

2. Time expressions

2.1. Year

năm: year	*năm ngoái:* last year
năm nay: this year	*sang năm:* next year

2.2. Month

tháng: month	*tháng trước:* last month
tháng này: this month	*tháng sau:* next month

tháng giêng: January	*tháng bảy:* July
tháng hai: February	*tháng tám:* August
tháng ba: March	*tháng chín:* September
tháng tư: April	*tháng mười:* October
tháng năm: May	*tháng mười một:* November
tháng sáu: June	*tháng mười hai/tháng chạp:* December

Only the interrogative word *mấy* is used in a question about a month; the interrogative word *bao nhiêu* is not used in this case:

Bây giờ "now" là tháng *mấy?*	What month is it?
Bây giờ là tháng mười một.	It's November.

2.3. Week

tuần/tuần lễ: week	*tuần trước:* last week
tuần này: this week	*tuần sau:* next week

2.4. Day

ngày: day	*hôm kia:* the day before yesterday
hôm nay: today	*ngày mai:* tomorrow
hôm qua: yesterday	*ngày kia:* the day after tomorrow

2.5. Days of the week

chủ nhật: Sunday   *thứ năm:* Thursday
thứ hai: Monday   *thứ sáu:* Friday
thứ ba: Tuesday   *thứ bảy:* Saturday
thứ tư: Wednesday

Only the interrogative word *mấy* is used with the word *thứ* (*bao nhiêu* is incorrect):

Hôm nay *thứ mấy?*   What day is today?
Hôm nay chủ nhật.   Today is Sunday.

Note that the verb *là* is used with month (see 2.2. above), but not with the day of the week.

2.6. Dates

Pay attention to the word order in Vietnamese:
ngày 27 tháng 10 năm 1994
or: *27-10-1994*
or: *27/10/1994*
(English: October 27, 1994; or: 10/27/94)

In spoken Vietnamese the particle *mồng/mùng* is added to the number indicating the date from the first through the tenth day of each month:

ngày *mồng/mùng* một tháng giêng (January 1)
ngày *mồng/mùng* mười tháng giêng (January 10)
Cf.: ngày mười một tháng giêng (January 11)

Both *bao nhiêu* and *mấy* may be used with the word *ngày*. The particle *mồng/mùng* is added between *ngày* and *mấy*: The word *ngày* in this case is optional:

Hôm nay [ngày] *bao nhiêu?*   What date is today?
Hôm nay [ngày] mười một.   Today is the eleventh.
Hôm nay [ngày] mồng/mùng *mấy?*   What date is today?
Hôm nay [ngày] mồng/mùng mười.   Today is the tenth.

2.7. Time of day

The day is divided into several approximate periods of time as follows:

sáng "morning" from 4 a.m. to 11 a.m.
trưa "noon" from 11 a.m. to 2 p.m.
chiều "afternoon" from 2 p.m. to 6 p.m.
tối "evening" from 6 p.m. to 11 p.m.
đêm "night" from 11 p.m. to 4 a.m.

Each word appears after the word *buổi*, which means "division of the day," except for *đêm*:

buổi sáng, buổi trưa, buổi chiều, buổi tối

The words *ngày* and *đêm* may be used after the word *ban: ban ngày* "daytime," *ban đêm* "nighttime."

2.8. The demonstrative pronoun *nay* or *này* is added to the time expressions to denote the current period of time. Pay attention to the tone:

Nay: *hôm nay* "today," *sáng nay* "this morning," *trưa nay* "this noon," *chiều nay* "this afternoon," *tối nay* "this evening/tonight," *đêm nay* "tonight," *năm nay* "this year"

Này: *tuần này* "this week," *tháng này* "this month"

The words *qua* and *mai* are added to the times of day to indicate yesterday's and tomorrow's times of day:

sáng qua "yesterday morning," *trưa qua* "yesterday noon," *chiều qua* "yesterday afternoon," *tối qua* "yesterday evening/last night," *đêm qua* "last night"

sáng mai "tomorrow morning," *trưa mai* "tomorrow noon," *chiều mai* "tomorrow afternoon," *tối mai* "tomorrow evening/tomorrow night," *đêm mai* "tomorrow night"

3. There are many words for the English interrogative term "when?" in Vietnamese. The words *bao giờ*? "when?," *khi nào*? "when?" may be used in almost any situation. The words *ngày nào*? "what day?," *thứ mấy*? "what day of the week?," *hôm nào*? "when?" "what day?" etc. are more specific to a particular period of time. The interrogative words are placed at the beginning of the question when the action takes place in the future. They are placed at the end of the question when the action took place in the past:

Bao giờ anh về?	When will you come back?
Tuần sau tôi về.	I will come back next week.
Anh về *bao giờ*?	When did you come back?
Tôi về tuần trước.	I came back last week.

4. *Có* in the sense of "Yes" may be used in a reply to a question formed with the frame construction *có … không*?

Anh *có* từ điển Việt-Anh *không*?	Do you have a Vietnamese-English dictionary?
Có.	Yes, I do.
Ngày mai cô *có* đi làm *không*?	Do you go to work tomorrow?
Có.	Yes, I do.

Notes on Usage

The initial particle *ừ* is used in a reply in the sense of "Yes" or "Yeah," signalling a speech addressed to someone with whom the speaker is on familiar terms:

Ngày mai cậu thi, phải không?   Ừ!
"Do you take the exam tomorrow?"   "Yeah."

Drills

1. Read the following numbers in Vietnamese.

    15; 21; 25; 81; 100; 301; 754; 915; 1 115; 1 155; 2 574; 5 861; 7 411; 8 532; 10 000;
    11 100; 15 751; 48 965; 75 351; 99 606; 100 000; 274 306; 402 701; 589 041; 887 003;
    906 050; 1 000 000; 3 765 803; 28 609 471; 108 437 005; 469 058 201; 751 409 080;
    872 056 325; 4 000 000 000.

2. Read the following dates in Vietnamese.

    Example:
    12-8-1957 → ngày mười hai tháng tám năm một nghìn chín trăm năm mươi bảy

    24-6-1987; 04-5-1943; 17-2-1993; 15-12-1979; 07-4-1955; 23-1-1867; 10-3-1976;
    31-12-1944; 19-8-1945; 04-3-1963; 30-6-1986; 04-7-1776; 12-9-1931; 01-01-2001;
    29-11-1786; 03-10-1598.

3. Answer the following questions.

    Example:
    Tháng này/bây giờ là tháng mấy? (August, sau)
    → Tháng này/bây giờ là tháng tám. Tháng sau là tháng chín.

    1. Tháng này là tháng mấy? (July, trước)
    2. Bây giờ là tháng mấy? (February, trước)
    3. Tháng này là tháng mấy? (March, sau)
    4. Bây giờ là tháng mấy? (January, trước)
    5. Bây giờ là tháng mấy? (October, sau)
    6. Tháng sau là tháng mấy? (May, trước)
    7. Tháng này là tháng mấy? (April, trước)
    8. Bây giờ là tháng mấy? (November, sau)
    9. Tháng sau là tháng mấy? (June, trước)
    10. Tháng trước là tháng mấy? (November, sau)
    11. Tháng trước là tháng mấy? (March, sau)
    12. Tháng sau là tháng mấy? (September, trước)
    13. Tháng trước là tháng mấy? (June, này)
    14. Bây giờ là tháng mấy? (April, sau)
    15. Tháng sau là tháng mấy? (July, trước)
    16. Tháng này là tháng mấy? (December, trước)
    17. Bây giờ là tháng mấy? (March, trước)
    18. Tháng trước là tháng mấy? (February, sau)

4. Answer the following questions.

Example:

Hôm nay ngày bao nhiêu? (25-4-1994)

➜ Hôm nay ngày hai mươi nhăm tháng tư năm một nghìn chín trăm chín mươi tư.

1. Hôm qua ngày bao nhiêu? (14-2-1993)   9. Ngày kia bao nhiêu? (28-2-1991)
2. Hôm nay ngày mùng mấy? (05-9-1994)   10. Hôm qua bao nhiêu? (15-6-1990)
3. Hôm kia ngày bao nhiêu? (31-3-1989)   11. Ngày mai mồng mấy? (04-11-1992)
4. Ngày mai ngày bao nhiêu? (01-8-1978)   12. Hôm kia mùng mấy? (09-5-1985)
5. Hôm nay ngày bao nhiêu? (15-7-1995)   13. Ngày kia bao nhiêu? (21-1-1948)
6. Ngày kia ngày mồng mấy? (10-10-1994) 14. Hôm nay bao nhiêu? (30-9-1994)
7. Hôm qua ngày bao nhiêu? (17-4-1985)   15. Hôm kia mùng mấy? (03-3-1969)
8. Hôm kia ngày mùng mấy? (08-12-1976) 16. Ngày mai bao nhiêu? (01-9-1993)

5. Answer the following questions.

Example:

Hôm nay thứ mấy? (sáu, ngày mai)

➜ Hôm nay thứ sáu. Ngày mai thứ bảy.

1. Hôm nay thứ mấy? (tư, hôm qua)   9. Ngày mai thứ mấy? (chủ nhật, hôm qua)
2. Ngày mai thứ mấy? (bảy, ngày kia)   10. Hôm nay thứ mấy? (ba, hôm kia)
3. Hôm kia thứ mấy? (năm, hôm qua)   11. Ngày kia thứ mấy? (sáu, hôm kia)
4. Hôm qua thứ mấy? (ba, ngày mai)   12. Ngày mai thứ mấy? (bảy, hôm nay)
5. Ngày kia thứ mấy? (chủ nhật, hôm qua) 13. Hôm qua thứ mấy? (tư, ngày kia)
6. Hôm kia thứ mấy? (sáu, hôm qua)   14. Ngày kia thứ mấy? (hai, hôm nay)
7. Ngày mai thứ mấy? (hai, hôm kia)   15. Ngày mai thứ mấy? (năm, hôm kia)
8. Ngày kia thứ mấy? (tư, hôm qua)   16. Hôm kia thứ mấy? (chủ nhật, ngày mai)

6. Answer the following questions.

Example:

A. Bao giờ cô đi? (thứ sáu)
➜ Thứ sáu tôi đi.

B. Cô đi bao giờ? (thứ sáu)
➜ Tôi đi thứ sáu.

A

1. Bao giờ các anh thi? (tháng sau)
2. Khi nào cô đi bưu điện? (sáng mai)
3. Thứ mấy họ về? (chủ nhật tuần sau)
4. Ngày mùng mấy kỹ sư Hải đến đây?
   (mùng tám tháng sau)
5. Khi nào họ mua nhà? (sang năm)
6. Bao giờ các anh học bài mới? (ngày mai)

B

1. Ông mua chiếc xe ấy khi nào?
   (năm ngoái)
2. Bà gặp anh ấy bao giờ? (hôm kia)
3. Mẹ đi chợ khi nào? (sáng nay)
4. Anh xem phim ấy hôm nào? (hôm kia)
5. Bác sĩ Smith đến Hà Nội bao giờ?
   (đêm qua)

7. Tháng mấy bác sĩ Hùng đi Pháp?
   (tháng giêng sang năm)
8. Bao giờ sinh nhật cô ấy? (ngày kia)
9. Hôm nào anh mời chúng tôi đi ăn cơm
   Việt Nam? (tối thứ bảy tuần sau)
10. Khi nào cô đi gặp ông ấy? (chiều mai)

6. Các anh các chị học bài này khi nào?
   (tuần trước)
7. Bà Ngọc về thứ mấy (thứ hai)
8. Họ lại đây hôm nào? (hôm qua)
9. Ông ấy hỏi tôi bao giờ? (trưa nay)
10. Họ mua ngôi nhà ấy khi nào? (năm kia)

7. Complete the following sentences.

Example:
   Tôi gặp anh ấy tối qua.
   Thế à? _____

➜ Tôi gặp anh ấy tối qua.
Thế à? *Ở đâu?*

1. Tuần sau ông ấy đến đây.
   Thế à? _____
2. Tôi không thích bộ phim ấy.
   Thế à? _____
3. Cô thư ký hôm nay không làm việc.
   Thế à? _____
4. Hôm qua tôi gặp cô ấy. Tôi chào cô ấy
   nhưng cô ấy không chào tôi.
   Thế à? _____
5. Bài mới dễ lắm!
   Thế à? _____

6. Tôi quen anh ấy.
   Thế à? _____
7. Ngày mai họ đi Việt Nam.
   Thế à? _____
8. Anh Hùng mua ô tô tuần trước.
   Thế à? _____
9. Cô ấy thích lái xe ở Boston.
   Thế à? _____
10. Tôi muốn học tiếng *Thái Lan* "Thailand."
    Thế à? _____

Văn Miếu (Hà Nội)
Temple of Literature (Hanoi)

LESSON 7

Topic: Time

Grammar:
1. Clock time
2. Temporal prepositions
3. Interrogative word: bao lâu

Usage:
1. Rồi added to the phrase mấy giờ
2. Different meanings of the word: giờ
3. Verbs: chờ, đợi
4. Set expressions used with: đồng hồ

Dialogue 1

A: Anh ơi! Bây giờ mấy giờ rồi? Đồng hồ tôi đứng.
B: Theo đồng hồ tôi, bây giờ 7 giờ 35. Nhưng đồng hồ tôi chạy nhanh.
A: Nhanh mấy phút?
B: Nhanh 5 phút. Tức là bây giờ đúng 7 rưỡi.

Dialogue 2

A: Chiếc đồng hồ này chạy có đúng không?
B: Chiếc này chậm mấy phút. Chiếc kia chạy đúng. Sáng nay tôi lấy đồng hồ theo đài lúc 7 giờ.

Dialogue 3

A: Cô chờ ông ấy bao lâu rồi?
B: Tôi chờ 15 phút rồi. Hôm qua tôi cũng chờ ông ấy gần nửa tiếng, từ 8 giờ kém 10 đến 8 giờ 15.
A: Dạo này ông ấy hay đến muộn quá!

Vocabulary

giờ:	hour, time	*lấy đồng hồ:*	to set [one's] watch
mấy giờ?:	what time?	*đài:*	radio
đồng hồ:	clock, watch	*lúc:*	at
đứng:	to stand, to stop (of watches, clocks)	*bao lâu?:*	[for] how long?
theo:	according to	*gần:*	approximately, about
chạy:	to run	*nửa:*	half
tức là:	that is, that means	*tiếng:*	hour
rưỡi:	(and a) half	*hay:*	often, frequently
lấy:	to take	*muộn:*	late

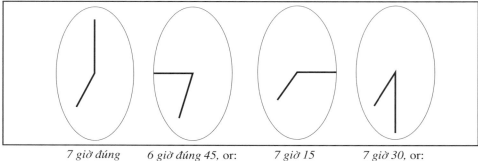

7 giờ đúng	*6 giờ đúng 45,* or: *7 giờ kém 15*	*7 giờ 15*	*7 giờ 30,* or: *7 (giờ) rưỡi*

Grammar Notes

1. Clock time

   giờ: hour   *phút:* minute   *giây:* second

The word *giờ* in the phrase 7 *giờ rưỡi* is optional: 7 *rưỡi*. In the other cases, it may not be omitted: 7 *giờ*; 7 *giờ đúng*; 6 *giờ* 45; 7 *giờ kém* 15; 7 *giờ* 15; 7 *giờ* 30.

The phrase 7 *giờ đúng* may have the different word order: *đúng* 7 *giờ*. However, when a word denoting time of day is added, only the word order *đúng* 7 *giờ sáng* is possible.

The words denoting the times of day can be added: 6 *rưỡi sáng*; 12 *giờ trưa*; 5 *giờ kém* 15 *chiều*; 7 *giờ tối*; 3 *giờ đêm*.

Only the interrogative *mấy* is used with the word *giờ* in the sense of "what time?" *Bao nhiêu* is not used in this case. Bây *giờ mấy giờ* rồi? "What time is it now?"

Mấy giờ placed at the beginning of a question implies an action that will occur in the future. When it is placed at the end of a question, the action took place in the past; in that case, it is usually used together with the word *lúc*:

Mấy giờ tối mai anh đến?	"What time will you come tomorrow night?"
Bẩy rưỡi.	"At half past seven."
Anh đến lúc mấy giờ?	"What time did you come?"
Tôi đến *lúc* bẩy rưỡi.	"I came at half past seven."

2. Temporal prepositions

Từ "from, since": Tôi học tiếng Việt *từ* tháng 9. "I have been studying Vietnamese since September."

Đến "to": Chúng tôi học tiếng Việt từ 9 giờ *đến* 10 giờ sáng. "We study Vietnamese from 9 to 10 o'clock in the morning."

Vào "on, at": Năm mới *bắt đầu* "to begin, start" *vào* ngày mùng một tháng giêng. "The New Year starts on January 1."

When used in the sense of clock time, *vào* is combined with the word *lúc*: Anh ấy lại đây *vào lúc* 7 rưỡi. "He came over at half past seven." Sometimes *vào* is optional: Anh ấy lại đây *lúc* 7 rưỡi.

3. The interrogative word *bao lâu* "how long" is used at the end of a question about a quantity of time during which an action took place and was completed in the past:

Anh học tiếng Việt *bao lâu*?   "How long did you study Vietnamese?"
Tôi học tiếng Việt hai năm.   "I studied Vietnamese for two years."

The word *rồi* is added to express an action which started in the past and is continuing in the present:

Anh học tiếng Việt *bao lâu rồi*?   "How long have you been studying Vietnamese?"

Tôi học tiếng Việt hai năm *rồi*.   "I have been studying Vietnamese for two years."

Notes on Usage

1. *Rồi* is usually added to the phrase *mấy giờ* in the question *Bây giờ mấy giờ rồi?* "What time is it now?"

2. The word *giờ* is used in the sense of both "hour" and "o'clock":
Tôi chờ anh ấy một *giờ*.   "I waited for him for one hour."
Anh ấy đến lúc một *giờ*.   "He came at one o'clock."

In spoken Vietnamese *giờ* may be replaced by the word *tiếng* in the sense of "hour":
Tôi chờ anh ấy một *tiếng*.   "I waited for him for one hour."

3. The verb *chờ* "to wait" and its synonym *đợi* do not demand any preposition, unlike the English verb "to wait *for*":
Chúng tôi *chờ/đợi* cô ấy một tiếng rồi.   "We have been *waiting for* her for one hour."

4. Here are several set expressions used with *đồng hồ:*
đồng hồ *chạy đúng*   "the watch runs exactly"
đồng hồ *chạy chậm*   "the watch runs slow"
đồng hồ *chạy nhanh*   "the watch runs fast"
đồng hồ *đứng/chết*   "the watch has stopped (it's dead)"

Drills

1. Answer the following questions.

    Example:

    A. Mấy giờ anh đến? (8 a.m.)
    ➜ 8 giờ sáng tôi đến.

    B. Anh đến lúc mấy giờ? (8 a.m.)
    ➜ Tôi đến lúc 8 giờ sáng.

    A
    1. Mấy giờ bà về? (7:30 p.m.)
    2. Mấy giờ cậu đi học? (8:30 a.m.)
    3. Mấy giờ họ đến? (12 a.m.)
    4. Mấy giờ ngày mai các anh bắt đầu thi? (9:15 a.m.)
    5. Mấy giờ cậu đi? (4:50 p.m.)
    6. Mấy giờ Hùng lại đây? (12 p.m.)
    7. Mấy giờ ngày kia chúng ta gặp anh ấy? (1 p.m.)
    8. Mấy giờ ngày mai bác sĩ Hiền đến đây? (3 p.m.)
    9. Mấy giờ chiều nay họ lại? (2:45 p.m.)
    10. Mấy giờ ông đến? (8:55 p.m.)

    B
    1. Ông ấy đi bệnh viện lúc mấy giờ? (11 a.m.)
    2. Cô về nhà lúc mấy giờ? (7:20 p.m.)
    3. Anh gặp kỹ sư Thắng lúc mấy giờ? (8:40 a.m.)
    4. Sinh viên đến lúc mấy giờ? (9:45 a.m.)
    5. Thành đến thư viện lúc mấy giờ? (8:30 p.m.)
    6. Cô Mai đi chợ lúc mấy giờ? (7 a.m.)
    7. Họ đi ăn lúc mấy giờ? (6:35 p.m.)
    8. Ông Hiển đi New York lúc mấy giờ? (5:30 a.m.)

2. Extend the following sentences.

    Example:

    A. Tôi đọc sách từ 7 giờ. (10 giờ)
    ➜ Tôi đọc sách từ 7 giờ đến 10 giờ.

    B. Tôi đọc sách đến 10 giờ. (7 giờ)
    ➜ Tôi đọc sách từ 7 giờ đến 10 giờ.

    A
    1. Bà ngủ từ 11 giờ đêm. (5 giờ sáng)
    2. Chúng tôi ăn cơm từ 12 rưỡi. (1 giờ)
    3. Họ thi từ 2 giờ 30. (5 giờ 30)
    4. Bố đọc báo từ 6 giờ. (6 rưỡi)
    5. Năm ngoái ông ấy làm việc ở Việt Nam từ tháng 9 (tháng 12)
    6. Họ ở thành phố này từ năm 1961. (năm 1992)
    7. Nhung làm bài tập từ 7 giờ. (2 giờ đêm)
    8. Ông ấy là sinh viên trường này từ năm 1971. (năm 1977)

    B
    1. Bác sĩ Hà làm việc đến 5 giờ. (9 giờ)
    2. Lớp chúng ta học tiếng Việt đến 12 rưỡi. (11 giờ)
    3. Tuần trước mưa đến thứ sáu. (thứ tư)
    4. Chúng tôi học bài này đến thứ ba tuần sau. (thứ năm tuần này)
    5. Sinh viên chuẩn bị thi đến 14 tháng 5. (29 tháng 4)
    6. Tôi đọc cuốn sách này đến thứ ba. (chủ nhật)
    7. Cháu Dũng vẽ đến 12 giờ. (10 giờ)
    8. Họ xem phim đến 11 rưỡi. (8 giờ)

9. Cô ấy làm y tá ở bệnh viện này từ tháng 5. (bây giờ)
10. Tôi ăn sáng từ 6 rưỡi. (7 giờ kém 5)

9. *Giáo sư* "professor" Nguyễn Đức Vinh dạy ở trường này đến năm 1993. (năm 1973)

3. Answer the following questions.
   Example:

   A. Anh học tiếng Việt bao lâu? (2 năm)
   ➜ Tôi học tiếng Việt 2 năm.

   B. Anh học tiếng Việt bao lâu rồi? (2 năm)
   ➜ Tôi học tiếng Việt 2 năm rồi.

A
1. Tối qua cô xem ti vi bao lâu? (1 giờ)
2. Ông ấy làm việc ở đây bao lâu? (2 năm)
3. Hôm qua anh đọc báo ở thư viện bao lâu? (nửa tiếng)
4. Cậu làm bài tập ấy bao lâu? (1 tiếng)
5. Kỹ sư Hải làm việc ở đấy bao lâu? (4 năm)
6. Giáo sư Lê Quang Minh dạy tiếng Pháp ở Đại học Sài Gòn bao lâu? (7 năm)
7. Cậu học từ mới bao lâu? (nửa tiếng)
8. Tuần trước các anh nghỉ bao lâu? (2 ngày)
9. Chủ nhật cậu nghe nhạc bao lâu? (3 tiếng)
10. Ông bà ở phố này bao lâu? (12 năm)

B
1. Ông bà *sống* "to live" ở thành phố này bao lâu rồi? (21 năm)
2. Các anh học bài này bao lâu rồi? (2 tuần).
3. Hùng *ốm* "to be sick" bao lâu rồi? (10 ngày)
4. Chị học ở trường này bao lâu rồi? (1 năm rưỡi)
5. Cậu đọc tờ tạp chí này bao lâu rồi? (2 ngày)
6. Anh John làm việc ở Hà Nội bao lâu rồi? (4 tháng)
7. Các cô ấy học tiếng Trung Quốc bao lâu rồi? (4 năm)
8. Cô Lan làm thư ký ở đây bao lâu rồi? (7 tháng)
9. Cậu quen cô ấy bao lâu rồi? (1 năm)

Thung lũng Tình yêu (Đà Lạt)
Valley of Love (Dalat)

LESSON  8

Topic: Introductions

Grammar:

1. Tense markers: đã, vừa, mới, vừa mới, đang, sẽ, sắp
2. Negative: chưa

Usage:

1. Final particles: đấy, thế
2. Speaking of age
3. The words: tốt nghiệp, trai, gái, sinh
4. Expressions "get married," "be (un)married"
5. Word order in set expressions: ông bà, bố mẹ, vợ chồng

Dialogue 1

A: Xin giới thiệu với giáo sư: đây là anh Jeff, đang học tiếng Việt ở Đại học Tổng hợp. Còn đây là giáo sư Phạm Ngọc Tuấn, dạy toán ở Đại học Bách khoa.

B: Rất hân hạnh được làm quen với giáo sư.

C: Chào anh Jeff! Anh nói tiếng Việt khá quá! Anh học tiếng Việt bao lâu rồi?

B: Thưa thầy, em bắt đầu học tiếng Việt cách đây ba năm.

A: Anh Jeff chuyên về lịch sử Việt Nam, mới sang Hà Nội tháng 11 năm ngoái.

C: Anh học trường nào bên Mỹ?

B: Thưa thầy, em học trường Harvard.

Dialogue 2

A: Chào cô! Tôi tên là Thành. Còn cô có phải là Mary không?

B: Vâng.

A: Tôi đã nghe các bạn tôi nói nhiều về cô.

B: Thế à? Họ nói gì về tôi đấy?

A: Họ nói: cô biết tiếng Việt rất khá, đã đi Việt Nam thực tập một năm, đang làm việc cho một công ty có văn phòng ở Hà Nội, sắp bảo vệ luận án tiến sĩ, sau đó sẽ sang Việt Nam làm việc. Và chưa có gia đình.

B: Các bạn anh biết về tôi nhiều quá!

Vocabulary

xin: to let, allow, permit (someone to do something)

giới thiệu (ai với ai): to introduce (someone to someone)

  xin giới thiệu: let me introduce

đang: to be happening, to be occurring

đại học tổng hợp: university

toán: mathematics

đại học bách khoa: polytechnic institute, institute of technology

hân hạnh: to have the honor

làm quen: to meet (to be introduced to)

  hân hạnh được làm quen với anh: nice to meet you

cách đây: ago

  cách đây ba năm: three years ago

chuyên (về): to specialize (in)

lịch sử: history

sang: to go, come over

bên: side

  bên Mỹ: in the USA

nghe: to hear

  nói (về): to speak, talk (of, about)

đấy: thus, so

đã: to have happened, occurred

thực tập: to practice

công ty: company

văn phòng: office

sắp: soon

bảo vệ: to defend

luận án: thesis, dissertation

tiến sĩ: doctor

sau đó: then, after that

sẽ: to happen, occur [in future]

chưa: not yet

gia đình: family

  chưa có gia đình: to be unmarried

Trường Đại học Bách khoa Hà Nội
Hanoi Polytechnic Institute

Grammar Notes

Tense markers

1. The marker *đã* is used before a verb to indicate an action that took place in the past:

   Anh ấy *đã* đi Việt Nam.   "He went to Vietnam."

   When a completed action is emphasized, the marker *đã* is used together with *rồi*, which is placed at the end of the sentence and means "already":

   Chúng tôi *đã* học bài ấy *rồi*.   "We have learned that lesson already."

2. The marker *vừa/mới/vừa mới* placed before a verb denotes an action that has been completed only very recently:

   Họ *vừa/mới/vừa mới* đến.   "They've (only) just arrived."

3. The marker *đang* is used before a verb to denote an action as actually going on at the time the sentence is formed:

   Ông ấy *đang* ngủ.   "He is sleeping."
   Anh ấy *đang* học năm thứ ba.   "He is a third-year student."

4. The marker *sẽ* is used before a verb to indicate an action that will take place in the future:

   Cô ấy *sẽ* đi Việt Nam.   "She will travel to Vietnam."

5. The marker *sắp* is used before a verb to represent an action that will take place only a short time from now:

   Bà ấy *sắp* đến.   "She is coming soon."

   The word *chưa* is placed at the end of the sentence to form a question with *sắp*:

   Anh *sắp* thi *chưa*?   "Are you going to take the exams soon?"

6. The negative *chưa* "not yet" is used before a verb to denote an incomplete action in the past, present or future:

   Hôm qua anh ấy *chưa* đến.   "Yesterday he still hadn't come."
   Tôi *chưa* hiểu.   "I don't understand yet."
   Ngày mai cô ấy *chưa* đi.   "Tomorrow she still won't have gone."

   The frame construction *đã ... chưa* is used to form a question. *Đã* is optional, *chưa* is always placed at the end of the question:

   Anh *[đã]* ăn cơm *chưa*?   "Have you eaten yet?"

Rồi is used in the affirmative reply to this question. *Đã* is also optional in the reply:

Anh *[đã]* ăn cơm *chưa?*
Vâng, tôi *[đã]* ăn cơm *rồi.*   "Yes, I have already eaten."

Chưa is used in the negative reply to the question. Note that *chưa* replaces *không* in the sense of "No":

Anh *[đã]* ăn cơm *chưa?*
<u>*Chưa*</u>, tôi *chưa* ăn cơm.   "No, I have not yet eaten."

Generally speaking, the three tense markers *đã, đang* and *sẽ* are not used if the time at which an action occurs has been made clear in the context, or if the sentence contains a time expression:

Ông ấy học ở trường này *từ năm*   "He studied at this college from 1964
1964 đến năm 1969.   to 1969."

Bây giờ cô ấy làm việc ở bệnh   "She now works at the Saint Paul Hospital."
viện Saint Paul.

Sang năm họ đi Việt Nam hai tháng.   "Next year they will go to Vietnam for
                                          two months."

Notes on Usage

The final particle *đấy* is used at the end of a question to make the question more polite. The final particle *thế* also may be used with the same meaning:

Anh đang làm gì *đấy/thế?*   Cô đi *đâu* "where" *đấy/thế?*
"What are you doing there?"   "Where are you going now?"

Trung tâm luyện thi tại Đại học Bách khoa (thành phố Hồ Chí Minh)
Exam Preparation Center at the Institute of Technology (Ho Chi Minh City)

Drills

1. Change the following sentences.

    Example:

    Anh ấy đang học năm thứ ba. (năm nay)
    ➜ Năm nay anh ấy học năm thứ ba.

    A.

    1. Cô Lan đã làm việc ở đây. (từ năm 1987 đến năm 1989)
    2. Chúng tôi đã học bài ấy rồi. (thứ tư tuần trước)
    3. Tôi đã gặp họ ở thư viện. (hôm qua)
    4. Anh John đã làm việc ở Việt Nam. (năm ngoái)
    5. Tôi đã đọc tờ tạp chí ấy rồi. (hôm kia)
    6. Chị Thu đã nghỉ, không đi làm việc. (tuần trước)
    7. Bà Ngọc đã mua xe ô tô. (tháng trước)
    8. Sinh viên đã thi môn ấy rồi. (thứ năm tuần trước)
    9. Tôi đã đợi cô ấy, *nhưng* "but" cô ấy không đến. (tối qua, từ 7 giờ đến 7 rưỡi)
    10. Anh Jeff đã ốm hai ngày. (tuần trước)

    B.

    1. Thày Thắng đang dạy toán ở trường này. (năm nay)
    2. Kỹ sư Hải đang nghỉ. (tuần này)
    3. Mary đang thực tập ở bệnh viện. (*năm học* "academic year" này)
    4. Sinh viên đang chuẩn bị thi. (tháng này)
    5. Họ đang nghe nhạc. (bây giờ)
    6. Chúng tôi đang học bài này. (một tuần rồi)
    7. Kỹ sư Dũng đang làm việc ở nhà máy ấy. (từ năm 1980)
    8. Cô ấy đang học tiếng Nhật. (năm học này)
    9. Cháu đang ngủ. (từ 1 giờ đến bây giờ)
    10. Tôi đang chờ họ. (15 phút rồi)

    C.

    1. Anh ấy sẽ lái xe đi Washington D.C. (thứ hai tuần sau)
    2. Cô Kathleen sẽ đi Việt Nam dạy tiếng Anh 1 năm. (sang năm)
    3. Lớp chúng tôi sẽ đi ăn cơm Việt Nam ở Boston. (tối mai)
    4. Họ sẽ đến đây làm việc. (tháng sau)
    5. Em tôi sẽ *vào* "to enter, to be admitted" trường Đại học Bách khoa. (sang năm)
    6. Tôi sẽ đi gặp anh ấy. (sáng mai)
    7. Sinh viên sẽ thi ba môn. (tuần sau)
    8. Cô ấy sẽ từ Việt Nam về Mỹ. (tháng sau)
    9. Bạn tôi sẽ tổ chức ăn sinh nhật. (tối ngày kia)
    10. Ông bà sẽ mua nhà ở thành phố nhỏ này. (sang năm)

2. Replace the marker *đã* in the following sentences with the markers *vừa/mới/vừa mới*.

     1. Bố mẹ đã về.
     2. Họ đã thi môn ấy rồi.
     3. Cô ấy đã bắt đầu làm thư ký ở công ty này.
     4. Tôi đã ăn cơm.
     5. Ông ấy đã đi làm.
     6. Chúng tôi đã gặp cô ấy rồi.
     7. Lớp ta đã học bài ấy rồi.
     8. Anh ấy đã giới thiệu tôi với giáo sư Smith.
     9. Mẹ đã đi chợ.
    10. Sáng nay tôi đã lấy lại đồng hồ theo đài.
    11. Anh Dũng đã mua xe mới.
    12. Tôi đã đọc cuốn sách này.
    13. Bạn tôi đã đi Việt Nam thực tập.
    14. Sinh viên đã học từ ấy rồi.
    15. Đồng hồ tôi đã đứng.

3. Give both positive and negative answers to the following questions.

    Example:
    Họ [đã] đến chưa?
    ➜ Vâng, họ [đã] đến rồi.
    ➜ Chưa, họ chưa đến.

     1. Chị đọc quyển sách này chưa?
     2. Anh đã gặp bác sĩ Thành chưa?
     3. Cô đã giới thiệu ông ấy với kỹ sư Hiển chưa?
     4. Anh ấy đi Hà Nội chưa?
     5. Các anh đã ăn cơm Việt Nam chưa?
     6. Sinh viên năm thứ nhất thi hai môn ấy chưa?
     7. Họ đã mua xe mới chưa?
     8. Anh đã quen cô ấy chưa?
     9. Các anh các chị có từ điển Việt-Anh chưa?
    10. Lớp ta làm bài tập này chưa?
    11. Các anh đã biết từ này chưa?
    12. Cô ấy đã bắt đầu làm việc ở đấy chưa?
    13. Bố mẹ về chưa?
    14. Cô đã làm quen với giáo sư Trần Đức Thiện chưa?
    15. Anh mời họ chưa?

4. Complete the following short dialogues, using the interrogative words *bao giờ?, khi nào?, ngày nào?, hôm nào?, thứ mấy?, mấy giờ?*

Example:
Họ sắp đến. (7 rưỡi)
→ Họ sắp đến.
Vào lúc mấy giờ?
7 rưỡi.

1. Tom sắp đi Sài Gòn. (thứ bảy tuần sau)
_____?
_____

2. Mẹ sắp đi chợ về. (9 giờ)
_____?
_____

3. Cô ấy sắp vào trường này. (tháng sau)
_____?
_____

4. Tracy sắp đi Hà Nội thực tập tiếng Việt. (tuần sau)
_____?
_____

5. Chúng tôi sắp thi. (mùng 3 tháng sau)
_____?
_____

6. Họ sắp mua nhà. (tháng sáu)
_____?
_____

7. Ông ấy sắp đi làm. (8 giờ kém 15)
_____?
_____

8. Lớp chúng tôi sắp học bài này. (thứ hai)
_____?
_____

9. Cháu sắp đi ngủ. (9 giờ 15)
_____?
_____

10. Một giáo sư từ bên Pháp sắp sang đây dạy toán. (tháng giêng)
_____?
_____

11. Tôi sắp đi gặp cô giáo. (12 giờ đúng)
_____?
_____

12. Họ sắp có con. (tháng bảy)
_____?
_____

13. Phim sắp bắt đầu. (9 giờ 45)
_____?
_____

14. Bác sĩ Hùng sắp *về hưu* "to retire." (sang năm)
_____?
_____

15. Chúng ta sắp đi xem phim. (đúng 8 giờ)
_____?
_____

5. Write the questions for the following replies, using the final particles *thế* or *đấy*.

Example:

_____?

Tôi làm bài tập.

→ Anh làm gì thế/đấy?

Tôi làm bài tập.

1. _____?

Tôi đang đọc báo.

2. _____?

Họ ăn cơm.

3. _____?

Ông ấy đang nghỉ trưa.

4. _____?

Sinh viên lớp ấy đang học tiếng Đức.

5. _____?

Hùng đang học từ mới.

6. _____?

Mình đi học.

7. _____?

Tôi ghi tên sinh viên lớp ta.

8. _____?

Chúng tôi đang học bài mới.

9. _____?

Tôi xem ti vi.

10. _____?

Họ đang nghe nhạc Beethoven.

11. _____?

Cô giáo hỏi Maureen.

12. _____?

Chúng tôi làm quen với những người bạn mới.

13. _____?

Bà Lan mở cửa cho tôi.

14. _____?

Cháu vẽ máy bay và ô tô.

Exercises

1. Write five short dialogues, using the following models.

1.1. Xin giới thiệu với _____: đây là _____, còn đây là _____

Chào _____

Chào _____ Tôi đã nghe nói nhiều về _____

1.2. Chào _____ Tôi tên là _____ Còn _____

_____

Rất hân hạnh được làm quen với _____

2. Prepare with two classmates the following dialogue, then perform it for the class.

Three university students meet in the hall on their way to class. *A* knows both *B* and *C*, but *B* and *C* don't know each other.

A	B	C
1. greets B	1. greets A	
2. introduces C	2. greets C	2. replies to B
	3. asks C about his or her classes	3. tells what classes he or she is taking
4. remarks how well C is doing in school		
	5. invites A and C to dinner at a Vietnamese restaurant	
6. accepts invitation		6. accepts invitation

Narrative

Xin giới thiệu với các bạn: anh Jeff, bạn tôi. Năm nay Jeff 19 tuổi. Tôi cùng học với Jeff ở trung học, cùng tốt nghiệp trung học năm ngoái. Sau đó, Jeff thi vào một trường đại học ở California. Hiện giờ, Jeff đang học năm thứ nhất ở bên ấy.

Gia đình Jeff ở Massachusetts, có 5 người: bố mẹ Jeff, chị và em trai. Bố Jeff chuyên về máy điện toán, làm cho một công ty lớn. Mẹ Jeff làm bác sĩ ở Bệnh viện Đa khoa Massachusetts. Hai ông bà mới mua một căn nhà không lớn lắm nhưng rất đẹp ở thành phố Belmont. Chị Jeff tên là Judy, năm nay 23. Chị ấy đã lấy chồng, mới sinh cháu gái năm ngoái. Vợ chồng chị ấy ở gần nhà bố mẹ Jeff, hay sang thăm hai ông bà. John, em trai Jeff, đang học lớp 11. John rất giỏi toán, định sau này cũng chuyên về máy điện toán như bố Jeff. Sang năm John tốt nghiệp trung học, chưa biết sẽ thi vào trường nào. Bố mẹ Jeff muốn John học trường Đại học Kỹ thuật Massachusetts.

Nghỉ đông và nghỉ hè, Jeff từ California về thăm nhà. Jeff thích đi du lịch với gia đình. Thỉnh thoảng Jeff mời tôi đi cùng.

Vocabulary

tuổi: age, year of age

cùng: together

  cùng với: together with

[trường] trung học: high school

tốt nghiệp: to graduate

thi vào: to take entrance exams to a college

hiện giờ: now

trai: male

  em trai: younger brother

máy điện toán: computer

Bệnh viện Đa khoa Massachusetts:
  Massachusetts General Hospital

căn: classifier for small houses

chồng: husband

  lấy chồng: to get married (for a woman)

vợ: wife

  vợ chồng chị ấy: she and her husband

sinh: to give birth to; to be born

gái: female

  con gái: daughter

thăm: to visit

sau này: in the future

như: like, as

kỹ thuật: technology

  trường Đại học Kỹ thuật Massachusetts: MIT

nghỉ đông: (to have) a winter break

nghỉ hè: (to have) a summer vacation

du lịch: to travel

thỉnh thoảng: sometimes, occasionally

Notes on Usage

1. In spoken Vietnamese the phrase *năm nay* is commonly added when speaking of age.
    The word *tuổi* may be omitted:
    Năm nay anh bao nhiêu *[tuổi]*?   "How old are you?"
    Năm nay tôi 20 *[tuổi]*.   "I'm twenty years old."

    When speaking of children's age ten and under, the word *lên* is used:
    Năm nay cháu *lên* mấy?   "How old are you?"
    Cháu *lên* bảy.   "I'm seven years old."

2. The verb *tốt nghiệp* does not demand any preposition: tốt nghiệp đại học "to graduate
    from a university/college."

3. The words *trai* "male" and *gái* "female" serve to distinguish the sex of several kinship terms:
    em *trai* "younger brother," em *gái* "younger sister," con *trai* "son," con *gái* "daughter."

4. The English phrase "to get married" is *lấy chồng* (for a woman) and *lấy vợ* (for a man).
    Their synonym is *lập gia đình*:
    Anh tôi mới *lấy vợ/lập gia đình*.   "My older brother has just got married."
    The English phrase "to be married" is *[đã] có vợ/chồng* or *[đã] có gia đình*:
    Anh tôi *[đã] có vợ/gia đình*.   "My older brother is married."
    The English phrase "to be unmarried," "to be single" is *chưa có chồng/vợ* or *chưa có gia đình*:
    Ông ấy *chưa có vợ/gia đình*.   "He's unmarried."

5. The verb *sinh* has two meanings: (1) to give birth, (2) to be born:
    Cô ấy *sinh* con gái.   "She gave birth to a daughter."
    Ông ấy *sinh* năm 1930.   "He was born in 1930."

6. Note the word order in the following set expressions: *ông bà* "grandparents," *bố mẹ*
    "parents," *vợ chồng* "wife and husband," *ông bà* Smith "Mr. and Mrs. Smith," *vợ chồng*

anh Cường "Cường and his wife," *vợ chồng chị Mai* "Mai and her husband." *Hai* "two" may be added to *ông bà* and *vợ chồng: hai* ông bà Smith "Mr. and Mrs. Smith," *hai* vợ chồng "wife and husband."

Drills

6. Write questions and replies, using the words given in the parentheses.

Example:
    (ông Thắng), (42)
    ➜ Năm nay ông Thắng bao nhiêu?
    Năm nay ông Thắng 42.

    1. (bà Ngọc), (51)
    2. (cháu Dũng), (8)
    3. (ông Johnson), (65)
    4. (bà Châu), (47)
    5. (chị Mai), (33)
    6. (anh Hải), (29)
    7. (chú Thịnh), (58)

    8. (anh Hùng), (27)
    9. (cô Lan), (17)
    10. (cụ Hiền), (86)
    11. (em Bảo), (10)
    12. (bác Thanh), (54)
    13. (chị Nhung), (18)
    14. (cô Tuyết), (46)

7. Give answers to the following questions, using the words given in the parentheses.

Example:
    Anh chuyên về gì? (toán)
    ➜ Tôi chuyên về toán.

    1. Cô chuyên về gì? (tiếng Việt)
    2. Anh chuyên về gì? (lịch sử)
    3. Họ chuyên về gì? (tiếng Trung Quốc)
    4. Bà ấy chuyên về gì? (*sinh học* "biology")
    5. Ông kỹ sư ấy chuyên về gì? (xe Nhật)
    6. Ông Thành chuyên về gì? (tiếng Pháp)

    7. Chị chuyên về gì? (*văn học* "literature" Anh)
    8. Anh ấy chuyên về gì? (xe máy)
    9. Ông chuyên về gì? (máy điện toán)
    10. Cô Lan chuyên về gì? (tiếng Ý)

8. Give answers to the following questions.

    1. Anh Jeff năm nay bao nhiêu?
    2. Jeff tốt nghiệp trung học bao giờ?
    3. Hiện giờ Jeff học trường nào?
    4. Gia đình Jeff ở thành phố nào? *Bang* "state" nào?
    5. Gia đình Jeff có mấy người? Đó là những ai?
    6. Bố Jeff chuyên về gì? Làm ở đâu?
    7. Mẹ Jeff làm gì? Ở đâu?
    8. Chị Jeff năm nay bao nhiêu tuổi? Chị ấy đã lập gia đình chưa? Hiện giờ ở đâu?
    9. Em trai Jeff tên là gì? Đang học lớp mấy?
    10. Em trai Jeff giỏi môn nào? Bố mẹ Jeff muốn em trai Jeff thi vào trường nào?
    11. Khi nào Jeff từ California về thăm nhà?
    12. Khi nào anh/chị *thường* "usually" về thăm nhà?

LESSON

8

Exercises

1. Write a story about a friend of yours and his/her family.
2. With a partner, prepare a dialogue about you and your family and be prepared to make a presentation to your classmates.

Tục ngữ
Tầm sư học đạo.

"One must seek out a good teacher to learn the true life's way."

Chùa Dơi (Sóc Trăng)
Temple of the Bats (Soc Trang)

LESSON 9

LESSON

Topic: In the classroom

Grammar:

1. Preposition: của
2. Ways of expressing requests, suggestions, invitations
3. Word xong indicating a completed action
4. Verbs indicating the direction of a movement
5. Comparison of adjectives
6. Vừa … vừa in the sense of "both, and," "at the same time"
7. Rồi meaning "then," "and then"

Usage:

1. Preposition: tại
2. Hoặc meaning "or"

Dialogue 1

Cô giáo: Chào các anh các chị!

Sinh viên: Chào cô!

Cô giáo: Giờ học hôm nay ai vắng mặt?

Sinh viên A: Thưa cô, anh George không đi học. Anh ấy ốm đã hai ngày rồi.

Cô giáo: Lần trước tôi giao về nhà những bài tập nào?

Sinh viên B: Thưa cô, hai bài tập cuối cùng của bài 10 và bài tập đầu tiên của bài 11.

Cô giáo: Bây giờ các anh các chị hãy mở sách, trang 40, làm hai bài tập cuối cùng của bài 10. Ai làm bài tập này rồi, giơ tay lên! Tốt lắm, mời anh Jeff lên bảng làm bài tập này.

Dialogue 2

Thầy giáo: Bây giờ tôi trả bài kiểm tra. Chị Mary ôn bài cũ tốt, làm đúng, không có lỗi. Bài của anh John có ba lỗi ngữ pháp. Còn bài này của ai, không có tên?

Sinh viên: Thưa thầy, bài của em .

Thầy giáo: Anh làm bài chưa tốt, có nhiều lỗi. Lần sau đừng quên ghi tên.

Dialogue 3

Cô giáo: Các anh các chị đã làm xong bài tập này chưa?
Sinh viên A: Thưa cô, chúng em làm xong rồi ạ.
Sinh viên B: Em chưa làm xong.
Cô giáo: Ai làm xong, sang phòng học tiếng nghe băng ghi âm bài 12. Còn anh cứ làm đi nhé!

Dialogue 4

A: Cậu biết lịch thi chưa?
B: Biết rồi. Môn tiếng Việt thi vào ngày 18 tháng giêng.
A: Còn thời khoá biểu học kỳ hai?
B: Thời khoá biểu học kỳ hai chưa có.

Vocabulary

giờ học: class period
vắng mặt: to be absent
đi học: to come to class
lần trước: last time
giao: to assign
cuối cùng: last
của: of (preposition)
đầu tiên: first
hãy: do something (imperative)
trang: page
tay: arm, hand
  giơ tay lên: to raise one's hand
tốt lắm!: very good! excellent!
lên: to go up
bảng: chalkboard
trả: to return

kiểm tra: to check, test, examine
  bài kiểm tra: test, quiz
ôn: to review, read (for a test, exam)
lỗi: error, mistake
ngữ pháp: grammar
lần sau: next time
đừng: do not (imperative)
quên: to forget
xong: to be finished, be done
phòng học tiếng: language lab
băng: tape
ghi âm: to record (sound)
  băng ghi âm: audio tape
cứ: continuing without interruption
nhé: O.K.?
thời khoá biểu: schedule
học kỳ: semester

Grammar Notes

1. The preposition *của* in Vietnamese indicates possession: đồng hồ *của* tôi "my watch," sách *của* thư viện "a library book, a book belonging to the library."

    A noun or a pronoun following the preposition *của* may function as a modifier of a noun or as a predicate of the sentence.

1.1. The preposition *của* followed by a noun or a pronoun modifies a noun:

    Anh ấy đang đọc cuốn sách *của* thư viện.
    "He is reading a library book/a book belonging to the library."

In some cases, the preposition *của* may be omitted. When the noun followed by the preposition *của* does not have any modifier, *của* is optional:

> Xe *[của]* anh ấy tốt lắm.   "His motorcycle (or car) is very good."

Của should be used when a noun is modified by other words:

> Cái xe mới *của* anh ấy tốt lắm.   "His new motorcycle (or car) is very good."

When a compound followed by the preposition *của* contains a verb, *của* cannot be omitted:

> Câu hỏi *của* thầy giáo khó quá.   "The teacher's question is really hard."

Hỏi is a verb used in the compound *câu hỏi* in the sense of "question."

When a kinship term is used with a personal pronoun, the preposition *của* very seldom occurs: *anh tôi* "my older brother," *bố nó* "his father," *chồng cô ấy* "her husband," etc.

When a kinship term is used with a proper name, *của* is necessary to avoid a misunderstanding:
Cf.: *ông Thắng* "Mr. Thắng" and *ông của Thắng* "Thắng's grandfather"

1.2. The preposition *của* followed by a noun or pronoun functions as a predicate of the sentences containing the verb *là*, which is always optional in (a) assertive, (b) negative and (c) interrogative sentences:

> (a) Chiếc xe mới này [là] *của* anh ấy.
> "This new motorcycle (or car) is his/belongs to him."

> (b) Chiếc xe mới này không phải [là] *của* anh ấy.
> "This new motorcycle (or car) is not his/does not belong to him."

> (c) Chiếc xe mới này có phải [là] *của* anh ấy không?
> "Is this new motorcycle (or car) his?/Does this new motorcycle (or car) belong to him?"

1.3. To pose a question using the preposition *của*, an interrogative is used in place of the noun or pronoun or is added to it as a modifier:

> Chiếc xe mới này *của ai*?
> "To whom does this new motorcycle (or car) belong?"
> "Who owns this new motorcycle (or car)?"

> Quyển sách ấy *của* thư viện *nào*?
> "Which library does that book belong to?"

2. There are many ways in Vietnamese to ask someone to do something. The choice of the right expression to use depends on: (1) whether the situation is formal or informal, (2) whom one is talking to, and (3) what one wants to express beyond the request itself.

2.1. The word *hãy* is placed before a verb to convey a strong and rather formal command or request:

Các anh *hãy* đọc bài này.   "Read this text."
Hãy mở cửa cho bà ấy.   "Open the door for her."

2.2. The word *cứ* is placed before a verb to suggest doing something without hesitation or without interruption:

Anh *cứ* hỏi.   "Go ahead. Ask."
Bà *cứ* nói, tôi đang nghe.   "Keep speaking; I'm listening."

2.3. The word *đi* is placed after a verb, or after the sentence if the verb is modified by other words, and has the meaning of an informal suggestion to start doing something:

Ăn *đi*!   "Go ahead and eat."
Đọc câu này *đi*!   "Go ahead; read this sentence!"

2.4. The word *nhé* is used at the end of a sentence in the sense of a mild, informal suggestion or an invitation to do something when the speaker expects agreement:

Anh làm việc này cho tôi *nhé*!   "Please do that for me, O.K.?"
Chúng ta đi xem phim *nhé*!   "We'll go watch a movie, O.K.?"
       "Let's go watch a movie, shall we?"

2.5. In some cases one of these words may be used in combination with another word:

Anh *cứ* hỏi *đi*!   "(Go ahead and) ask."
Cô *hãy* đọc *đi*!   "(Go ahead and) read."
Cô *cứ* chờ chúng tôi ở đây *nhé*!   "Please wait for us here, O.K.?"

2.6. The word *mời* is used before a second personal pronoun as a polite suggestion or invitation to do something:

Mời anh ngồi!   "Take a seat, please!"

2.7. The word *đừng* placed immediately before the verb is used in negative imperative sentences in the meaning of "don't do something":

Đừng nói to!   "Don't speak loudly!"
Đừng nghe anh ấy!   "Don't listen to him!"

2.8. In Vietnamese, when the speaker expresses a command or request, the person addressed may be mentioned: Ăn đi!/*Anh* ăn đi!; Đừng nói to!/*Chị* đừng nói to! Đến đúng giờ nhé!/*Các anh* đến đúng giờ nhé!

3. The word *xong* is used after a verb to indicate that an action reached an end:

> Tôi học *xong*.   "I finished studying."

When the verb requires an object, the word *xong* may be placed either before the object or after it:

> Tôi học *xong* bài ấy./Tôi học bài ấy *xong*.   "I finished studying that lesson."

The word *xong* may be used in combination with the tense markers *đã, sắp, vừa, mới, vừa mới*, or with the words *rồi, đã ... rồi*, emphasizing the goal which the action achieves:

> Tôi *đã* học *xong* bài ấy.   "I have finished studying that lesson."
> Tôi *sắp* học *xong* bài ấy.   "I will have finished studying that lesson
>   soon."
> Tôi *vừa/mới/vừa mới* học *xong* bài ấy.   "I have just finished studying that lesson."
> Tôi *[đã]* học *xong* bài ấy rồi.   "I have finished studying that lesson
>   already."

The word *chưa*, similar to the English word *yet*, is used: (1) at the end of the sentence to form the question with the word *xong* (*đã* is optional in the question):

> Các anh *[đã]* học *xong* bài ấy *chưa*?   "Have you finished that lesson *yet*?"

and (2) before the verb in the negative sentence:

> Chúng tôi *chưa* học *xong* bài ấy.   "We haven't finished that lesson *yet*."

4. The Vietnamese language has some verbs which indicate the direction of a movement, and which are usually expressed in English by combinations of a verb and an adverb, or a verb, an adverb, and a preposition (no tense is implied):

> *Ra* "to go out, to come out": Họ *ra* phố. "They come out to the street."
> *Vào* "to come in, to enter": Anh ấy *vào* phòng. "He comes into the room."
> *Lên* "to go up, to come up": Sinh viên *lên* phòng học tiếng trên *tầng* "floor" ba.
> "The students go up to the language lab on the third floor."
> *Xuống* "to go down, to get down": Họ *xuống* tầng một. "They go down to the first floor."
> *Đến/tới* "to come, to arrive": Ông ấy *đến* Hà Nội hôm qua. "He arrived in Hanoi
> yesterday."
> *Về* "To come back, to return": Bao giờ anh *về*? "When will you come back?"
> *Sang* "to cross, to pass, to come over": Cô ấy hay *sang* nhà chúng tôi. "She often
> comes over to our house."
> *Qua* "to cross, to pass": Mời anh *qua* phòng này! "Please stop by this room!"

These verbs may follow the verb *đi* and convey the same meaning as when used alone: *đi ra, đi vào, đi lên, đi xuống, đi đến, đi tới, đi về, đi sang, đi qua*. They can be used as adverbs when following other verbs: *chạy ra, chạy vào, chạy lên, chạy xuống, chạy đến, chạy tới, chạy về, chạy sang, chạy qua*.

Drills

1. Fill in the blanks with the word *của* where it is necessary.

> 1. Cuốn sách mới _____ ông ấy hay lắm.
> 2. Xe _____ anh đâu?
> 3. Anh _____ cô vừa mới ở Việt Nam về, phải không?
> 4. Thứ bảy tuần này sinh nhật _____ tôi, tôi mời anh lại nhà tôi chơi.
> 5. Bà _____ Ngọc *già* "old" rồi nhưng chưa về hưu.
> 6. Sinh viên _____ trường này đang nghỉ đông.
> 7. Bạn _____ tôi thích phim ấy lắm.
> 8. Bài kiểm tra _____ Hùng nhiều lỗi quá!
> 9. Mình sẽ giới thiệu cậu với các bạn mới _____ mình.
> 10. Gia đình _____ chị sống ở Hà Nội hay Sài Gòn?
> 11. Câu hỏi _____ giáo sư Johnson không khó lắm.
> 12. Cái đồng hồ Timex _____ tôi chạy đúng lắm.
> 13. Chồng _____ cô ấy dạy ở trường nào?
> 14. Toà nhà cao _____ trường Đại học Tổng hợp ở phố Nguyễn Trãi.
> 15. Tôi không hiểu *câu* "sentence" thứ ba _____ bài tập 8.

2. Change the following sentences to negative sentences.

> *Example:*
> Ngôi nhà này [là] của bà Lan.
> ➜ Ngôi nhà này không phải [là] của bà Lan.

> 1. Chiếc xe máy này của anh Thắng.
> 2. Quyển tạp chí kia là của ông ấy.
> 3. Cái máy điện toán này của bạn tôi.
> 4. Cuốn sách ấy của thư viện trường.
> 5. Toà nhà cao kia là của báo The New York Times.
> 6. Bệnh viện này của bác sĩ Thành.
> 7. Nhà máy mới ấy là của công ty Bia Sài Gòn.
> 8. Quyển từ điển Việt-Anh này của tôi.
> 9. Trường đại học này là của bang.
> 10. Cái đồng hồ này của cô Thanh.
> 11. Chiếc ô tô ấy của gia đình tôi.
> 12. Thư viện này là của thành phố.
> 13. Chiếc máy bay ấy của Vietnam Airlines.
> 14. Cái áo này của bà Ngọc.
> 15. Bài này là của Thanh.

3. Give both positive and negative answers to the following questions.

> *Example:*
> Ngôi nhà này có phải [là] của bà Lan không?
> ➜ Vâng, ngôi nhà này [là] của bà Lan.
> ➜ Không, ngôi nhà này không phải [là] của bà Lan.

> 1. Thư viện này có phải của trường Tổng hợp không?
> 2. Hiệu sách ấy của ông Hiển, phải không?
> 3. Chiếc máy điện toán này là của anh à?
> 4. Cái mũ ấy có phải của giáo sư Smith không?
> 5. Ngôi nhà mới kia của bố mẹ anh ấy, phải không?
> 6. Cuốn từ điển Anh-Nhật này có phải của Minh không?

7. Chiếc máy bay đó của gia đình cô ấy à?

8. Bài này là của cậu, phải không?

9. Cuốn băng ghi âm ấy có phải của phòng học tiếng không?

10. Quyển sách này của thư viện trường Bách khoa, phải không?

4. Give answers to the following questions.

1. Toà nhà mới kia của công ty nào?

2. Quyển từ điển cũ ấy là của ai?

3. Thư viện này của trường nào?

4. Căn nhà nhỏ ấy của ai?

5. Chiếc xe đắt ấy là của ai?

6. Cuốn băng ghi âm này của ai?

7. Trường đại học ấy của bang nào?

8. Chiếc máy bay kia của ai?

9. Chiếc ti vi này của ai?

10. Bài kiểm tra này là của ai?

11. Nhà máy ấy của ai?

12. Đài ấy của nước nào?

13. Luận án ấy của ai?

14. Chiếc máy điện toán này là của ai?

15. Phòng học tiếng ấy của trường đại học nào?

5. Change the following sentences to requests, using the words given in the parentheses. Pay attention to the word order.

Example:

Mở cửa cho bà ấy. (hãy)

➜ Hãy mở cửa cho bà ấy.

1. Anh ăn *món* "dish" ấy. (đi)

2. Các anh các chị nói, tôi nghe đây. (cứ)

3. Chiều mai anh đến nhà tôi chơi. (mời)

4. Cậu uống bia. (nhé)

5. Anh ăn cơm, tôi chờ anh. (cứ, đi)

6. Bác *ngồi* "to sit, take a seat." (mời)

7. Các anh các chị làm ba bài tập này. (hãy)

8. Anh đi đến đấy. (đừng)

9. Ông hỏi, tôi nghe ông. (cứ)

10. Cô làm như thế. (đừng)

11. Sáng mai anh đến gặp giáo sư Hoà. (nhé)

12. Quên mua báo hôm nay cho tôi. (đừng)

13. Tối nay tôi về muộn, các anh ăn cơm, đừng chờ tôi. (cứ, nhé)

14. Anh vào, họ đang chờ anh. (đi)

15. Cô đi ăn hiệu với tôi. (mời)

16. Quên *gọi điện thoại* "to telephone" cho Hùng. (đừng, nhé)

17. Các anh nghỉ. (cứ, đi)

18. Nhớ trả thư viện cuốn sách. (nhé)

19. Nói to, cháu đang ngủ. (đừng)

20. Chị làm việc. (cứ, đi)

21. Lái xe nhanh quá! (đừng)

22. Cậu nhớ qua văn phòng gặp kỹ sư Dũng. (nhé)

23. Uống bia nhiều quá! (đừng)

24. Tối nay chúng ta đi xem bộ phim ấy. (nhé)

25. Cậu giới thiệu mình với cô ấy. (đi)

26. Nghe nhạc to quá, họ đang làm việc. (đừng)

6. Change the following sentences, using the word *xong* alone and with the other words: *đã, sắp, vừa, mới, vừa mới, rồi, đã … rồi*. Pay attention to the word order.

Example:

Chúng tôi học bài ấy.

➜ Chúng tôi học xong bài ấy./Chúng tôi học bài ấy xong.

➜ Chúng tôi đã học xong bài ấy.

➜ Chúng tôi sắp học xong bài ấy.

➜ Chúng tôi vừa/mới/vừa mới học xong bài ấy.

➜ Chúng tôi [đã] học xong bài ấy rồi.

1. Họ làm việc này.
2. Chúng tôi ăn cơm.
3. Cô Lan đọc cuốn tạp chí ấy.
4. Ông Hiển vẽ *tranh* "painting."
5. Sinh viên nghe băng ghi âm bài ấy.
6. Mẹ làm cơm.
7. Bà Trang *viết* "to write" quyển sách đó.

8. Chúng tôi chuẩn bị bài mới.
9. Sinh viên thi môn ấy.
10. Hùng ghi từ mới của bài này.
11. Họ *ăn sáng* "to eat breakfast."
12. Ông ấy bán nhà.
13. Kỹ sư Thắng *chữa* "to fix, repair" chiếc xe ấy.

7. Give both positive and negative answers to the following questions.

Example:

Các anh học xong bài ấy chưa?

➜ Vâng, chúng tôi học xong bài ấy rồi.

➜ Chưa, chúng tôi chưa học xong bài ấy.

1. Anh đọc xong cuốn sách này chưa?
2. Chị chuẩn bị thi xong chưa?
3. Chị Lan làm cơm xong chưa?
4. Anh ghi xong từ mới chưa?
5. Cậu làm xong bài tập ấy chưa?
6. Chị viết *thư* "letter" xong chưa?

7. Chị xem xong cuốn băng video ấy chưa?
8. Kỹ sư Dũng chữa xong chiếc máy điện toán đó chưa?
9. Họ ăn cơm xong chưa?
10. Anh ấy học xong chưa?

8. Give answers to the following questions, using the words in the parentheses. Pay attention to the usage of the verbs denoting the directions of movement.

Example:

Ông ấy đi đâu? (ra phố)

➜ Ông ấy [đi] ra phố.

1. Cô Thuỷ đến đây bao giờ? (hôm qua)
2. Tối nay anh định đi đâu thế? (sang thăm anh Hải)
3. Họ vào phòng nào? (kia)
4. Các ông ấy đi đâu? (lên tầng 2 *họp* "to meet, have a meeting")
5. Máy bay đến lúc mấy giờ? (6 giờ 40)
6. Khi nào cô ấy về đây? (tuần sau)
7. Anh Thắng đâu rồi? (qua phòng kỹ sư Hiền)
8. Cậu định *mang* "to carry" cái này đi đâu thế? (*lên gác* "[to go] upstairs")
9. Mẹ đi đâu? (ra chợ)
10. Các anh các chị đi đâu đấy? (xuống tầng 4 xem ti vi)
11. Ông đi đâu? (ra phố mua báo)
12. Bao giờ cô ấy định sang Việt Nam? (sang năm)
13. Chị đi đâu? (xuống tầng 1 đọc tạp chí)
14. Bà ấy đi đâu? (ra bưu điện *gửi* "to send" thư)
15. Anh Hùng tới chưa? (chưa)
16. Bao giờ cô ấy *về nước* "to go back to one's home country"? (tháng sau)
17. Cô đi đâu bây giờ? (*xuống nhà* "[to go] downstairs" ăn cơm)
18. Tối thứ bảy anh định đi đâu? (lại nhà anh Dũng ăn sinh nhật)

Exercises

1. A and B are friends. A suggests to B that they go somewhere to have a cup of coffee, using *nhé*.

A: _____
B: Ừ! Ở đâu?

2. A and B are neighbors in the dormitory. A knocks at the door of B's room and asks for permission to enter. B uses the words *cứ* and *đi*.

B: Ai đấy?
A: _____
B: _____

3. A friend of yours would like to drink some beer before driving to visit his/her family. You advise him/her not to drink too much beer, using *đừng*.

4. Write with several partners a short dialogue between the teacher and the students in an English language class, and then perform it for the class.

Narrative

Trường Đại học Harvard ở thành phố Cambridge, bang Massachusetts, là một trường rất nổi tiếng. Đây là trường đại học cổ nhất nước Mỹ, có từ năm 1636. Trường mang tên John Harvard. Ông là mục sư, một trong những người đầu tiên góp phần thành lập trường. Lúc ấy, trường chỉ có 12 sinh viên và một giảng viên. Hiện giờ, mười khoa của trường có gần 20 nghìn sinh viên đại học và cao học. Ngoài ra, khoảng 14 nghìn sinh viên đang học tại hệ mở rộng của trường. Trường có hơn hai nghìn giảng viên, trong đó có khoảng 1 300 giáo sư. Trường vừa là nơi đào tạo, vừa là trung tâm nghiên cứu khoa học. Có 38 giáo sư của trường đã được giải thưởng Nobel.

Lớp tiếng Việt của chúng tôi không đông lắm, vừa có sinh viên đại học vừa có sinh viên cao học. Một tuần chúng tôi có 5 giờ tiếng Việt. Hàng ngày, chúng tôi học từ 9 giờ đến 10 giờ sáng. Trước giờ học, tôi thường đến sớm mấy phút, nói chuyện với các bạn rồi vào lớp. Giờ học bắt đầu. Chúng tôi tập nói tiếng Việt với nhau. Thày giáo vừa nghe chúng tôi nói vừa chữa lỗi. Thỉnh thoảng, thày giáo đặt câu hỏi, chúng tôi trả lời, hoặc một sinh viên đặt câu hỏi, sinh viên khác trả lời. Lớp vui lắm. Sau đó, thày giáo kiểm tra bài cũ rồi giảng bài mới. Chúng tôi chú ý nghe thày giáo giảng ngữ pháp. Ngữ pháp bài này không khó như bài trước. Học xong phần ngữ pháp, chúng tôi tập đặt câu. Chúng tôi làm các bài tập ngữ pháp trong bài rồi lại tập nói tiếng Việt. Cuối giờ, thày giáo giao bài tập về nhà.

Vocabulary

nổi tiếng: famous, renowned

cổ: old, ancient

mang tên: to be named for

mục sư: minister

một trong những: one of

góp phần: to contribute, make a contribution

thành lập: to found, establish

lúc ấy: at that time

giảng viên: teacher at a college or university

khoa: faculty, school (at a university)

cao học: graduate

ngoài ra: in addition, besides

khoảng: approximately, about

tại: in, at

hệ mở rộng: extension school

hơn: more than, over

nơi: a place

đào tạo: to train

trung tâm: center

nghiên cứu: to research

khoa học: science

được: to receive

giải thưởng: prize, award

đông: crowded, having many people

vừa … vừa …: both … and …

hàng ngày: every day

trước: before; previous

sớm: early

nói chuyện: to talk, converse

rồi: then, and then

tập: to practice

với nhau: with each other

chữa: to correct

đặt: to put

hoặc: or

khác: another, different

vui: to have/be fun; to enjoy, be enjoyable

giảng: to explain

chú ý: to pay attention to; attentively, closely

phần: part

lại: again

cuối giờ: at the end of the class

bài tập về nhà: homework

Trường Đại học Dược Hà Nội
Hanoi College of Pharmacy

Grammar Notes

1. Comparison of the Adjective

1.1. The word *như* or *bằng* is added after an adjective to form the positive:

>   Chiếc xe này to *như/bằng* chiếc xe kia.   "This vehicle is as big as that one."

The word *cũng* may be used with *như* to emphasize similarity. The word order is:

> | cũng + adjective + như |

>   Chiếc xe này *cũng* to *như* chiếc xe kia.   "This vehicle is just as big as that one."

1.2. The word *hơn* is added after an adjective to form the comparative:

>   Chiếc xe này tốt *hơn* chiếc xe kia.   "This vehicle is better than that one."

1.3. The words *nhất* and *hơn cả* are used to form the superlative:

>   Chiếc xe ấy tốt *nhất/hơn cả*.   "That car is the best."

2. *Vừa … vừa …* in the sense of "both … and …," "at the same time" is used to emphasize a combination of two or several

>   a. verbs functioning as predicates:
>   Anh ấy *vừa* đọc báo *vừa* nghe nhạc.   "He is reading newspapers while (at the same time) listening to music."

>   b. adjectives functioning as predicates:
>   Chiếc xe ấy *vừa* tốt *vừa* rẻ.   "That car is both good and cheap."

c. link verbs *là*:

Ông ấy *vừa* là giáo sư *vừa* là tiến sĩ.   "He is both a professor and a doctor."

d. adjectives modifying a verb:

Hùng trả lời *vừa* nhanh *vừa* đúng.   "Hùng replied both quickly and correctly."

3. The word *rồi*, meaning "then, and then," is used to join two sequential clauses:

Tôi làm xong bài tập *rồi* đi ngủ.   "I did my homework and then went to sleep."

Note that the Vietnamese word *và* "and" cannot be used in this meaning.

Notes on Usage

1. *Tại* is a synonym for the preposition *ở* in the sense of "in, at," but is used only in formal Vietnamese:
Tôi mua quyển sách ấy *ở* hiệu sách của trường Đại học.
"I bought that book in the University bookstore."
Công ty ấy có nhà máy *tại* nhiều thành phố của Việt Nam. (formal)
"That company has factories in many cities of Vietnam."

2. *Hoặc* is similar to *hay*, meaning "or," but it is used only in affirmative sentences; *hay* may be used both in affirmative sentences and as an interrogative word in questions:
Ông ấy thích đọc báo Anh *hay/hoặc* báo Pháp.
"He likes reading either English or French newspapers."
Ông ấy thích đọc báo Anh *hay* báo Pháp?
"Does he likes reading English newspapers or French newspapers?"

Drills

9. Change the following sentences, using the words given in the parentheses.
Example:

Chiếc xe này tốt. (chiếc xe kia)
➜ Chiếc xe này tốt như/bằng chiếc xe kia.
➜ Chiếc xe này cũng tốt như chiếc xe kia.

1. Kỹ sư Dũng giỏi. (kỹ sư Hùng)
2. Tiếng Đức khó. (tiếng Pháp)
3. Cuốn sách này hay. (cuốn kia)
4. Dừa ở đây ngon. (dừa ở Việt Nam)
5. Quyển từ điển này mới. (quyển kia)
6. Chiếc xe đỏ đắt. (chiếc xe đen)
7. Anh Thắng cao. (anh Hiển)
8. Cái áo này đẹp. (cái kia)
9. Từ trường đến thư viện gần. (bưu điện)
10. Tôi thi môn văn học Mỹ tốt. (môn lịch sử Việt Nam)
11. Cơm Việt Nam ngon. (cơm Trung Quốc)
12. Dạo này anh ấy bận. (tháng trước)
13. Bệnh viện Bạch Mai lớn. (bệnh viện Việt-Đức)
14. Hôm nay cô ấy đến muộn. (hôm qua)
15. Buổi tối mưa to. (buổi sáng)
16. Bạn tôi trả lời đúng. (tôi)
17. Thi vào trường đại học này khó. (trường kia)
18. Cái đồng hồ này chạy đúng. (cái ấy)
19. Quần áo ở hiệu này rẻ. (hiệu kia)

10. Do the previous drill again, with the comparative instead of the positive.

11. Give answers to the following questions.

1. Xe ô tô nào tốt nhất?
2. Ở Mỹ, báo nào hay nhất?
3. Ở Boston, phố nào đẹp nhất?
4. Hiệu ăn nào rẻ hơn cả?
5. Tiếng nào khó nhất?
6. Ở lớp này, ai trẻ nhất?
7. Phim nước nào hay nhất?
8. Bệnh viện nào gần đây nhất?
9. Câu trả lời của ai đúng hơn cả?
10. Nước nào lớn nhất?
11. Hoa quả ở đâu ngon nhất?
12. Thư viện nào nhiều sách hơn cả?
13. Lái xe ở đâu khó nhất?
14. Quyển từ điển tiếng Anh nào tốt nhất?
15. Ở Mỹ, trường đại học nào đắt nhất?
16. Ở đâu mưa nhiều hơn cả?
17. Ai nhớ nhiều từ nhất?
18. Nhạc của ai hay nhất?
19. Đồng hồ của ai chạy đúng nhất?

12. Combine the following sentences into one.

Example:
Anh ấy đọc báo. Anh ấy nghe nhạc.
➜ Anh ấy vừa đọc báo vừa nghe nhạc.

1. Tôi xem ti vi. Tôi uống bia.
2. Họ nói chuyện. Họ đi vào nhà.
3. Bạn tôi lái xe. Bạn tôi nghe nhạc rất to.
4. Cô ấy đi làm. Cô ấy học đại học.
5. Hiệu ăn ấy ngon. Hiệu ăn ấy rẻ.
6. Ông ấy chuyên về máy điện toán. Ông ấy chuyên về toán.
7. Ngôi nhà kia là thư viện. Ngôi nhà kia là hiệu sách.
8. Bà ấy nói nhiều. Bà ấy nói to.
9. Đấy là luận án của ông ấy. Đấy là sách của ông ấy.
10. Chiếc xe đó đắt. Chiếc xe ấy không tốt.

13. Complete the following sentences.

1. Tôi vừa ăn sáng vừa _____
2. Đó vừa là từ điển Việt-Anh, vừa _____
3. Bạn tôi vừa học sinh học vừa _____
4. Hiệu ăn ấy vừa gần vừa _____
5. Chúng tôi vừa nghe cô giáo giảng vừa _____
6. Tờ tạp chí này vừa đắt vừa _____
7. Cô ấy vừa là thư ký vừa _____
8. Sinh viên vừa chuẩn bị thi vừa _____
9. Môn ấy vừa khó vừa _____
10. Hôm nay vừa là sinh nhật tôi vừa _____

14. Complete the following sentences.

    1. Tôi làm bài tập về nhà xong rồi _____
    2. Anh ấy nói chuyện với cô thư ký rồi _____
    3. Tôi chào họ rồi _____
    4. Mẹ đi chợ rồi _____
    5. Chúng tôi đến phòng học tiếng nghe băng ghi âm rồi _____
    6. Tôi mua hoa rồi _____
    7. Bạn tôi sang nhà tôi rồi _____
    8. Chúng ta thi xong môn ấy rồi _____
    9. Anh tôi tốt nghiệp đại học rồi _____
    10. Tôi ăn sáng rồi _____

15. Give answers to the following questions.

    1. Trường Đại học Harvard có từ bao giờ?
    2. John Harvard là ai?
    3. Hiện giờ có bao nhiêu sinh viên đang học tại trường Harvard?
    4. Bao nhiêu giáo sư của trường đã được giải thưởng Nobel?
    5. Lớp tiếng Việt của anh/chị có đông sinh viên không?
    6. Ai dạy tiếng Việt lớp anh/chị?
    7. Một tuần anh/chị có mấy giờ tiếng Việt?
    8. Anh/chị học tiếng Việt từ mấy giờ đến mấy giờ?
    9. Trong giờ tiếng Việt anh/chị làm gì?
    10. Anh/chị làm bài tập về nhà ở đâu? Khi nào?

Sân đình ở nông thôn miền Bắc Việt Nam
Community hall courtyard in rural Northern Vietnam

Exercises

1. Write a story about another university in the U.S.A.
2. With a classmate, prepare a dialogue about a foreign language class.
3. Use the dictionary to read the following advertisements taken from a Vietnamese newspaper.

TUYỂN SINH

HỘI KHOA HỌC CÔNG NGHỆ TỰ ĐỘNG VIỆT NAM (VIETSTAA)
TRUNG TÂM NGHIÊN CỨU VÀ PHÁT TRIỂN CÔNG NGHỆ TỰ ĐỘNG (CERDA)
Tuyển sinh đào tạo công nhân kỹ thuật khóa IX (hệ 18 tháng)
Nghề: Điện - Điện tử - Tự động hóa
Tốt nghiệp đạt trình độ bậc 3/7 và được bố trí việc làm.
Khai giảng: 5-1-2002.
Mọi chi tiết xin liên hệ: Văn phòng Cerda,
Địa chỉ: 418 Bạch Mai, Hà Nội.
ĐT/Fax: (04) - 8.639765 - Email: cerda418@hn.vnn.vn

TUYỂN NCS VÀ CAO HỌC

Trường đại học KTQD tổ chức bán hồ sơ dự tuyển NCS khóa 23 và Cao học khóa 11 trong nước năm 2002. Bán hồ sơ từ ngày 17-12-2001. Cá nhân và cơ quan có nhu cầu cử người đi học, xin liên hệ chi tiết tại Khoa SĐH, phòng số 18, tầng 3, nhà 6, Trường đại học Kinh tế quốc dân. ĐT: 8694535.

LESSON

9

Tục ngữ
Tiên học lễ, hậu học văn.

"One must first learn how to behave and only then learn literature."

LESSON 10

LESSON

Topic: In the dormitory

Grammar:

1. Conjunction: mà
2. Interrogative word: đâu
3. Emphatic negation
4. Prepositions and conjunctions of time
5. Conjunction of condition: nếu
6. Construction "whether or not" in Vietnamese
7. Modal verbs: muốn, có thể, cần, phải, nên
8. Verbs: ra, đại, lại, lên following adjectives
9. Location terms: trên, dưới, trong, ngoài, giữa, trước, sau
10. Verbs: cách, mất
11. Interrogative word: bao xa
12. Clause of reason
13. Construction: còn … nữa
14. Clause of purpose

Usage:

1. Final particle: đấy
2. Adverbs of degree: hơi, khá
3. Interrogative words: sao, đâu
4. Adverb of degree: thế
5. Use of: thời gian and thì giờ
6. Adjectives: xa, gần

Dialogue 1

A: Mời vào!

B: Chào cậu! Cậu học chăm quá! Thứ bảy mà cậu không đi đâu cả.

A: Chào cậu! Mình đang làm bài tập về nhà. Sắp xong rồi. Cậu chờ mình mấy phút.

B: Hôm nay cậu có định đi đâu không?

A: Mình định ra bờ sông tập chạy.

B: Còn mình thì định vào khu thể thao của trường chơi quần vợt. Cậu có muốn chơi quần vợt với mình không?

A: Hay lắm! Mình rất thích đánh quần vợt. Sau khi tập chạy xong, mình sẽ vào khu thể thao đánh quần vợt với cậu.

B: Tối nay cậu định ăn cơm ở đâu? Cậu có định ăn ở nhà ăn ký túc xá không?

A: Mình chưa biết. Nếu cậu muốn ăn cơm Việt Nam, chúng mình có thể đến một nhà hàng Việt Nam ăn tối.

B: Ăn tối xong, về đây đi dạ vũ.

A: Tối nay ký túc xá có dạ vũ à?

B: Ừ. Mình biết cậu nhảy giỏi lắm, và rất thích nhảy.

A: Chương trình nghe hấp dẫn đấy!

Dialogue 2

Thanh: Mary ơi! Mình mới ghi tên đi tập thể dục nhịp điệu.

Mary: Ở đâu?

Thanh: Ở khu thể thao, chỗ Mary tập năm ngoái đấy.

Mary: Chắc mình cũng phải đi tập lại. Bận quá, nghỉ một thời gian không tập thể thao, mình hơi béo ra.

Thanh: Mình thấy người Mary vẫn đẹp lắm. Nhưng mình đồng ý với Mary: phải tranh thủ thời gian tập thể thao.

Mary: Và ăn ít thịt hay các món nhiều mỡ, nên ăn nhiều rau, hoa quả.

Dialogue 3

A: Sao hôm nay cậu đi học sớm thế?

B: Mình đi bộ đến lớp.

A: Xe đạp cậu đâu?

B: Xe đạp mình hỏng, chưa có thì giờ chữa.

A: Sao cậu không đi xe buýt của trường?

B: Không tiện, bến xe buýt xa lớp mình lắm.

Dialogue 4

A: Cậu đi đâu đấy?

B: Mình đi tắm.

A: Thế thì cậu phải mang theo chìa khoá phòng. Mình đi thư viện bây giờ đây.

B: Cám ơn cậu đã cho mình biết, nếu không mình phải gọi cảnh sát mở cửa cho mình như lần trước.

Vocabulary

chăm: diligent, assiduous
bờ: bank, shore, coast
sông: river
  bờ sông: riverside
còn mình thì: as for me
khu: area
thể thao: sports
  khu thể thao: sport area, athletic center
chơi: play
quần vợt: tennis
Hay lắm! Great!
đánh: to hit, beat
  đánh quần vợt: to play tennis
nhà ăn: dining hall
ký túc xá: dormitory
nhà hàng: restaurant
ăn tối: to have dinner, supper
dạ vũ: dancing (at night)
nhảy: to dance
chương trình: program
hấp dẫn: attractive
  Chương trình nghe hấp dẫn đấy!: That sounds good!
ghi tên: to enroll, sign up
thể dục: gymnastics, exercises
nhịp điệu: rhythm
  thể dục nhịp điệu: aerobics
chắc: probably
phải: must, to have to
bận: to be busy
nghỉ: to stop doing something
thời gian: time
  một thời gian: a time, a while
hơi: a little

béo: fat, plump, stout
  béo ra: to get fat, put on weight
người: figure
vẫn: still
đồng ý (với): to agree (with)
tranh thủ: to make use, take advantage
  tranh thủ thời gian: to make use of free time
thịt: meat
mỡ: fat, grease
nên: should
rau: (collective noun) vegetables
hoa quả: (collective noun) fruits
sao?: why?
thế: so
đi bộ: to go on foot, walk
đâu?: where?
hỏng: to break down
thì giờ: time
xe buýt: bus
tiện: convenient
bến: (bus) stop
xa: far away
tắm: to take a shower, take a bath
thế thì: well then, in that case
theo: to follow
  mang theo: to bring along, have (with)
chìa khoá: key
cho … biết: to let someone know
nếu không: if not, otherwise
gọi: to call
cảnh sát: police

Grammar Notes

1. The conjunction *mà* "but" is used to link two statements or facts, the second of which is opposite to the first one:

Chiếc xe này đắt *mà* không tốt.	"This car is expensive, but isn't good."
Tuần sau thi *mà* bây giờ anh ấy chưa bắt đầu chuẩn bị.	"The exam will be held next week, but he has not yet started preparing for it."

The conjunction *mà* may be replaced by the conjunction *nhưng*, but *mà* has more emphatic sense than the conjunction *nhưng*:

Món ấy đắt *mà/nhưng* không ngon. "That dish is expensive, but doesn't taste good."

2. The interrogative word *đâu?* "where" is used for verbs of motion:

Anh đi *đâu* đấy? "Where are you going?"

The interrogative word *ở đâu?* is used for verbs denoting location (Lesson Two):

Anh làm việc *ở đâu?* "Where are you working?"

3. When the negation is emphasized, the following construction is used:

negation + verb + interrogative word + [cả]

Anh ấy không hiểu gì [cả]. "He understands nothing./
He doesn't understand anything."

Hôm qua tôi không đi đâu [cả]. "Yesterday I went nowhere./
Yesterday I didn't go anywhere."

Tôi chưa ăn cơm Việt Nam bao giờ [cả]. "I have never eaten Vietnamese food."

In this construction the particle *cả* placed at the end of the negative statement is optional. The interrogative word *bao giờ* or *khi nào* may have a different position in the sentence:

Tôi chưa *bao giờ/khi nào* ăn cơm Việt Nam [cả].

The questions are formed by using the frame construction along with the interrogative word:

Anh có đi đâu không? "Are you going anywhere?"
Không, tôi không đi đâu cả. "No, I am not going anywhere."

Such a question actually contains two questions:
(1) Anh có đi không? and (2) Anh đi đâu?

4. The <u>prepositions</u> of time *trước* "before," *trong* "in, within, during," *sau* "after," and the <u>conjunctions</u> of time *trước khi* "before," *trong khi* "while, as," *sau khi* "after," and *khi* "when, while, as."

Trước and *trước khi*:
Trước giờ học, chúng tôi nói chuyện với nhau rất lâu.
"Before class, we talked to each other for a long time."

Trước khi đi ngủ, tôi thường nghe nhạc.
· "Before I go to sleep, I usually listen to music."

Trong and *trong khi*:
Trong giờ học, chúng tôi tập nói tiếng Việt rất nhiều.
"In/during class we practice speaking Vietnamese a lot."

Trong khi tôi học, anh ấy nghe nhạc.
"When/while I study, he listens to music."

Sau and *sau khi*:
Sau giờ học, tôi thường đi thư viện học bài.
"After class, I usually go to the library to study."

Sau khi làm bài xong, tôi đi chơi.
"After I finished my homework, I went to relax."

Khi:
Khi tôi học lớp 12 trung học, anh tôi vào đại học.
"When I was a twelfth-grade student in high school, my brother was admitted to college."

The <u>prepositions</u> *trước*, *trong*, *sau* are always followed by a noun, while the <u>conjunctions</u> *trước khi*, *trong khi*, *sau khi* and *khi* precede a verb or a clause. (Both *trước* and *trước khi* mean "before" in English, both *sau* and *sau khi* mean "after" in English.)

At the beginning of the main clause, which follows the subordinate clause, the conjunction *thì* may be used: *Khi* tôi học lớp 12 trung học *thì* anh tôi vào đại học. The meaning of the sentence remains the same.

5. The conjunction *nếu* introduces a clause expressing a condition:

Nếu tối nay tôi làm bài xong sớm, tôi sẽ xem ti vi trước khi đi ngủ.
"If I finish my homework early tonight, I will watch TV before going to sleep."

The conjunction *thì* "then" may optionally be placed at the beginning of the main clause, following the subordinate clause: *Nếu* tối nay làm bài xong sớm *thì* tôi sẽ xem ti vi trước khi đi ngủ.

The conjunction *nếu* expresses only conditionality. In order to convey the English conjunction *if* in the sense of *whether ... [or not]*, Vietnamese uses a different construction:

Tôi không biết ngày mai anh ấy *có* đến *không*.
"I don't know if he will come tomorrow."

Cô ấy hỏi tôi tuần trước chúng tôi *đã* thi môn tiếng Việt *chưa*.
"She asked me whether we took the Vietnamese language exam last week or not."

6. The modal verbs *muốn*, *có thể*, *cần*, *phải*, *nên* are placed before another verb.

6.1. The verb *muốn* means "to want":

> Tôi *muốn* xem bộ phim ấy.
> "I want to watch that movie."

Unlike the English verb *to want*, which can stand alone as a notional verb (I *want* a cup of coffee), the Vietnamese verb *muốn* in most cases is used before another verb.

6.2. The verb *có thể* "can," "may," "to be able" is used to express:

1. Possibility:
> Tháng giêng ở Hà Nội *có thể* rất *lạnh* "cold."
> "January in Hanoi can be very cold."

2. Ability of the subject to do something:
> Bạn tôi *có thể* nói tiếng Pháp.
> "My friend can speak French."

3. Permission:
> Ngày mai anh *có thể* đến muộn mấy phút.
> "Tomorrow you can/may come a few minutes late."

The negative form of *có thể* is *không thể* (*có* is omitted):

> Ngày mai tôi *không thể* đến thăm anh ấy.
> "Tomorrow I can't come to visit him."

6.3. The verb *phải* "should," "must," "to have to" is used to express:

1. The subject's obligation or duty:
> Các anh các chị *phải* tập nói tiếng Việt nhiều.
> "You should practice speaking Vietnamese frequently."

2. Obligation imposed by the speaker:
> Anh *phải* làm lại bài này.
> "You must do this drill again."

3. External obligation:
> Chúng tôi định đi chơi nhưng mưa to quá, chúng tôi *phải* ở nhà.
> "We had planned to go out, but since it was raining heavily, we had to stay at home."

6.4. The verb *cần* "need" is used to denote the necessity of an action which must be done:

> Tôi *cần* nói chuyện với anh.
> "I need to talk to you."

The verb *cần* may be used in combination with the verb *phải* to emphasize the necessity:

> Tôi *cần phải* nói chuyện với anh.
> "I really need to talk to you."

Like the English verb *to need*, the Vietnamese verb *cần* may be used as an ordinary (notional) verb, that is, it may be used alone, without another verb:

> Tôi *cần* một quyển từ điển.
> "I need a dictionary."

6.5. The verb *nên* "should," "ought to" is used to express advice:

> Quyển sách này hay lắm. Anh *nên* đọc.
> "This book is very good. You should/ought to read it."

7. Four verbs of motion *ra, đi, lại, lên* may follow adjectives as modifiers to indicate changes in quality or state of the subject: *béo ra* "to get fat," *gầy đi* "to get thin," *ngắn lại* "to become shorter," *lớn lên* "to grow up," etc. The meanings of both the verb and the adjective determine which modifier follows the adjective; the modifier used may depend on the habitual usage of particular speakers.

Notes on Usage

1. The particle *đấy* is used at the end of an assertive statement to emphasize that the fact is real:
   Anh ấy đến rồi *đấy*.   "He did in fact arrive."

2. The adverbs of degree *hơi* "a little, a bit" and *khá* "rather, pretty" are used before adjectives to denote degree, with *khá* denoting a higher degree than *hơi*. *Khá* may be used before either "favorable" or "unfavorable" adjectives, from the speaker's point of view: khá đẹp "rather beautiful," khá lạnh "pretty cold," khá tốt "rather good/well," khá nóng "pretty hot," etc. *Hơi* in most cases is used only before "unfavorable" adjectives: hơi xấu "a little ugly," hơi lạnh "a little cold," hơi nóng "a bit hot," hơi chậm "a little slow," hơi kém "a little weak," etc.

3. In colloquial Vietnamese, the word *vì* is omitted in the interrogative adverb *vì sao?* "why?" and the word *ở* is omitted in the interrogative adverb *ở đâu?* "where?":
   Sao hôm nay chị không đi học?   "Why did you not come to class today?"
   Bạn anh *đâu*?   "Where is your friend?"

4. The adverb of degree *thế* "so, to such a degree" is used at the end of the sentence after an adjective to indicate both a high degree and some surprise on behalf of the speaker:
   Ở đây nóng *thế*!   "It's so hot here!"
   Sao hôm nay anh đến muộn *thế*?   "Why did you come today so late?"

5. Both *thời gian* and *thì giờ* are used in the sense of "time," but the noun *thời gian* may be used in different meanings of "time," while the noun *thì giờ* emphasizes the period of time necessary for performing an action:
   Thời gian không đợi chúng ta.   "Time does not await us."

Tôi không có *thời gian/thì giờ* đọc báo hàng ngày.
"I don't have time to read newspapers every day."

6. The adjectives *xa* "far" and *gần* "close, near" are used before nouns without any prepositions:

Nhà tôi *xa* trường nhưng *gần* bến xe buýt.
"My house is *far away from* the university, but *close to* the bus stop."

10 Drills

1. Combine the following sentences into one, using the word mà. Be careful with the order of the clauses.

 1. *Trời* "weather" hôm nay lạnh. Anh ấy tập chạy gần bờ sông.
 2. Chiếc xe này đắt. Chiếc xe này không tốt.
 3. Mấy quả chuối này to. Anh ấy có thể ăn năm quả.
 4. Tôi vẫn không hiểu. Cô giáo giảng nhiều lần.
 5. Cô ấy mới bắt đầu học tiếng Việt cách đây 4 tháng. Cô ấy nói tiếng Việt rất khá.
 6. Trời còn lạnh. Bây giờ đã là tháng 3 rồi.
 7. Anh ấy lái xe trong thành phố. Anh ấy đi nhanh quá.
 8. Bạn tôi đi xe đạp đi học. Trời mưa to.
 9. Ngôi nhà ấy cũ. Họ bán đắt quá nên không bán được.
 10. Quyển từ điển đó không có từ ấy. Quyển từ điển đó rất mới.
 11. Chỗ ấy xa lắm. Họ định đi bộ đến đấy.
 12. Ông ấy già rồi. Ông ấy chưa muốn về hưu.
 13. Hùng vừa mới uống nhiều bia lắm. Anh ấy định lái xe đi New York.
 14. Nhiều người nói món này ngon lắm. Tôi chưa ăn.
 15. Tôi không biết phố ấy ở đâu. Tôi sống ở thành phố này lâu rồi.

2. Complete the following sentences.

 1. Bài ấy khó lắm mà _____
 2. Bạn tôi học ít mà _____
 3. Bây giờ muộn rồi mà _____
 4. Bà ấy sang Mỹ lâu lắm rồi mà _____
 5. Tôi mời anh ấy nhiều lần mà _____
 6. Hiệu sách này lớn nhất ở đây mà _____
 7. Học kỳ này tôi học năm môn mà _____
 8. Bạn tôi sắp tốt nghiệp rồi mà _____
 9. Họ ở xa lắm mà _____
 10. Năm nay cô ấy gần 40 rồi mà _____

3. Change the following sentences into negative sentences.

Example:

Tôi hiểu bài này.

➜ Tôi không hiểu gì cả.

1. Chúng tôi thấy ngôi nhà kia.
2. Cô ấy mua nhiều sách ở hiệu sách đó.
3. Học sinh trường trung học này học hai ngoại ngữ.
4. Tôi đã đi Huế mấy lần rồi.
5. Thứ bảy và chủ nhật này họ định đi chơi xa.
6. Tôi có cuốn từ điển ấy rồi.
7. Anh ấy mời nhiều người đến ăn sinh nhật.
8. Cô ấy cám ơn chúng tôi.
9. Tôi xem phim ấy hai lần rồi.
10. Anh ấy chuyên về toán.
11. Họ đi thăm nhiều thành phố ở đây.
12. Tôi quen nhiều người ở trường này.
13. Hôm qua chúng tôi gặp họ ở thư viện.
14. Sinh viên sắp thi ba môn.
15. Anh ấy nhớ nhiều từ lắm.
16. Cô ấy giới thiệu tôi với các bạn học cùng với cô ấy.
17. Sáng nay tôi ăn rồi.
18. Tôi đã lái xe từ Boston đi Los Angeles một lần rồi.
19. Nhà tôi gần nhiều bến xe buýt.
20. Chúng tôi đã làm việc với bà ấy rồi.

4. Give negative answers to the following questions.

1. Anh có biết gì về ông ấy không?
2. Chị đã đi Nha Trang bao giờ chưa?
3. Anh có định mua gì ở hiệu sách này không?
4. Chị có biết ai ở công ty đó không?
5. Chị đã bao giờ *dùng* "to use" đũa "chopsticks" ăn cơm chưa?
6. Anh đã lái xe ở Hà Nội bao giờ chưa?
7. Chúng ta có phải chờ ai không?
8. Chị có gọi điện thoại cho ai không?
9. Anh đã đi Đà Lạt bao giờ chưa?
10. Cậu có muốn ăn gì bây giờ không?
11. Chị đã bao giờ ăn cơm Ý chưa?
12. Hôm qua anh có gặp ai ở đấy không?
13. Chủ nhật tuần này anh có định đi đâu không?
14. Chị có thích quyển nào không?
15. Anh có quen ai ở trung tâm nghiên cứu đó không?
16. Tuần này cậu có thi môn nào không?
17. Các anh đã xem bộ phim ấy lần nào chưa?
18. Chị có thích món nào ở hiệu ăn ấy không?

5. Fill in the blanks in the following sentences with the interrogative words *gì*, *nào*, *ai*, *bao giờ*.

1. Tôi chưa _____ đi Sài Gòn.
2. Họ không thích phim _____ cả.
3. Tôi không muốn uống _____ cả.
4. Bạn tôi không tập môn thể thao _____ cả.
5. Họ không mời _____ đến họp cả.
6. Anh ấy chưa đi du lịch sang *châu Âu* "Europe" _____ cả.
7. Họ không giới thiệu chúng tôi với _____ ở trường đó cả.
8. Tôi chưa đi dạ vũ ở đấy lần _____ .
9. Giờ học hôm nay không _____ vắng mặt.
10. Gần đây không có bưu điện _____ cả.
11. Anh ấy chưa học ngoại ngữ _____ cả.
12. Cậu có định gọi điện cho _____ không?
13. Tôi chưa gặp bác sĩ Đức lần _____ .
14. Bạn tôi chưa _____ uống bia Việt Nam cả.
15. Cô ấy chưa chuẩn bị _____ để ăn sinh nhật cả.
16. Chúng tôi chưa nghe giáo sư ấy giảng _____ .
17. Hôm nay cô giáo không giao bài tập _____ về nhà cả.
18. Ở đây chưa _____ mưa nhiều như năm nay.

6. Complete the following sentences.

1. Trước khi đi ngủ, tôi thường _____
2. Sau giờ học, chúng tôi _____
3. Trong khi tôi học đại học thì _____
4. Tôi đến chào ông ấy trước khi _____
5. Trong tháng này _____
6. Khi tôi ra phố thì _____
7. Trong khi tôi đứng đợi anh ấy ở bến xe buýt thì _____
8. Trước khi đi Việt Nam thực tập, _____
9. Sau buổi họp, _____
10. _____ trước khi làm quen với anh ấy.
11. Anh ấy mở nhạc rất to trong khi _____
12. Trước học kỳ này _____
13. Khi chúng tôi vào lớp thì _____
14. Trước khi đi xem phim, _____
15. Trong khi uống bia, _____
16. Chúng tôi tổ chức dạ vũ sau khi _____
17. Sau khi nghỉ đông, _____
18. _____ trước buổi dạ vũ.
19. Trong năm học trước, _____
20. Sau khi tốt nghiệp trường *y* "medicine, medical," _____

7. Fill in the blanks with *trước*, *trước khi*, *trong*, *trong khi*, *sau*, *sau khi*, *khi*.

1. _____ buổi họp tối qua, chúng tôi nói chuyện khá lâu với ông ấy.
2. Anh tôi lấy vợ _____ tôi đang thực tập ở Hà Nội.
3. Tôi giới thiệu bạn tôi với em tôi _____ buổi dạ vũ bắt đầu.
4. _____ tuần sau mình thi ba môn.
5. Bạn tôi thích nghe đài _____ lái xe.
6. _____ ở đây lạnh thì ở *Úc* "Australia" nóng lắm.
7. Giáo sư Dũng từ Việt Nam sang đây _____ năm học mới bắt đầu.
8. _____ về hưu, bà ấy có nhiều thì giờ viết sách.
9. Tôi học được rất nhiều _____ làm việc cho văn phòng của ông ấy.
10. _____ giờ học, tôi thường ôn từ mới.
11. Tôi làm quen với cô ấy _____ đang học năm thứ ba.
12. _____ làm bài tập về nhà, tôi qua phòng học tiếng nghe băng ghi âm.
13. Mình sẽ lại phòng cậu _____ ăn tối xong.
14. Tôi thường học từ mới _____ làm bài tập.

15. Họ về đến nhà _____ mùng một tháng giêng.

16. _____ thành lập, trung tâm ấy cần nhiều người chuyên về máy điện toán.

17. _____ giờ học cuối cùng của học kỳ một, chúng tôi nói chuyện về *Tết* "New Year" Việt Nam.

18. _____ làm cơm xong, Lan gọi điện mời chúng tôi đến ăn.

8. Combine the following sentences into one, using the conjunction *nếu*. Be careful with the order of the clauses.

1. Tôi làm việc xong sớm. Tôi sẽ gọi điện cho anh rồi chúng ta cùng đi ăn hiệu.

2. Anh quên chìa khoá phòng. Anh không vào được phòng.

3. Ngày mai có bài kiểm tra. Hôm nay phải ôn bài.

4. Anh phải chữa bài của anh. Bài của anh có nhiều lỗi.

5. Bây giờ anh chưa đi. Anh sẽ đi học muộn.

6. Cậu vừa mới uống bia. Cậu không nên lái xe.

7. Anh mua cho tôi cuốn sách ấy. Anh ra hiệu sách.

8. Em tôi được vào trường Đại học Bách khoa. Em tôi sẽ chuyên về máy điện toán.

9. Anh đừng đợi cô ấy. Hôm nay cô ấy lại đến muộn.

10. Chị chưa quen bạn tôi. Tôi giới thiệu chị với anh ấy.

9. Complete the following sentences.

1. Nếu thứ bảy chủ nhật tuần này không bận thì _____

2. _____ nếu tôi được gặp giáo sư nổi tiếng ấy.

3. _____ thì tháng này anh phải viết xong luận án.

4. Nếu sang năm, sau khi tốt nghiệp, tôi không có *đủ* "enough" *tiền* "money" học cao học thì _____

5. _____ thì chúng ta sẽ không thể đi chơi xa.

6. _____ nếu ở đấy đông người quá.

7. Nếu hàng ngày anh tập thể thao thì _____

8. _____ thì chị nên nói chuyện với giáo sư Thắng.

9. Nếu cậu đi xe đạp đi học thì _____

10. _____ nếu anh lái xe nhanh quá.

11. Nếu tôi có nhiều tiền thì _____

12. _____ thì cậu phải chuẩn bị từ bây giờ.

10. Complete the following sentences, using the English clauses given in the parentheses.

1. Chúng tôi không biết (if they can go with us tomorrow).

2. Tôi muốn hỏi Hùng (if our class started studying that lesson).

3. Tôi không biết (whether Hải remembers her *phone number* "số điện thoại" or not).

4. Chúng tôi định hỏi (if he bought the new Vietnamese-English dictionary).

5. Anh ấy muốn hỏi cô thư ký (if he may use that computer).

6. Tôi chưa biết (whether my friend goes home to visit his family for summer vacation).

7. Thắng hỏi tôi (if I sent the letter to the company's office in Hanoi).

8. Tôi không biết (whether she defended her dissertation or not).

11. Replace the modal verbs in the following sentences with the verbs given in the parentheses. Pay attention to the changes in meaning of the sentences.

1. Tôi <u>muốn</u> đọc báo hôm nay có *bài* "article" về Việt Nam. (cần)
2. Cậu <u>nên</u> gặp cô ấy xin lỗi. (phải)
3. Tôi <u>phải</u> ôn bài cũ, chuẩn bị thi môn này. (cần)
4. Chị <u>có thể</u> đi bệnh viện hôm nay. (phải)
5. Tôi không định đi đâu, tôi <u>phải</u> ở nhà chờ điện thoại của cô ấy. (muốn)
6. Chúng ta <u>không nên</u> hỏi anh ấy về việc này. (cần phải)
7. Anh <u>không thể</u> đi đến đấy bây giờ. (không nên)
8. Cô có <u>muốn</u> dùng chiếc máy điện toán này không? (cần)

12. Fill in the blanks with the modal verbs *muốn, có thể, phải, cần, cần phải, nên.* Indicate the sentences where two or more modal verbs are possible.

1. Anh ấy _____ hiểu tiếng Pháp và tiếng Tây Ban Nha.
2. Cậu vừa mới uống bia, cậu không _____ lái xe.
3. Tôi được thư anh ấy lâu rồi, bây giờ tôi _____ trả lời.
4. Tháng này ở Huế _____ mưa nhiều lắm.
5. Anh đang viết luận án về lịch sử Việt Nam, anh _____ đọc mấy quyển này.
6. Chúng ta làm xong việc rồi, hôm nay chúng ta _____ nghỉ ở nhà.
7. Bài này nhiều từ mới và khó quá, tôi không _____ nhớ.
8. Các cậu _____ mời Ngọc đi dạ vũ, cô ấy nhảy giỏi lắm.
9. Nghỉ đông sắp tới, chúng ta _____ lại thăm ông ấy. Lâu lắm rồi chúng ta không gặp ông ấy.
10. Buổi họp tối mai các anh _____ đến *đúng giờ* "on time," đừng ai đến muộn nhé!
11. Tôi _____ gọi điện thoại bây giờ. Ở đâu _____ gọi điện thoại đi Sài Gòn?
12. Nếu cậu _____ thi tốt thì cậu _____ chuẩn bị từ hôm nay.
13. Sáng nay tôi định đi xe đạp đi học nhưng trời lạnh quá, tôi _____ đi bộ.
14. Bà ấy nói nhanh quá, tôi không _____ hiểu bà ấy định nói gì.
15. Hôm nay anh có _____ đi đâu không?

13. Complete the following sentences, using the English phrases given in the parentheses.

1. Tôi thấy bài này (a little difficult).
2. Bạn tôi (pretty good) toán.
3. Chiếc xe ấy (pretty expensive), tôi không có đủ tiền mua.
4. Quyển từ điển này (a bit old), không thể dùng đọc báo Việt Nam.
5. Ngôi nhà ấy (a little big), chúng ta không cần ngôi nhà lớn như thế.
6. Bài kiểm tra của tôi (rather a lot) lỗi.
7. Cậu đi (a bit slowly), chúng ta sẽ đến họp muộn.
8. Anh ấy học (a little, not quite enough), thi không tốt.
9. Giáo sư ấy (pretty popular) ở trường đại học này.
10. Ông ấy nói (a little fast), tôi chưa hiểu ông ấy định nói gì.
11. Anh ấy thường lái xe (a bit fast).
12. Hôm nay (a little cold), anh không nên đi xe đạp đi học.
13. Bà ấy nói (a little loudly).
14. Luận án của anh ấy (rather interesting).

15. Bài báo ấy (pretty *long* "dài"), tôi đọc lâu lắm.
16. Chúng tôi đến bến xe buýt (a little late), xe buýt đã đi rồi.
17. Nửa tiếng trước khi buổi dạ vũ bắt đầu, trong phòng đã (rather crowded).
18. Đêm qua tôi ngủ ít, bây giờ (a little *tired* "mệt").
19. Tôi không thích cái áo này, nó (a bit short).

Exercises

1. A invites B, a friend of his, to his birthday party. Complete the following conversation.

    A: Mời _____
    B: Bao giờ?
    A: _____
    B: Mình muốn đến cùng với một người bạn, có tiện không?
    A: Tiện lắm! Cậu cứ_____

2. A and B have just finished a game of tennis. They both feel tired and thirsty. A makes an offer. Complete the following conversation.

    A: _____ đi uống bia nhé!
    B: Nếu _____ Mình muốn ngồi đây nghỉ mấy phút.
    A: _____

3. A watched a movie about Vietnam. He recommends that B see the movie because B specializes in Vietnamese studies. Complete the following conversation.

    A: _____
    B: Chị xem phim ấy ở đâu?
    A: _____

4. Prepare with your partner the following dialogue, then perform the dialogue for the class.

    A and *B* are both students in the same class, but from different cities. They don't know each other very well, but *A* hopes that by inviting *B* over for dinner they can become better acquainted.

A	B
1. greets B	1. greets A
2. invites B	2. accepts invitation
3. gives time and location	3. disagrees with the time, suggests alternate time
4. agrees	
5. acknowledges thanks, gives directions to location	4. expresses pleasure, thanks A

LESSON

10

Trường Đại học Quốc gia Hà Nội
Hanoi National University

Narrative

Ký túc xá của tôi là một ngôi nhà năm tầng nằm trên bờ sông. Phòng tôi ở tầng bốn, có cửa sổ trông ra sông, phong cảnh rất đẹp. Trước ký túc xá có một vườn hoa, mùa hè hoa nở, hương thơm bay vào trong phòng rất dễ chịu. Nhưng mùa đông gió từ phía sông thổi vào khá lạnh, tôi thường phải đóng cửa sổ. Ký túc xá cách ga xe điện ngầm và bến xe buýt không xa lắm, từ đây đến ga xe điện ngầm đi bộ mất khoảng 10 phút. Từ ký túc xá đi đến khu phố có nhiều cửa hàng, cửa hiệu cũng rất tiện.

Tôi ở cùng với ba sinh viên khác. Mỗi người có một phòng ngủ riêng, nhưng dùng chung phòng khách, buồng tắm và phòng vệ sinh. Phòng chúng tôi khá rộng, có đầy đủ tiện nghi. Phòng khách có một chiếc ti vi. Những hôm không có nhiều bài phải làm ở nhà hoặc những hôm có chương trình thể thao hay, chúng tôi xem ti vi. Vì bốn người dùng chung điện thoại nên điện thoại trong phòng chúng tôi thường bận vào buổi tối, khi tất cả bốn người ở nhà. Còn một điều bất tiện nữa là ký túc xá chúng tôi không có thang máy vì ngôi nhà này khá cổ. Buổi tối đi học hay đi làm về, khi đã mệt, đeo một chiếc túi nặng, không ai muốn đi bộ lên bốn tầng gác cả. Nhà ăn ở tầng một. Nhiều người không thích ăn ở nhà ăn này lắm, nhưng tôi thấy đồ ăn ở đấy cũng ngon, và ăn ở đấy rất tiện. Có lẽ vì tôi dễ tính.

Phần lớn sinh viên tham gia các hoạt động ngoại khoá ở ký túc xá. Một số sinh viên đi làm để kiếm thêm tiền. Tôi dạy tiếng Anh ở một trường chuyên dạy tiếng Anh cho một số người nước khác mới sang Mỹ. Tôi rất thích công việc này vì qua đó tôi được tiếp xúc với nhiều người thuộc nhiều dân tộc khác nhau, biết phong tục, văn hoá của họ. Các bạn cùng phòng với tôi cũng tham gia những hoạt động khác như giới thiệu với sinh viên năm thứ nhất về lịch sử thành lập trường Đại học Harvard, lịch sử thành phố Cambridge, hát ở câu lạc bộ, lái xe buýt của trường v.v… Thỉnh thoảng, vào buổi tối thứ sáu hay thứ bảy, chúng tôi tổ chức khiêu vũ vui lắm. Tất nhiên, ký túc xá có nội quy riêng nhưng nói chung, tôi thích sống ở đây vì cuộc sống ở ký túc xá khá tự do.

Vocabulary

nằm: to lie, be located

trên: on

cửa sổ: window

trông: to look

  trông ra: to overlook

  cửa sổ trông ra sông: the window
    overlooks the river

phong cảnh: view

trước: in front of

vườn: garden

  vườn hoa: flower garden

mùa: season

hè: summer

nở: to blossom, bloom

hương thơm: fragrance

bay: to fly (figuratively, to drift)

dễ chịu: pleasant

đông: winter

gió: wind

phía: side

thổi: to blow

đóng: to close

cách: be distant from

ga: station

xe điện ngầm: subway

mất: to take time to do something

khu phố: area (in a city)

cửa hàng: shop, store

cửa hiệu: small shop, store

ở cùng với: to share (an apartment, house)

riêng: separate, private, own

dùng chung: to share (using something with
    someone)

khách: guest

  phòng khách: living room

buồng: room

vệ sinh: hygiene

  phòng vệ sinh: lavatory, restroom

rộng: wide, broad, large

đầy đủ: to have enough

tiện nghi: convenience

vì: because

nên: so

tất cả: all

điều: thing, issue

bất tiện: inconvenient

  còn một điều bất tiện nữa: there is one
    more inconvenient thing

thang máy: elevator

đeo: to carry, wear

túi: bag

nặng: heavy

không ai: nobody, no one

đồ ăn: food

có lẽ: probably, perhaps

dễ tính: easy to please

phần lớn: most

tham gia: to take part, participate

hoạt động: activity

ngoại khoá: extracurricular

một số: some, several

để: in order to

kiếm: to earn

thêm: extra

công việc: job

qua đó: by that means, thereby

được: to have the opportunity to do
    something

tiếp xúc: to communicate

thuộc: belonging, pertaining

dân tộc: nation

khác nhau: different, various

phong tục: custom

văn hoá: culture

về: about, of, on

câu lạc bộ: club

khiêu vũ: to dance; dancing

tất nhiên: of course

nội quy: regulation(s), rule(s)

nói chung: generally speaking

cuộc sống: life

tự do: free

Grammar Notes

1. Locational terms *trên* "on top of," *dưới* "under, below, underneath," *trong* "inside of," *ngoài* "outside of," *giữa* "in the middle of," *trước* "in front of," *sau* "behind" describe the locations where an action takes place or where a subject is located. In most cases they function as prepositions:

Trên bàn có nhiều sách báo.	"There are a lot of books and newspapers on the table."
Phòng họ ở *dưới* phòng chúng tôi.	"Their apartment is below ours."
Trong phòng có nhiều người.	"There are many people in the room."
Ngoài phố hôm nay lạnh lắm.	"It is cold outside today."
Giữa vườn có một cây cam.	"There is an orange tree in the middle of the garden."
Tôi gặp anh ấy *trước* thư viện.	"I saw him in front of the library."
Xe chúng tôi chạy *sau* xe họ.	"Our car travels behind their car."

Several locational terms may function as nouns:

Ngoài ấy có lạnh lắm không?	"Is it cold out there?"
Vâng, *ngoài* này lạnh lắm.	"Yes, it is very cold out here."

The location of the speaker determines which locational term is used in a particular situation. For instance, the English phrase "in the garden" can be *trong* vườn if the speaker is outside of the house, on the street, and *ngoài* vườn if the speaker is inside of the house.

There is some specific usage of the locational terms with geographic names in Vietnam. When the speaker is in the North and is talking about a place in the South, he/she says: *trong* Sài Gòn "in Saigon," *trong* Cần Thơ "in Can Tho," and accordingly, *vào* Sài Gòn "to go to Saigon," *vào* Cần Thơ "to go to Can Tho." When the speaker is in the South and is talking about a place in the North, he/she says: *ngoài* Hà Nội "in Hanoi," *ngoài* Hải Phòng "in Hai Phong," and accordingly, *ra* Hà Nội "to go to Hanoi," *ra* Hải Phòng "to go to Hai Phong."

2. The verb *cách* is used to denote a distance between two places:

Hà Nội *cách* Hải Phòng 105 ki-lô-mét.	"Hanoi is 105 kilometers from Hai Phong."
Bưu điện *cách* đây không xa.	"The post office is not far from here."

The interrogative word *bao xa*? is placed at the end of the question to express the meaning "how far?":

Huế *cách* Hà Nội *bao xa*?	"How far is Hue from Hanoi?"

3. The verb *mất*, literally meaning "to lose," is used to convey the English construction, "It takes some time to do something":

> Đi bộ từ đây đến bến xe buýt *mất* 10 phút.   "It takes ten minutes to walk from here to the bus stop."
>
> Tôi đọc quyển sách này *mất* hai ngày.   "It took me two days to read this book."

The interrogative word *mất bao lâu?* is placed at the end of the question to express the meaning "how long does it take?":

> Lái xe từ đây đến thành phố New York *mất bao lâu*?   "How long does it take to drive from here to New York City?"

4. A clause of reason is introduced by the conjunction *vì*:

> Hôm nay tôi mệt *vì* tôi làm việc nhiều.   "I am tired today because I worked a lot."

When a clause of reason precedes the clause of result, the correlative conjunction *nên/cho nên* may be used to introduce the clause of result:

> *Vì* hôm nay tôi làm việc nhiều *nên/cho nên* bây giờ tôi rất mệt.   "Because I have worked a lot today, I am really tired now."

When *vì* is not used in the clause, which indicates the reason and comes first, the conjunction *nên/cho nên*, meaning "so," introduces the clause of result:

> Hôm nay tôi làm việc nhiều *nên/cho nên* bây giờ tôi rất mệt.   "I have worked a lot today, so I am really tired now."

A question "why?" is introduced by the interrogative words *vì sao?* and *tại sao?* or *sao?*:

> Vì sao/tại sao/sao anh đến muộn thế?   "Why are you so late?"
> Tôi đến muộn vì tôi phải chờ xe buýt rất lâu.   "I am late because I had to wait for the bus a long time."

5. The word *nữa*, placed at the end of the sentence, expresses the meaning "in addition to what has been done already":

> Tôi muốn mua một quyển sách *nữa*.   "I want to buy one more book."

The word *còn*, placed before the verb, may be used to emphasize the sense of addition:

> Tôi *còn* muốn mua một quyển sách *nữa*.   "I want to buy one *more* book."

The word *ngoài ra* "in addition,/...additionally" can be used before the sentence which contains *còn ... nữa*:

> *Ngoài ra*, tôi *còn* mua một quyển sách *nữa*.   "In addition, I also bought a book."

When placed at the end of a negative sentence, *nữa* is used in the sense that the action does not continue any more (longer):

Tôi *không* muốn xem ti vi *nữa*.   "I don't want to watch TV any more (longer)."

6. A clause of purpose can be introduced by the conjunction *để* "in order to":

Sinh viên đến sớm *để* có thì giờ chuẩn bị kiểm tra.
"The students come early in order to have more time to prepare for the test."

However, in most cases when the subject for several actions is the same, the conjunction *để* is not used:

Tôi ra bưu điện gửi thư.   "I went to the post office to send a letter."

The interrogative *[để] làm gì?* is placed at the end of the question to convey the sense "for what purpose?":

Anh đi Hà Nội *[để] làm gì?*   "For what purpose do you go to Hanoi?"

Drills

14. Give answers to the following questions, using the phrases given in the parentheses.

1. Báo mới ở đâu? (on the table)
2. Bạn anh đang làm việc ở đâu? (in Hanoi)
3. Các cháu chơi ở đâu? (on the street)
4. Thư viện ở đâu? (in front of that tall building)
5. Hôm qua anh gặp Dũng ở đâu? (inside of the bookstore)
6. Cô Lan ngồi đâu? (behind you)
7. Họ họp ở đâu? (in the classroom)
8. Thành phố Hà Nội nằm ở đâu? (on *the Red river* sông Hồng)
9. Bài kiểm tra của tôi đâu? (under the dictionary)
10. Họ nghe nhạc ở đâu? (on the second floor)
11. Bệnh viện ấy ở đâu? (in the middle of the city)
12. Nhà ăn của ký túc xá ở tầng mấy? (downstairs, on the first floor)
13. Văn phòng của công ty đó ở đâu? (in Saigon)
14. Tuần sau họ định đi đâu? (Nha Trang)
15. Các anh đi đâu đấy? (to the station)
16. Anh thích lái xe ở đâu? (on the *highway* xa lộ)
17. Cậu xem phim ấy ở đâu? (on TV)
18. Xe của anh đâu? (behind the market)
19. Họ đang khiêu vũ ở đâu? (inside the club)

15. Give answers to the following questions, using the phrases given in the parentheses.

    1. Thành phố Thanh Hoá cách Hà Nội bao xa? (khoảng 180 ki-lô-mét)
    2. Nha Trang cách Sài Gòn bao nhiêu *cây số* "kilometer"? (440)
    3. Bưu điện cách đây bao xa? (nửa cây số)
    4. Hà Nội cách Hải Phòng bao nhiêu ki-lô-mét? (hơn 100)
    5. Bưu điện cách ga xe điện ngầm bao xa? (khoảng 300 mét)
    6. Ký túc xá của chị cách lớp học có xa không? (gần lắm, đi bộ mất 10 phút)
    7. Hồng Kông cách Hải Phòng bao xa? (900 ki-lô-mét)
    8. Họ ở có gần đây không? (gần lắm, lái xe mất 10 phút)
    9. Los Angeles cách thành phố New York bao xa? (khoảng 4 500 cây số)
    10. Chợ Tân Định có xa đây không? (khá xa, đi xe máy mất 15 phút)
    11. Đi ô tô từ Sài Gòn xuống Cần Thơ mất bao lâu? (gần 4 tiếng)
    12. Họ chữa xe của cậu mất bao lâu? (2 ngày)
    13. Anh làm việc ấy mất bao lâu? (1 tuần)
    14. Hôm nay cô giáo chữa lỗi trong bài kiểm tra mất bao lâu? (nửa tiếng)
    15. Lái xe từ đây đến Washington D.C. mất bao lâu? (hơn 8 tiếng)
    16. Các anh chuẩn bị thi học kỳ một mất bao lâu? (2 tuần)
    17. Chị *nấu* "to cook" món này mất bao lâu? (1 tiếng)
    18. Đi máy bay từ Boston đến San Francisco mất bao lâu? (gần 6 giờ)
    19. Cô ấy viết luận án mất bao lâu? (2 năm)
    20. Anh *dịch* "to translate" bài ấy mất bao lâu? (nửa ngày)

16. Combine the following sentences, using the conjunctions *vì, nên, cho nên.*

    1. Tối qua tôi không gọi điện cho anh. Tôi bận quá.
    2. Hùng chuẩn bị thi. Hùng học nhiều.
    3. Ông ấy nói nhỏ quá. Chúng tôi nghe không rõ.
    4. Hôm nay trong thành phố nóng quá. Tôi định đi tắm *biển* "sea, ocean."
    5. Tôi đi học muộn. Đồng hồ tôi đứng, tôi không biết giờ.
    6. Nhà ăn hôm nay không làm việc. Chúng tôi đi ăn hiệu.
    7. Thày giáo không giao bài tập về nhà môn tiếng Việt. Ngày mai chúng tôi thi môn lịch sử.
    8. Anh ấy lái xe nhanh quá. Tôi không muốn đi với anh ấy.
    9. Tôi mua chiếc xe khác. Chiếc ấy đắt quá.
    10. Bạn tôi sắp bảo vệ luận án. Anh ấy bận lắm.

LESSON

10

17. Complete the following sentences.

    1. Vì tôi không có thì giờ nên _____
    2. Vì tuần này chúng tôi nghỉ đông nên _____
    3. Anh ấy đi chơi nhiều cho nên _____
    4. Mình muốn giới thiệu cậu với cô ấy vì _____
    5. Lớp học xa quá nên _____
    6. Tôi phải mang theo chìa khoá vì _____
    7. Vì tôi quên không đóng cửa nên _____
    8. Cô ấy không thích học môn này nên _____
    9. Vì tôi sắp tốt nghiệp đại học nên _____
    10. Ông ấy hay quên vì _____

18. Give answers to the following questions.

1. Vì sao tuần này ông ấy không đi làm?
2. Tại sao anh không lái xe đến đấy?
3. Vì sao hôm nay chị không đi chơi?
4. Sao bây giờ cô ấy chưa đến?
5. Vì sao hôm nay anh ăn ít thế?
6. Tại sao bạn chị không định học cao học?
7. Sao sáng nay các anh đến sớm thế?
8. Vì sao bây giờ anh chưa đi ngủ?
9. Tại sao dạo này bà ấy hay lo thế?
10. Vì sao nhiều người thích đi du lịch đến đấy?
11. Sao hôm nay ở đây đông thế?
12. Tại sao anh ấy chưa muốn lập gia đình?
13. Vì sao chị không thích món ấy?
14. Sao chị không chào ông ấy?
15. Vì sao các anh các chị chưa làm bài tập về nhà?

19. Change the following sentences, using *còn … nữa*.

    Example:
    Tôi muốn lại thăm anh ấy.
    ➔ Tôi còn muốn lại thăm anh ấy nữa.

1. Cô ấy định đi Nha Trang.
2. Chúng ta chờ anh Dũng.
3. Tôi muốn uống bia.
4. Cô giáo giao bài tập về nhà.
5. Họ định đi du lịch ra Vũng Tàu.
6. Bạn tôi làm việc ở công ty này.
7. Chị Lan định nấu món ấy.
8. Tôi ra bưu điện gửi thư.
9. Anh ấy qua bệnh viện gặp bác sĩ Hải.
10. Kỹ sư Tuấn chữa chiếc máy điện toán.
11. Học kỳ này chúng tôi học tiếng Ý.
12. Chúng tôi đến phòng học tiếng nghe băng ghi âm.

20. Change the sentences in Drill 19 to the negative sentences, using *không … nữa*.

21. Give answers to the following questions, using *để*.

1. Anh định gặp bác sĩ Đức làm gì?
2. Họ đi Hà Nội để làm gì?
3. Người Nhật mua nhà máy ấy làm gì?
4. Chị cần cuốn từ điển này làm gì?
5. Họ tổ chức buổi họp ấy để làm gì?
6. Anh cần máy điện toán làm gì?
7. Hôm nay chị đến sớm thế để làm gì?
8. Anh ghi bài ấy làm gì?
9. Các anh đứng đây làm gì?
10. Anh tập thể thao để làm gì?
11. Chị học tiếng Việt để làm gì?
12. Ông kỹ sư ấy đến văn phòng của anh làm gì?
13. Hôm nay thứ bảy, anh đi thư viện làm gì?
14. Anh ấy lái xe nhanh thế để làm gì?
15. Học kỳ này chị học môn ấy làm gì?
16. Nghỉ hè anh không về nhà, ở lại đây làm gì?
17. Cô giáo đặt câu hỏi ấy để làm gì?

22. Give answers to the following questions.

1. Ký túc xá của anh/chị ở đâu? Phong cảnh gần ký túc xá có đẹp không?
2. Từ ký túc xá đến lớp học, bến xe buýt, khu phố có nhiều cửa hàng cửa hiệu có xa không?
3. Anh/chị ở cùng phòng với ai hay ở một mình?
4. Bạn cùng phòng với anh/chị người ở đâu? Dễ tính hay khó tính?
5. Anh/chị có phải dùng chung gì với ai trong phòng không?
6. Phòng anh/chị có ti vi không? Anh/chị có hay xem ti vi không? Vì sao?
7. Anh/chị có thích nói chuyện điện thoại không? Với ai?
8. Điện thoại trong phòng anh/chị hay bận vào lúc nào?
9. Anh/chị có tham gia hoạt động nào ở ký túc xá không?
10. Anh/chị có thích cuộc sống ở ký túc xá không? Vì sao?

Bờ biển Vũng Tầu
Beach at Vung Tau

Exercises

1. Write a story about your dormitory.
2. With a classmate, prepare a dialogue about an activity in your university.
3. Use the dictionary to read the following announcement taken from a Vietnamese newspaper.

BẢO VỆ LUẬN ÁN

    Trường đại học Xây dựng sẽ tổ chức bảo vệ luận án tiến sĩ kinh tế cho NCS **Trần Hồng Mai** về đề tài: *Nghiên cứu một số giải pháp nâng cao chất lượng quản lý giá xây dựng trong điều kiện kinh tế thị trường ở Việt Nam,* chuyên ngành: Tổ chức và quản lý sản xuất, mã số 5.02.21.

    Thời gian: 14 giờ ngày thứ bảy 5-1-2002

    Địa điểm: Phòng họp nhà Thư viện Trường đại học Xây dựng - 55 đường Giải Phóng, quận Hai Bà Trưng, Hà Nội.

    Kính mời các quý vị quan tâm tới dự.

Tục ngữ
Bán anh em xa mua láng giềng gần.

"One would sell one's distant brothers and sisters to buy a close neighbor."
"A near neighbor is better than a far-dwelling kinsman."

LESSON 11

Topic: Asking direction

Grammar:

1. Particle: ơi
2. Interrogative particle: hở
3. Hết used after a verb
4. Restrictive construction: chỉ … thôi
5. Emphatic cũng used with interrogative words
6. Constructions: còn … thì and thêm … nữa
7. Prepositions: bằng, ngoài … ra and khỏi
8. Lại in the sense of "moreover, in addition"
9. Verbs: gọi, coi
10. Conjunction: kẻo
11. Passive voice
12. Classifiers: con, cuộc

Usage:

1. Làm ơn denoting a request
2. Không dám, không có gì as replies
3. Prepositions: đầu, cuối
4. Kia kìa
5. Verb: thử

Word-formation:

Compounding

Dialogue 1

A: Bác ơi! Bác làm ơn cho hỏi: từ khách sạn Thắng Lợi đến chợ Đồng Xuân đi đường nào?

B: Dễ lắm. Anh đi thẳng đường này, đến ngã ba anh xuống dốc, đi hết dốc đến ngã tư. Đấy là phố Quan Thánh, anh rẽ tay trái, đạp xe khoảng 10 phút là đến chợ Đồng Xuân.

A: Thế từ đây đến ngã ba có xa không, hở bác?

B: Rất gần, chỉ độ 500 mét thôi.

A: Cám ơn bác.

B: Không dám.

Dialogue 2

A: Chị ơi! Báo hôm nay mua ở đâu, chị?

B: Mấy phố ở gần đây, phố nào cũng có quầy bán báo. Quầy báo gần nhất ở đầu đường đằng kia kìa.

A: Thế còn báo và tạp chí bằng tiếng nước ngoài thì mua ở đâu?

B: Ở cửa hàng sách báo ngoại văn phố Tràng Tiền.

A: Từ đây đến phố Tràng Tiền đi bộ mất bao lâu, hở chị?

B: Độ mười phút.

Dialogue 3

A: Cô ơi! Bưu điện chợ Hôm đi lối này phải không cô?

B: Không phải, anh nhầm đường rồi. Anh quay lại đầu đường đằng kia rồi rẽ tay trái, đi thêm hai ngã tư nữa. Bưu điện nằm bên tay phải.

A: Cám ơn cô.

B: Không có gì.

Dialogue 4

A (*người nước ngoài*): Anh thường đi làm bằng gì?

B (*người Hà Nội*): Tôi đi xe đạp. Nhưng thỉnh thoảng, khi nào vội tôi đi xe máy.

A: Hà Nội có xe buýt không?

B: Có, nhưng còn ít lắm, lại không tiện, nên ít người đi lại trong thành phố bằng xe buýt. Thường người ta dùng xe buýt đi xa, từ thành phố này đến thành phố khác. Người Bắc gọi loại xe buýt này là xe ca, còn người Nam gọi là xe đò.

A: Còn xe lửa thì sao?

B: Xe lửa, hay có người gọi là tàu hoả, là một trong những phương tiện giao thông đường xa quan trọng nhất ở Việt Nam. Ngoài xe lửa ra, người ta còn có thể đi xa bằng máy bay hay tàu thuỷ. Ở Hà Nội anh đã đi xích-lô bao giờ chưa?

A: Chưa, tôi định hôm nào đi thử. Nhưng tôi đã đi xe lam một lần rồi. Tiện lắm. Theo anh, trong thời gian làm việc ở Hà Nội, tôi nên đi lại bằng gì?

B: Anh nên mua một chiếc xe đạp. Nhớ mua thêm một chiếc khoá tốt, và nơi nào có chỗ gửi xe thì nên gửi xe kẻo bị mất cắp.

Vocabulary

ơi: excuse me, hey

làm ơn: please

cho hỏi/cho … hỏi: to let someone ask

  làm ơn cho hỏi: could you tell me, please

khách sạn: hotel

đường: way, road

  đi đường nào?: what way to take?

thẳng: straight

ngã ba: T-intersection

dốc: slope

hết: end

  đi hết dốc: to come to the end of the slope

ngã tư: intersection

rẽ: to turn

tay: arm, hand

trái: left

  rẽ [tay] trái: to turn left

đạp xe: to ride a bicycle

là: then, yet

thế: and (used at the beginning of a sentence in colloquial Vietnamese)

hở: polite particle, used before a personal pronoun in questions

chỉ … thôi: only

độ: approximately, about

không dám: you are welcome (reply to a thank you)

nào … cũng: every

quầy: stand, kiosk

  quầy [bán] báo: newsstand

đầu: head, beginning

  đầu đường: at the beginning of the street

đằng: side (in some word-combinations)

  đằng kia: over there

kìa: there, over there

bằng: in, by

còn … thì: as for

nước ngoài: foreign

ngoại văn: foreign languages (in some word-combinations)

  cửa hàng sách báo ngoại văn: foreign language bookstore

lối: way (used for directions)

nhầm: to make a mistake

  nhầm đường: to take the wrong way

quay lại: to go back, to make a U-turn

thêm … nữa: more

phải: right

  bên [tay] phải: on the right side

không có gì: no problem (reply to a thank you)

đi làm: to go to work

khi nào: whenever, when (conjunction)

vội: to hurry, to be in a rush

lại: moreover, in addition

đi lại: to move from one place to another

gọi … là: to (be) call(ed)

xe ca: long-distance bus (in Northern Vietnam)

xe đò: long-distance bus (in Southern Vietnam)

xe lửa: train

thì sao?: how about?

tàu hoả: train (in Northern Vietnam)

phương tiện: means

giao thông: transportation, traffic

quan trọng: important

tàu thuỷ: ship

xích-lô: pedicab

hôm nào: some day (in the future)

thử: to try

xe lam: 3-wheeled van

nhớ: to remember, not forget

khoá: lock; to lock

  chỗ: place

gửi: to entrust

chỗ gửi xe: bike parking lot

kẻo: otherwise, if not, or else

bị mất cắp: to have something stolen

LESSON

11

Đường phố Hà Nội
Hanoi streets

Grammar Notes

1. The particle *ơi* "excuse me," "hey" is used after a name or a personal pronoun to call to someone who is some distance away, or to attract someone's attention: Cô *ơi*! Ông *ơi*! Hùng *ơi*! Nga *ơi*!

2. The interrogative particle *hở* is used immediately before a personal pronoun at the end of a question to make the question more polite:

   Bây giờ mấy giờ rồi, *hở* cô?   "Excuse me, Miss. Do you have the time?"

3. The word *hết* "end" is used after a verb to denote an amount or quantity of something which is used up when an action is completed: làm *hết* bài tập "to do all the assignments," ăn *hết* cơm "to eat all the rice," trả lời *hết* các câu hỏi "to answer all the questions," đọc *hết* quyển sách "to finish reading the entire book," dịch *hết* bài báo "to translate the entire article."

   The word *hết* emphasizes the amount which is finished while the word *xong* (Lesson Nine) implies the process of an action which is completed: làm *hết* bài tập "to do all the homework," làm *xong* bài tập "to finish doing homework." *Xong* may be placed at the end of the sentence: làm bài tập *xong*, while *hết* always follows the verb. The word order làm bài tập *hết* is impossible.

4. The construction *chỉ ... thôi* "only" is used with the restrictive meaning. *Chỉ* is placed after the subject and before the predicate, *thôi* is always placed at the end of the sentence:

   Học kỳ này tôi *chỉ* học bốn môn *thôi*.   "This semester I am only taking four subjects."

5. An interrogative word may be used together with the word *cũng* to emphasize the meaning "all, every."

5.1. The subject is emphasized as follows:

   ```
   NOUN + NÀO  +  CŨNG  +  PREDICATE  +  OBJECT
        or AI
   ```

   Sinh viên *nào cũng* biết giáo sư ấy.   "Every student knows that professor."
   Ai cũng thích bộ phim này.   "Everyone likes this movie."

5.2. The object is emphasized as follows:

```
NOUN + NÀO + SUBJECT + CŨNG + PREDICATE
   or AI
```

Từ *nào* anh ấy *cũng* nhớ.   "He remembers every word."
Ai cô ấy *cũng* quen.   "She knows everybody."

5.3. The adverb of time is emphasized as follows:

```
NOUN + NÀO + SUBJECT + CŨNG + PREDICATE
   or BAO GIỜ
```

Ngày *nào* tôi *cũng* tập thể thao. "I do exercises every day."
Bao giờ anh ấy *cũng* đến muộn.   "He is always late."

6. The construction *còn ... thì* "as for, with regard to, concerning," introduces something connected with what was previously introduced:

Họ rất thích món ấy. *Còn* tôi *thì* không   "They liked that dish very much.
thích lắm.   As for me, I didn't like it so much."

7. The construction *thêm ... nữa* "more" indicates an additional number, amount or quantity. *Nữa* is optional in this construction:

Tuần sau chúng tôi học *thêm* một bài   "We'll study one more lesson next week."
[nữa].

8. The preposition *bằng* "by, with" is used to denote the means or way of doing something:

Tôi đi học *bằng* xe đạp.   "I go to class by bicycle."
Người Việt Nam ăn cơm *bằng* đũa.   "The Vietnamese eat with chopsticks."

The preposition *bằng* may be used with the name of a language to indicate the language in which something is written, read etc.:

Anh ấy viết luận án *bằng* tiếng Đức.   "He wrote his dissertation in German."

9. The word *lại* "moreover, in addition" is used to denote something in addition to that which has been stated. If the first fact is "favorable" from the speaker's point of view, the second one must be also "favorable"; accordingly, if the first fact is "unfavorable," the second one must be "unfavorable," too:

Thư viện ấy rất lớn *lại* gần.   "That library is very big, and moreover,
                                          it isn't far."

| Quyển từ điển này đắt *lại* có ít từ. | "This dictionary is expensive, and moreover, it doesn't contain many words." |

Some other emphatic words can be added to form the following construction

```
SUBJECT + ĐÃ + PREDICATE + LẠI CÒN + PREDICATE + NỮA
                (first)                          (second)
```

| Thư viện ấy *đã* rất lớn *lại còn* gần *nữa*. | "That library is very big, and moreover, it isn't far." |

10. The verbs *gọi* "to (be) call(ed) something," *coi* "to consider, to regard as," are used with the word *là*:

| Cái này tiếng Việt *gọi là* cái máy điện toán. | "In Vietnamese this thing is called a computer." |
| Chúng tôi *coi* ông ấy *là* một người bạn. | "We consider him [to be] a friend." |

The verb *coi* may be used with the word *như*:

| Chúng tôi *coi* ông ấy *như* một người bạn. | "We consider him [to be] a friend." |

11. The preposition *ngoài … ra* "in addition to" is used to add an object in the following construction:

```
NGOÀI + OBJECT + RA, + SUBJECT + CÒN + PREDIC. + OBJECT
        (first)                                    (second)
```

| *Ngoài* tiếng Việt *ra*, học kỳ này chúng tôi *còn* học tiếng Trung Quốc. | "In addition to Vietnamese, we are also taking Chinese this semester." |

12. The conjunction *kẻo* "if not, otherwise, or else" is used to link two statements, the second of which is unfavorable in the speaker's opinion and should be avoided:

| Chúng ta phải đi nhanh hơn *kẻo* muộn. | "We must go faster, otherwise we'll be late." |

Notes on Usage

1. The word *làm ơn* is used after the subject and before the verb in a request to make it polite:
Anh *làm ơn* chờ tôi mấy phút.   "Please wait for me a few minutes."

2. *Không dám* and *không có gì* are replies to a thank you sentence. *Không dám* is formal; *không có gì* sounds more colloquial.

3. The nouns *đầu* "beginning" and *cuối* "end," functioning as prepositions, are used with both spatial and temporal meanings:

đầu phố	"at the beginning of the street"	cuối phố	"at the end of the street"
đầu đường	"at the beginning of the street"	cuối đường	"at the end of the street"
đầu tuần	"at the beginning of the week"	cuối tuần	"at the end of the week"
đầu tháng	"at the beginning of the month"	cuối tháng	"at the end of the month"
đầu năm	"at the beginning of the year"	cuối năm	"at the end of the year"

4. *Kia kìa* is used in spoken Vietnamese to indicate something that is far away from the speaker, but within his sight. The word is normally accompanied by a pointing gesture.

5. The verb *thử* "try" is often used after another verb: ăn thử "to try a dish," làm thử "to try to do something," viết thử "to try to write," etc.

Word formation

Compounding is one of the most important processes of making new words in Vietnamese. Compounding is the process of word-formation when a new word is made by adding together two (or more) base words, forming new words that are called compounds. For instance, quần "trousers, pants" + áo "shirt" ➜ quần áo "clothes;" nhà "house" + ăn "to eat" ➜ nhà ăn "dining hall."

The relationship of the constituents in a compound may be either coordinate or subordinate. The constituents in coordinate compounds have the same grammatical status and belong to the same word class (part of speech):

bàn "table" (noun) + ghế "chair" (noun) ➜ bàn ghế "furniture,"
tốt "good" (adjective) + đẹp "beautiful" (adjective) ➜ tốt đẹp "fine, splendid,"
đi "to go, walk" (verb) + lại "to come over" (verb) ➜ đi lại "to move from one place to another."

Subordinate compounds contain constituents, one of which grammatically depends upon another. The constituents of subordinate compounds may belong to the same word class or to different word classes. For example:

xe "vehicle" (noun) + lửa "fire" (noun) ➜ xe lửa "train,"
xe + đạp "to kick" (verb) ➜ xe đạp "bicycle,"
hoa "flower" + hồng "pink" (adjective) ➜ hoa hồng "rose,"
áo "shirt" (noun) + dài "long" (adjective) ➜ áo dài "Vietnamese traditional flowing tunic,"
trả "to return, give back" (verb) + lời "word" (noun) ➜ trả lời "to answer, reply,"
dễ "easy" (adjective) + chịu "to endure, bear" (verb) ➜ dễ chịu "pleasant."

Đền Ngọc Sơn, cầu Thê Húc trên hồ Gươm (Hà Nội)
Ngoc Son Pagoda and The Huc Bridge on the Lake of the Restored Sword (Hanoi)

Drills

1. Extend the following questions.

Example:

Bây giờ mấy giờ rồi? (cô)

➔ Cô ơi! Bây giờ mấy giờ rồi, hở cô?

1. Phố Trần Hưng Đạo ở đâu? (bà)
2. Bưu điện cách đây có xa không? (bác)
3. Sáng mai mấy giờ có xe đi Huế? (cô)
4. Ga xe lửa đi lối nào? (chị)
5. Thư viện Khoa học có gần đây không? (cô)
6. Có hiệu ăn nào gần đây không? (bác)
7. Ra *sân bay* "airport" đi bằng gì? (anh)
8. Gần đây có chỗ gửi xe không? (chị)
9. Bến xe buýt *số* "number" 72 ở đâu? (anh)
10. Báo tiếng Anh mua ở đâu? (ông)
11. Văn phòng công ty General Electric ở phố nào? (cô)
12. Gần đây chỗ nào có *điện thoại* "telephone"? (anh)
13. Số điện thoại bệnh viện Việt-Đức là bao nhiêu? (cô)

2. Complete the following short dialogues, using *ơi, hở, cám ơn, không dám, không có gì*.

Example:

_____ ?

Bốn giờ kém mười lăm.

Cám ơn _____ .

_____

➔ Anh ơi, bây giờ mấy giờ rồi, hở anh?

Bốn giờ kém mười lăm.

Cám ơn anh.

Không dám.

1. _____ ?

Cô đi thẳng đường này, đến ngã tư rẽ tay phải.

Cám ơn _____

_____

2. _____ ?

Dễ lắm. Anh đi qua hai ngã tư, đến ngã tư thứ ba thì rẽ phải. Bưu điện ở bên tay trái.

Cám ơn _____

_____

3. _____ ?

Gần đây có hiệu *phở* "Vietnamese soup with rice noodle" ngon lắm.

_____

Đi bộ mất khoảng 5 phút.

Cám ơn _____

_____

4. _____ ?

Gửi thư ra nước ngoài ở bưu điện nào cũng được.

_____ ?

Bưu điện Bờ Hồ.

_____ ?

Cách đây độ 300 mét.

_____ ?

Ông đi đến đầu phố đằng kia thì rẽ trái, đi thêm khoảng 100 mét nữa. Bưu điện là toà nhà hai tầng mầu vàng.

Cám ơn _____

_____

5. _____ ?

Ở đầu đường đằng kia kìa.

Nhà hàng còn mở cửa không?

_____

Cám ơn _____

_____

6. _____ ?

Đầu phố Huế có một hiệu chuyên chữa xe máy.

_____ ?

Anh đi đến ngã năm đằng kia thì rẽ tay phải, đi thêm hai ngã tư nữa, hiệu chữa xe máy ở gần ngã tư thứ hai.

Cám ơn _____

_____

3. Add the restrictive words *chỉ ... thôi* to the following sentences.

Example:
    Tôi có quyển từ điển ấy.
    ➜ Tôi chỉ có quyển từ điển ấy thôi.

1. Thành phố này có 1 trường đại học.
2. Cô ấy thích phim Pháp.
3. Hôm nay cô giáo giao hai bài tập về nhà.
4. Bà ấy biết tiếng Pháp.
5. Bạn tôi thích cơm Ý.
6. Hôm nay chương trình thể thao trên ti vi có quần vợt.
7. Bài kiểm tra của Hùng có 2 lỗi.
8. Lái xe từ Hà Nội ra sân bay Nội Bài mất 45 phút.
9. Chúng tôi nghỉ hè 3 tuần.
10. Thư viện này có sách tiếng Việt.
11. Tôi có thể uống 1 *cốc* "cup" bia.
12. Hệ mở rộng học 3 tháng hè.
13. Ở đây tôi quen 2 người.
14. Họ có 1 chiếc xe cũ.
15. Cô ấy có 1 người em trai.
16. Học kỳ này tôi ghi tên học 3 môn.
17. Anh ấy giỏi toán.
18. Họ có số điện thoại của giáo sư Hoà.
19. Tôi nhớ tên anh ấy, không nhớ *họ* "last name, family name."

4. Change the following negative sentences to the affirmative sentences using *cũng*. Pay attention to the place of the word, which is emphasized with *cũng*.

Example:
    Ở trường này tôi không quen ai cả.
    ➜ Ở trường này ai tôi cũng quen.

1. Anh ấy không thích làm việc gì cả.
2. Họ không bao giờ đến muộn.
3. Không hiệu sách nào bán quyển ấy cả.
4. Buổi tối không bao giờ anh ấy có nhà.
5. Không ai thích ông ấy cả.
6. Bạn tôi không muốn tập môn thể thao nào cả.
7. Tôi không muốn mua gì trong hiệu này cả.
8. Cô ấy không tham gia hoạt động nào của *Hội* "association" sinh viên cả.
9. Anh ấy không muốn *giúp* "to help" ai.
10. Trong khu này không phố nào có quầy bán báo cả.
11. Anh ấy không giỏi môn nào cả.
12. Tuần này không có phim nào hay cả.
13. Chị ấy không biết nấu món gì.
14. Tôi không gặp họ ở đâu cả.

5. Give affirmative answers to the following questions, using *cũng*.

1. Anh/chị thích món nào ở nhà hàng ấy?
2. Thư viện nào có cuốn sách này?
3. Ai đã nghe giáo sư Hiển giảng rồi?
4. Anh/chị thích ăn *loại* "kind, type" hoa quả nào ở Việt Nam?
5. Tuần này ngày nào anh/chị *rỗi* "free"?
6. Trường trung học nào học ngoại ngữ?
7. Ở đây mùa nào có mưa?
8. Ai có thể dịch câu này?
9. Anh/chị quen ai trong lớp này?
10. Anh/chị tham gia hoạt động ngoại khoá nào ở trường đại học?
11. Trong lớp ta, anh/chị định mời ai đến ăn sinh nhật?
12. Ở câu lạc bộ này, ai nhảy giỏi?
13. Những môn học này, môn nào khó?

6. Complete the following sentences, using *còn ... thì*.

   Example:
   > Họ rất thích món ấy. (tôi)
   > → Họ rất thích món ấy. Còn tôi thì không thích lắm.

   1. Hôm qua trời *ấm* "warm." (hôm nay)
   2. Nhà hàng này chuyên về cơm *Tàu* "chinese." (nhà hàng kia)
   3. Thắng giỏi toán. (Dũng)
   4. Ở ngã tư này anh có thể rẽ phải khi *đèn* "light" đỏ. (ngã tư kia)
   5. Nhà hàng này có chỗ gửi xe *không mất tiền* "for free." (nhà hàng ấy)
   6. Đi máy bay nhanh nhưng đắt lắm. (xe lửa)
   7. Bạn tôi tập thể dục nhịp điệu. (tôi)
   8. Năm thứ nhất tôi học tiếng Nhật. (năm thứ hai)
   9. Mùa này Hà Nội nóng lắm. (Đà Lạt)
   10. Món này ngon lắm. (món kia)
   11. Chiếc đồng hồ này chạy rất đúng. (chiếc ấy)
   12. Bạn tôi có hai chị. Một chị đã lập gia đình. (chị kia)
   13. Chúng tôi quen giáo sư Hiền. (giáo sư Hiển)

7. Extend the following sentences by using the construction *thêm ... nữa* to indicate an additional amount.

   Example:
   > Tôi đã ghi tên học bốn môn rồi. _____
   > → Tôi đã ghi tên học bốn môn rồi. Bây giờ tôi định ghi tên học thêm một môn nữa.

   1. Họ có 2 chiếc xe rồi. _____
   2. Tôi đã ăn 1 *bát* "bowl" phở rồi. _____
   3. Bạn tôi học cao học 3 năm, đã học 2 năm rồi. _____
   4. Chúng tôi đã đi thăm 4 thành phố ở trên sông Mê Kông rồi. _____
   5. Trong buổi dạ vũ tối nay cô ấy đã nhảy 2 tiếng rồi. _____
   6. Tôi đã ăn thử 1 món rồi. _____
   7. Chúng tôi đợi cô ấy nửa tiếng rồi. _____
   8. Ông ấy đã nghỉ 1 tuần rồi. _____
   9. Thành phố nhỏ này đã có 2 trường đại học rồi. _____
   10. Tôi đã đọc 50 trang rồi. _____
   11. Họ đã đi bộ 10 cây số rồi. _____
   12. Đức đã biết 2 ngoại ngữ rồi. _____
   13. Tôi làm xong 4 bài tập rồi. _____
   14. Chúng tôi đã mua mấy tờ báo để đọc trong khi đi xe lửa rồi. _____

8. Give answers to the following questions, using the preposition *bằng*.

   1. Anh/chị đi học bằng gì?
   2. Người Trung Quốc ăn cơm bằng gì?
   3. Anh/chị đọc cuốn sách mới của *nhà văn* "writer, author" ấy bằng tiếng gì?
   4. Anh/chị thường viết bài kiểm tra bằng bút gì?
   5. Anh/chị muốn đi du lịch ở Việt Nam bằng gì?

6. Anh/chị xem bộ phim ấy bằng tiếng gì?

7. Hôm qua giáo sư Otto Schmidt *giảng* "to deliver a lecture" bằng tiếng gì?

9. Combine the following sentences into one, using *lại*.

Example:

Chiếc xe ấy đắt. Chiếc xe ấy không tốt.

→ Chiếc xe ấy [đã] không tốt lại [còn] đắt [nữa].

1. Bài thi học kỳ này dài. Bài thi rất khó.
2. Đường này nhỏ. Đường này đông xe.
3. Chợ ấy xa. Chợ ấy đắt.
4. *Khí hậu* "climate" ở Nha Trang tốt. Phong cảnh ở đấy đẹp.
5. Em tôi học kém. Em tôi không chăm.
6. Xoài ở đây to. Xoài ở đây ngon.
7. Tôi mệt. Cái túi nặng.
8. Mùa đông năm nay dài. Mùa đông năm nay có nhiều ngày lạnh.
9. Món này ngon. Món này không có mỡ.
10. Quyển từ điển ấy cũ. Quyển từ điển ít từ.
11. Anh ấy đi muộn. Anh ấy lái xe gặp nhiều đèn đỏ.

10. Combine the following sentences into one, using *ngoài … ra, … còn ….*

Example:

Học kỳ này tôi học tiếng Nhật. (tiếng Trung Quốc)

→ Ngoài tiếng Trung Quốc ra, học kỳ này tôi còn học tiếng Nhật nữa.

1. Hè này tôi đi Thái Lan. (Việt Nam)
2. Tuần này chúng tôi thi hai môn. (môn toán)
3. Lớp ta định tổ chức thêm một hoạt động ngoại khoá trong tháng này. (dạ vũ tối thứ bảy)
4. Tôi phải chữa xe đạp cho bạn tôi. (xe đạp của tôi)
5. Nhiều người Việt Nam thích ăn *bánh mỳ* "bread." (cơm)
6. 3 thư viện khác cũng có sách báo tiếng Việt. (thư viện này)
7. Nhiều nhà hàng khác cũng bán phở. (nhà hàng Pasteur)
8. Bạn tôi thích chơi *bóng bàn* "table tennis." (quần vợt)
9. Các anh có thể đi đến đấy bằng tàu thuỷ. (xe lửa)
10. Tôi muốn mua từ điển Pháp-Anh. (từ điển Việt-Anh)
11. Anh ấy thích lái xe mô-tô to. (ô tô)
12. Giáo sư Tiến chuyên về văn học Anh. (văn học Pháp)
13. Công ty ấy có văn phòng ở Sài Gòn. (Hà Nội)
14. Trường đại học này có 2 khu thể thao khác. (khu thể thao này)

11. Complete the following sentences.

1. _____ kẻo muộn.
2. _____ kẻo mệt.
3. _____ kẻo không gặp ông ấy.
4. _____ kẻo béo ra.
5. _____ kẻo *đói* "to be hungry."
6. _____ kẻo *nguy hiểm* "dangerous."
7. _____ kẻo trong phòng lạnh.
8. _____ kẻo quên.

Nhà hát lớn (Hà Nội)
Hanoi Opera House

12. Complete the following sentences, using the English phrases given in the parentheses.

1. Ông làm ơn (sit down here).
2. Anh làm ơn (let me ask: where is the post office?)
3. Chị làm ơn (write this sentence on the chalkboard).
4. Cô làm ơn (give me a beer).
5. Ông làm ơn (call the police).
6. Cậu làm ơn (invite her to go dancing tomorrow night).
7. Anh làm ơn (give Professor Hoà a call at five o'clock).
8. Cô làm ơn (translate this article for me).
9. Bà làm ơn (wait ten minutes for the doctor).
10. Các anh các chị làm ơn (come to the meeting on time).
11. Chị làm ơn (open the door of the language lab for me).
12. Ông làm ơn (stop by Doctor Hùng's office this afternoon).

Exercises

1. Prepare with your partner the following dialogue, using the map of Hanoi, then perform the dialogue for the class.

   A is a U.S. businessman in Hanoi and is trying to find the central post office. *A* sees a police officer across the street.

A	Police Officer
1. gets police officer's attention	1. responds
2. explains situation, asks where the central post office is	2. gives directions
3. asks for clarification	3. explains again
4. repeats directions	4. confirms directions
5. thanks police officer	5. replies to thanks

2. Write a dialogue, based on the following situation.

B is a native of Boston, *A* is a student from Vietnam. *A* is in Harvard Square and asks *B* for the directions to Copley Square and Chinatown.

A	B
1. greets B in English	1. replies to the greeting in Vietnamese
2. is surprised and asks where B learned Vietnamese	2. responds and asks what A is looking for
3. asks B for directions to Copley Square	3. gives directions to Copley Square, asks what A is looking for in Copley Square
4. is looking for the library and the church	4. gives directions
5. asks if Chinatown is far from Copley Square	5. gives directions
6. thanks B	6. replies to thanks

Một khu phố ở Hà Nội
A neighborhood in Hanoi

Narrative

Hà Nội là thủ đô của nước Việt Nam, là trung tâm chính trị, kinh tế, văn hoá và khoa học của cả nước.

Thành phố được xây dựng từ đầu thế kỷ 11, khi ấy tên là Thăng Long. Thăng Long là kinh đô của nước Việt Nam qua nhiều triều đại phong kiến. Năm 1802, vua Gia Long dời kinh đô vào Huế. Năm 1945, sau Cách mạng tháng 8, Hà Nội lại trở thành thủ đô của nước Việt Nam độc lập, và từ năm 1976 là thủ đô của nước Việt Nam thống nhất.

Hà Nội nằm trên bờ sông Hồng, con sông lớn nhất ở miền Bắc Việt Nam. Hồ Gươm được coi là trung tâm thành phố. Giữa Hồ Gươm có Tháp Rùa. Đền Ngọc Sơn, Cầu Thê Húc cũng nằm trên Hồ Gươm, cùng với Tháp Rùa là những di tích lịch sử quan trọng của Hà Nội. Vào ngày nghỉ, ngày lễ, đêm Giao thừa, nhiều người Hà Nội thích đi chơi xung quanh Hồ Gươm. Gần Hồ Gươm vừa có những khu phố cổ, được gọi là khu "36 phố phường", vừa có những khu phố khá hiện đại, có nhiều cửa hàng, cửa hiệu, có những công trình kiến trúc được xây dựng từ đầu thế kỷ 20 như Nhà hát Lớn, Nhà thờ Lớn, có những công trình mới xuất hiện như Uỷ ban nhân dân thành phố. Ở đây còn có nhiều bảo tàng, thư viện, bưu điện, ngân hàng. Đi ra khỏi trung tâm thành phố về phía tây, chúng ta sẽ đến khu Ba Đình, nơi có nhiều cơ quan của Nhà nước, của Chính phủ, có nhà Quốc hội. Nhiều đại sứ quán cũng nằm trong khu này.

Hà Nội là thành phố của trường đại học. Quốc tử giám trong khu Văn Miếu có thể coi là trường đại học đầu tiên của Việt Nam, có từ thế kỷ 11. Đây là một di tích lịch sử quan trọng khác của thủ đô. Hiện nay, Hà Nội có đến vài chục trường đại học, trong đó có những trường do người Pháp thành lập từ đầu thế kỷ 20, có những trường được thành lập sau chiến tranh. Trong những năm gần đây, trường đại học tư cũng bắt đầu xuất hiện.

Hà Nội là một thành phố cổ nhưng ngày nay còn lại rất ít công trình kiến trúc cổ. Hà Nội bị nhiều cuộc chiến tranh tàn phá. Ngay sau khi cuộc chiến tranh gần đây nhất kết thúc, người dân Hà Nội bắt tay vào xây dựng. Thành phố đang thay đổi từng ngày, từng giờ.

Vocabulary

thủ đô: capital

chính trị: politics; political

kinh tế: economy, economics; economic

cả: all, whole

được: passive voice marker

xây dựng: to build

thế kỷ: century

kinh đô: imperial capital (in the past, not present day)

qua: through

triều đại: dynasty

phong kiến: feudal

vua: king

dời: to move

cách mạng: revolution

trở thành: to become

độc lập: independent

thống nhất: to unite, unify; (re)unified

con: classifier

miền: region, zone

bắc: North; Northern

hồ: lake

gươm: sword

tháp: tower

rùa: turtle

đền: temple

cầu: bridge

di tích: vestiges, traces (of ancient times)

 di tích lịch sử: historic site

ngày lễ: holiday

đêm Giao thừa: New Year's Eve

L E S S O N

11

đi chơi: to go out, walk around

xung quanh: around

phố phường: streets (collective noun)

hiện đại: modern, contemporary

công trình: edifice, structure

kiến trúc: architecture

nhà hát: theater

nhà thờ: church

xuất hiện: to appear

uỷ ban: committee

nhân dân: people

  Uỷ ban nhân dân thành phố: City Hall

bảo tàng: museum

ngân hàng: bank

khỏi: out of

tây: West

  về phía tây: to the West

cơ quan: bureau, office, agency

nhà nước: state

chính phủ: government

quốc hội: national assembly, parliament, congress

đại sứ quán: embassy

Quốc tử giám: Royal College (a school for mandarins' children)

Văn miếu: Temple of Literature

đến: up to

vài: several

chục: dozen

trong đó có: including

do: passive voice marker

gần đây: recent

chiến tranh: war

tư: private

ngày nay: today, at the present time

còn lại: to remain

bị: passive voice marker

cuộc: classifier

tàn phá: to destroy, ruin

ngay: just

kết thúc: to (come to an) end, be over

bắt tay (vào): to start doing something, set to work, set about something

thay đổi: to change

từng: every

Một ngã tư ở Hà Nội
An intersection in Hanoi

Grammar Notes

1. The passive voice of an active construction is formed by putting the passive markers *được* or *bị*, or *do*, after the grammatical subject (logical object), and before the grammatical object (logical subject) and predicate. The subject of the active construction becomes the grammatical object of the passive construction. The object of the active construction becomes the grammatical subject of the passive construction. When the grammatical object is mentioned it is preceded by *được*, *bị* or *do*:

GRAMMATIC. SUBJ. + ĐƯỢC/BỊ/ + GRAMMATIC. OBJ. + PREDICATE
(LOGICAL OBJ.)   DO   (LOGICAL SUBJ.)

Được denotes an action being "favorable" to the speaker, while *bị* denotes an action that is "unfavorable" in the speaker's opinion. The grammatical object is optional:

Được
Anh ấy *được* khen.
"He is praised."

Bị
Anh ấy *bị* chê.
"He is criticized."

Anh ấy *được* nhiều người khen.
"He is praised by many people."

Anh ấy *bị* nhiều người chê.
"He is criticized by many people."

Do is used in the sentences where it is necessary to indicate the person who performs the action that is the grammatical object of the passive construction:

Bài này *do* ông ấy dịch.   "This article was translated by him."

2. In addition to the nouns denoting animals, fish and birds, the classifier *con* may be used with some other nouns: con sông "river," con thuyền "boat," con tàu "ship," con người "man, human being," con mắt "eye," con dao "knife," con đường "road," con số "digit, number, figure," con tem "(postage) stamp," etc.

The classifier *cuộc* is used for events in which a number of people take part: cuộc họp "meeting," cuộc mít tinh "rally, meeting," cuộc cách mạng "revolution," cuộc chiến tranh "war," cuộc vui "amusement," and for some other nouns: cuộc sống "life," cuộc đời "life," etc.

3. The preposition *khỏi* is used with several verbs to indicate a movement from inside: ra khỏi phòng "to go/come out of the room," ra khỏi nhà "to go/come out of the house," ra khỏi thành phố "to go/come out of the city," etc.

L E S S O N

11

Drills

13. Change the following active constructions into passive ones.

Example:
    Nhiều người khen anh ấy. (được)
    ➔ Anh ấy được nhiều người khen.

1. Giáo sư Tiến viết cuốn sách này. (do)
2. Chiến tranh đã tàn phá thành phố Dresden vào tháng 2 năm 1945. (bị)
3. Lớp chúng tôi tổ chức hoạt động ngoại khoá ấy. (do)
4. Bạn tôi giới thiệu tôi với một giáo sư nổi tiếng về máy điện toán. (được)
5. Mẹ đánh con. (bị)
6. Nhiều người chú ý đến chương trình ti vi này. (được)
7. Louis Pasteur thành lập *Viện* "institute" nghiên cứu này vào cuối thế kỷ 19. (do)
8. Trường Đại học Paris mời giáo sư Toàn sang dậy lịch sử Việt Nam. (được)
9. Chị tôi nấu món này. (do)
10. Nhiều người chúc mừng cô ấy sau khi bảo vệ luận án tiến sĩ. (được)
11. Kỹ sư Dũng chữa chiếc máy đó. (do)

14. Give answers to the following questions.

1. Hà Nội được thành lập khi nào? Khi ấy thành phố tên là gì?
2. Thành phố nào là thủ đô của Việt Nam từ năm 1802 đến năm 1945?
3. Sông nào *chảy* "to flow, run" qua thành phố Hà Nội?
4. Khu nào được coi là trung tâm Hà Nội?
5. Hà Nội có những di tích lịch sử quan trọng nào?
6. Các cơ quan của Nhà nước, của Chính phủ nằm ở khu nào?
7. Đại sứ quán Mỹ ở phố nào?
8. Vì sao người ta gọi Hà Nội là thành phố của trường đại học?
9. Vì sao Hà Nội là một thành phố cổ mà không còn lại nhiều công trình kiến trúc cổ?

Exercises

1. Write a story about your hometown.
2. With a classmate, prepare a dialogue about a city you like best.
3. Listen to the following excerpt from a Vietnamese poem on the CD as you read along here. Then practice reading it again.

> *Ôi Hà Nội! Những đường đi lịch sử*
> *Một khung trời tuổi nhỏ vọng hàng hiên*
> *Mỗi phố nghèo đều có lòng ta ở*
> *Ta vẫn yêu người như thuở đầu tiên*
> *Ta vẫn theo người từng bước lớn lên*
> *Niềm vui lớn, và nỗi đau cũng lớn*
> *Mỗi mùa xuân én mở thêm vòng lượn*
> *Có một người con gái bỗng thành em*

Việt Phương

LESSON

11

đường đi: street
khung: frame
trời: sky
tuổi nhỏ: childhood
vọng: to echo, resound
hàng hiên: verandah
mỗi … đều: every
nghèo: poor, impoverished
lòng: heart, soul
ta: I
yêu: to love
người: you (in this poem: Hanoi)
thuở: period of time (in the past)

bước: step
lớn lên: to grow up
niềm vui: joy, happiness
nỗi đau: pain, sorrow
mùa xuân: spring
én: swallow (bird)
vòng: round
lượn: to soar
người con gái: girl
bỗng: suddenly, unexpectedly
thành: to become
em: you

> *Oh Hanoi, your historic streets!*
> *A frame of childhood sky reflects the verandah,*
> *And I inhabit the heart of each poor alley.*
> *I love you still, Hanoi, as in the past.*
> *Growing up, I followed you step-by-step.*
> *Joy has grown, and sorrow has grown too.*
> *Each spring the swallow soars in wider circles,*
> *And there's a girl who suddenly, Love, is you.*

Translated by Martha Collins

Nhà Quốc hội (Hội trường Ba Đình, Hà Nội)
National Assembly Building (Hanoi)

4. Use the dictionary to read the following advertisements taken from a Vietnamese newspaper.

TIN MỚI NHẬN

NGÀY 26-12, UBND THÀNH PHỐ HÀ NỘI tổ chức lễ khởi công dự án cải tạo nút giao thông Ngã Tư Vọng. Đây là nút giao thông quan trọng ở cửa ngõ phía nam thủ đô, có lưu lượng người xe qua lại rất lớn, thường xuyên xảy ra ùn tắc. Dự án có kinh phí đầu tư 200 tỷ 463 triệu đồng, là một trong bảy dự án thành phần của Dự án phát triển hạ tầng giao thông đô thị thành phố Hà Nội giai đoạn 1, tổng vốn đầu tư 1.975 tỷ đồng, trong đó 1.250 tỷ đồng là vốn vay Ngân hàng hợp tác quốc tế Nhật Bản, còn lại vốn đối ứng trong nước. Công trình gồm bốn hạng mục chính: xây dựng cầu vượt trên trục đường Giải Phóng, dài 250m, rộng 16m, bốn làn xe; mở rộng, nâng cấp mặt bằng, lắp đặt hệ thống thoát nước, chiếu sáng; xây dựng 1.200m tuy-nen kỹ thuật; đường hầm cho người đi bộ dài 206m, rộng 3m.

Tục ngữ
Đất [có] lề, quê [có] thói.

"Each region has its own customs."
"So many countries, so many customs."

LESSON 12

Topic: Shopping

Grammar:

1. Prepositions: bằng and về
2. Final particle: chứ
3. Mời denoting a suggestion
4. Preposition cho used with some verbs demanding two objects
5. Particle đâu placed at the end of a negative sentence
6. Personal pronoun: người ta
7. Thôi as a separate sentence
8. Reciprocal pronoun: nhau
9. Lại placed after some verbs
10. Ngay in the sense of "just, right"
11. Emphatic: có
12. Classifier: nền

Usage:

1. Verbs "to wear, to have on the body" in Vietnamese
2. Được không as an interrogative word and được as a reply
3. Questions and responses about prices
4. Verb: quen
5. Noun: siêu thị

Word-formation:

Affixation

Dialogue 1

A: Cô ơi! Cô làm ơn cho tôi xem chiếc áo ngắn tay màu xanh kia.
B (*cô bán hàng*): Vâng, anh cứ tự nhiên. Áo bằng lụa đấy.
A: Tôi mặc thử, được không?
B: Được chứ. Phòng thử ở trong này.
A (*sau khi mặc thử*): Chiếc này tôi mặc hơi chật. Cô có chiếc nào cỡ to hơn không?
B: Anh mặc cỡ bao nhiêu?
A: Cỡ L.
B: Cỡ L không có màu xanh lá cây, chỉ có màu xanh nước biển thôi. Đây, mời anh xem.
A: Chiếc này cỡ L, chắc tôi mặc vừa. Tôi lấy chiếc này. Giá bao nhiêu, cô?
B: 20 nghìn.

A: Sao đắt thế?
B: Tôi không bán đắt cho anh đâu.
A: Cô bớt cho tôi đi.
B: Được, tôi bớt cho anh 1 nghìn.
A: Tôi muốn mua đôi dép, mùa này đi giầy nóng quá. Gần đây có chỗ nào bán dép không, cô?
B: Đầu đường đằng kia có cửa hàng giầy dép lớn lắm.

Dialogue 2

A: Nho ngon lắm, cô mua đi. Người ta mới chở từ Phan Rang ra đấy.
B: Bao nhiêu tiền một cân?
A: Thứ nho này quả vừa to vừa ngọt. Đúng 6 nghìn, không cần mặc cả.
B: 5 nghìn được không? Tôi lấy hai cân.
A: Thôi, bán mở hàng cho cô đấy.

Dialogue 3

A (*người bán hàng*): Anh cần cuốn gì?
B: Cháu đang tìm mua quyển tiểu thuyết "Phố" của nhà văn Chu Lai.
A: Cuốn ấy vừa mới hết cách đây mấy ngày.
B: Tiếc quá! Bác có tập thơ nào mới không?
A: Có tập thơ do các nhà thơ trẻ viết về Hà Nội. Người ta khen lắm.
B: Bác làm ơn cho cháu xem. … Cuốn này bán thế nào đây, bác?
A: Lấy anh 12 nghìn.

Vocabulary

áo ngắn tay: short sleeve shirt
cô bán hàng: salesgirl, saleswoman
cứ tự nhiên: feel free, go ahead
bằng: (made) of
lụa: silk
được: OK
được không?: is it OK?
chứ: final particle
phòng thử: fitting room
chật: too small
cỡ: size
mặc: to wear
xanh lá cây: green
xanh nước biển: navy blue
mời: please
vừa: to fit
giá: price
Sao đắt thế?: It's too expensive.
đâu: final particle, emphasizing the negation
bớt: to take off, give a discount for someone
đôi: pair
dép: sandal, slipper
đi: to wear

giầy: shoe
nóng: hot
người ta: they
chở: to deliver
cân: kilogram
thứ: kind, sort
ngọt: sweet
mặc cả/mà cả: to bargain
thôi: particle
bán mở hàng: to sell for the first time in a
   day (of a store, business etc.)
người bán hàng: salesperson
tiểu thuyết: novel
hết: to run out, be sold out
tập: collection (of poems, short stories)
thơ: poetry, poem
nhà thơ: poet
về: on, of, about
lấy: to take money (informal)
Cuốn này bán thế nào đây?: How much is
   this book?
Lấy anh 50 nghìn: I'll take 50,000 dong
   (from you).

Hoa quả ở chợ Tân Định (thành phố Hồ Chí Minh)
Fruit at the Tan Dinh Market (Ho Chi Minh City)

Grammar Notes

1. The word *bằng* is used to indicate the material from which something is made. It may function as a preposition:

    Cái bàn này làm *bằng* gỗ.   "This desk is made from wood."

    The verb làm can be omitted, and then *bằng* may also function as a predicate:

    Cái bàn này *bằng* gỗ.   "This desk is made from wood."

    The word *bằng* in combination with a noun may function as an attribute modifying a noun which is already modified by other word(s):

    Tôi không thích bàn lớn *bằng* gỗ.   "I don't like big wooden desks."

    If the noun is not modified by other word(s), *bằng* is not used:

    Tôi không thích bàn gỗ.   "I don't like wooden desks."

2. The particle *chứ* "of course, surely" is placed at the end of an affirmative statement to emphasize the certainty of the fact:

    Tối nay cậu có đi khiêu vũ không?   "Are you going dancing tonight?"
    Đi/Có *chứ*.   "Sure, I am."

3. In Vietnamese there is a group of verbs that demands two objects. The first object indicates what is given (direct object), and the other indicates the person who accepts what is given (indirect object). This group includes *bán, mua, gửi, cho* "to give," *đưa* "to pass," *chuyển* "to forward," *tặng* "to present, make a gift to," *giao, trả, nộp* "to hand in, turn in," *viết* etc. The preposition *cho* is used to link the direct object to the indirect object:

> Subject + Predicate + Direct Object + cho + Indirect Object

Tôi mua sách cho bạn tôi.   "I bought a book for my friend."

If the direct object is modified by other words, the direct object may either precede the indirect object or follow it:

Tôi mua một cuốn sách mới cho bạn tôi. = Tôi mua cho bạn tôi một cuốn sách mới.
"I bought a new book for my friend."

The verb *cho* is used without the preposition *cho*, and the indirect object always precedes the direct object:

Tôi *cho* bạn tôi sách.   "I gave my friend a book."
Tôi *cho* bạn tôi mấy quyển sách tiếng Việt. "I gave my friend a few books in Vietnamese."

The verb *tặng* is used with the preposition *cho* if the direct object precedes the indirect object:

Tôi *tặng* sách *cho* bạn tôi.   "I presented a book to my friend."

The preposition *cho* is not used if the indirect object is followed by the direct object:

Tôi *tặng* bạn tôi sách.   "I presented my friend a book."

4. In spoken Vietnamese the particle *đâu* placed at the end of a negative sentence emphasizes the negation:

Anh ấy không biết gì *đâu*, đừng hỏi anh ấy.   "He knows nothing; don't ask him."

The particle *đâu* may be used along with *có* in an assertive sentence to convey the negation emphatically. In that case the particle *có* is placed immediately before the verb, and the particle *đâu* is placed at the end of the sentence:

Anh ấy *có* biết gì *đâu*!   "He knows nothing!"

5. The pronoun *người ta* "they" is used to refer to people in general, like the German *man* or the French *on*:

Người ta không thích anh ấy.   "They don't like him."

6. The word *thôi* – the main meaning of which is "to stop doing something, to quit" – is used as a separate sentence to introduce another sentence to express the meaning "enough said":

Thôi, đừng nói nữa.   "That's enough. Don't talk any longer."

7. The preposition *về* "on, about, of, relating to" is used to indicate the object of perception or thought: nói *về* lịch sử Việt Nam "to speak of Vietnamese history," cuốn sách *về* kinh tế "a book on economics," *bàn* "to discuss" *về* hoạt động của câu lạc bộ "to discuss the activities of the club."

Notes on Usage

1. The English verb "to wear" in the sense "to have on the body" has several equivalents in Vietnamese:

mặc	đeo	đội	mang/đi
+ áo "to wear a shirt" + quần "to wear pants"	+ *kính* "to wear glasses" + *đồng hồ* "to wear a watch" + *nhẫn* "to wear a ring"	+ *mũ* "to wear a hat" + *nón* "to wear a *nón* "Vietnamese" conical palm hat"	+ *giầy* "to wear shoes" + *tất* "to wear socks" + *găng* "to wear gloves"

2. The word *được* is used in colloquial Vietnamese to reply "O.K., That's O.K." The question which precedes the reply usually has the phrase *được không*? "Is that O.K.?" at the end:

Bao giờ anh gọi điện cho tôi?   "When will you give me a call?"
Tối nay, *được không*?   "Tonight is O.K.?"
Được.   "O.K."

3. There are several ways to ask questions about prices. When one wants to know the price of a single item, the most common way to ask about the price is to use the phrase *giá bao nhiêu*, placed after the item. *Giá* is optional:

Chiếc mũ này *[giá] bao nhiêu*?   "How much is this hat?"

When the item is usually sold in kilograms, liters, dozens, bunches, etc., the item comes first in the sentence, followed by the phrase *[giá] bao nhiêu* or *bao nhiêu [tiền]*. The expression *một* + unit are placed at the end:

Cam *[giá] bao nhiêu* một cân? or: Cam *bao nhiêu [tiền]* một cân?
"How much is one kilogram of oranges?"

The less formal way to ask about prices is using the phrase *bán thế nào*, and the word *lấy* can be heard in the reply:

Chiếc mũ này *bán thế nào* đây, cô?   "How much is this hat, Miss?"
Lấy anh năm chục nghìn.   "I'll take 50,000 dong."
Cam *bán thế nào* đấy, bà?   "How much are oranges, Ma'am?"
Lấy cô năm nghìn một chục.   "I'll take 5,000 dong per dozen."

The word *đồng* (Vietnamese monetary unit) is very often omitted when they are talking about price. In Hanoi the word *ki-lô* is sometimes used in the sense of "kilogram" instead of *cân*.

Word-formation

Affixation is another important process of making new words in Vietnamese. Affixation is the process of forming a new word by attaching one or more derivational elements to a word. In most cases these elements in Vietnamese can occur as separate words, which have their own lexical meanings. However, they convey more abstract meanings when functioning as derivational elements for the construction of new words. There are two types of affixation in Vietnamese: prefixation and suffixation.

With *prefixation* new words are made when a derivational element (prefix) is placed before a word, for example:

> The element nhà means "a person who specializes in some field," văn means
>   "literature," nhà + văn → nhà văn "writer, author,"
> nhà + thơ "poetry" → nhà thơ "poet,"
> nhà + khoa học "science" → nhà khoa học "scientist,"
> nhà + kinh tế "economy, economics" → nhà kinh tế "economist,"
> nhà + báo "newspaper" → nhà báo "reporter, journalist."
> The elements sự and việc turn a verb into a noun, sự + bảo vệ "to defend" → sự bảo vệ
>   "defense, defending,"
> sự + phát triển "to develop" → sự phát triển "development,"
> sự + thay đổi "to change" → sự thay đổi "change,"
> sự + vắng mặt "to be absent" → sự vắng mặt "absence,"
> sự/việc + chuẩn bị "to prepare" → sự/việc chuẩn bị "preparation, preparing,"
> sự/việc + đi lại "to move from one place to another" → sự/việc đi lại "transportation,
>   traffic,"
> sự/việc + tiếp xúc "to communicate" → sự/việc tiếp xúc "communicating, contact,"
> sự/việc + thành lập "to establish, found" → sự/việc thành lập "establishment, foundation,"
> việc + giới thiệu "to introduce" → việc giới thiệu "introduction,"
> việc + kiểm tra "to examine, check, control" → việc kiểm tra "examination, control,"
> việc + tổ chức "to organize" → việc tổ chức "organization, organizing,"
> việc + xây dựng "to build" → việc xây dựng "construction," etc.
> The word cuộc in some cases also turns a verb to a noun, having the meaning "an
>   event in which a number of people take part," for instance:
> cuộc + họp "to meet, have a meeting" → cuộc họp "a meeting,"
> cuộc + nói chuyện "to talk" → cuộc nói chuyện "a talk, public address,"
> cuộc + vui "to have fun" → cuộc vui "amusement,"
> cuộc + sống "to live" → cuộc sống "life," etc.

Suffixation occurs when new words are made by placing a derivational element (suffix) after a word, for example:

The element trưởng means "a person who leads, rules or is in charge," bộ "ministry, department" + trưởng → bộ trưởng "minister, secretary,"

hiệu "in Chinese: a part of the word meaning 'school'" + trưởng → hiệu trưởng "principal, president of a university or college,"

nhóm "group" + trưởng → nhóm trưởng "head of a group."

The element viên means "member of an organization," hội "association" + viên → hội viên "member of an association,"

đảng "party" + viên → đảng viên "party member," etc.

Rau tươi ở chợ Tân Định (thành phố Hồ Chí Minh)
Fresh Vegetables at Tan Dinh Market (Ho Chi Minh City)

Drills

1. Give answers to the following questions using bằng with the words given in the parentheses.

    Example:
    Cái bàn ấy làm bằng gì? (gỗ)
    → Cái bàn ấy làm bằng gỗ.

    1. Đôi giầy này bằng gì? (*da* "leather")
    2. Cái túi ấy làm bằng gì? (nylon)
    3. Cái bảng ấy bằng gì? (gỗ)
    4. Cái *hộp* "box" này làm bằng gì? (giấy)
    5. Chiếc áo ấy bằng gì? (*len* "wool")
    6. Ngôi nhà thờ ấy bằng gì? (*đá* "stone")
    7. Cái áo ấy bằng *vải* "fabrics" gì? (lụa)
    8. Đôi đũa này bằng gì? (*tre* "bamboo")
    9. Chiếc ghế ấy làm bằng gì? (gỗ)
    10. Đôi găng này bằng gì? (da)
    11. Cái ô ấy làm bằng gì? (nylon)
    12. Cái nhẫn này bằng gì? (*vàng* "gold")

2. Make up questions so that the following sentences could be the responses to them.

    1. _____ ?
       Quen chứ. Mình cùng học với Dũng ở trung học.
    2. _____ ?
       Biết chứ. Mấy năm sống ở Sài Gòn, tôi đã học nấu cơm.
    3. _____ ?
       Có chứ. Ngày nào mình cũng chơi quần vợt ở khu thể thao của trường.
    4. _____ ?
       Được chứ. Tối nay tôi không bận gì cả.
    5. _____ ?
       Hiểu chứ. Ông ấy nói không nhanh lắm.

6. _____ ?
Đúng giờ chứ. Tôi không bao giờ đến muộn cả.
7. _____ ?
Thích chứ. Trong thời gian ở New York, tuần nào mình cũng đi bảo tàng.
8. _____ ?
Rỗi chứ. Chúng mình đang nghỉ hè.
9. _____ ?
Nhớ chứ. Cô ấy vừa mới gọi điện *nhắc* "to remind" tôi.
10. _____ ?
Có chứ. Mai là ngày lễ, ai cũng được nghỉ.

3. Write extended responses to the following questions using *chứ*.

1. Chị có biết *bài hát* "song" ấy không?
_____

2. Nghe đài Hà Nội, anh có hiểu không?
_____

3. Cô có thích đi du lịch không?
_____

4. Anh có hay đi xe điện ngầm ở Boston không?
_____

5. Chị có quen ai ở trường Đại học Bách khoa Hà Nội không?
_____

6. Cô có biết *bơi* "to swim" không?
_____

7. Chị có định mời anh ấy đến ăn sinh nhật không?
_____

8. Gần đấy có chỗ gửi xe không?
_____

9. Anh có đồng ý với giáo sư Tuấn không?
_____

10. Cậu có định đi xem phim ấy không?
_____

4. Complete the following sentences using the English phrases given in the parentheses. Pay attention to the word order and using the preposition *cho* where it is necessary.

1. Tôi muốn tặng (my friend a new book on contemporary Vietnamese literature).
2. Chúng tôi chưa nộp (the test to the (female) teacher).
3. Anh làm ơn đưa (me today's newspaper on the table).
4. Cô chuyển (this letter to Prof. Thắng, O.K.?).
5. Tôi trả (him 50 thousand dong).
6. Bố tôi mua (a car for me).
7. Tôi viết (her a very long letter).
8. Anh tôi cho (me a new watch).
9. Tôi định trả (that book to the library).
10. Tôi ra bưu điện gửi (a letter to a friend of mine in Hanoi).
11. Chị tôi mua (an expensive leather jacket for me).
12. Ai tặng (you this novel)?
13. Họ không muốn bán (the house to me).

5. Change the following assertive sentences into the negative form, using the particle *đâu* and the construction *có … đâu.*

Example:
    Anh ấy biết nhiều lắm.
    ➜ Anh ấy không biết gì đâu.
    ➜ Anh ấy có biết gì đâu.

    1. Cô ấy đến đây.
    2. Hôm qua anh ấy gọi điện cho nhiều người.
    3. Bạn tôi thích uống bia lắm.
    4. Chiếc xe này đắt quá!
    5. Em tôi định học *luật* "law."
    6. Cô ấy giỏi về máy điện toán lắm.
    7. Món này rất *cay* "peppery-hot, spicy."
    8. Gần đấy có chỗ gửi xe.
    9. Anh Hùng hay đến muộn lắm.
    10. Bộ phim ấy rất hay, cậu nên đi xem.
    11. Mùa đông ở Hà Nội lạnh lắm.
    12. Cậu ấy đồng ý với chúng mình rồi.
    13. Tôi biết đường đến khu thể thao ở phố Trịnh Hoài Đức.
    14. Anh ấy muốn tham gia tổ chức buổi dạ vũ tối thứ bảy này.

6. Fill in the blanks with the proper prepositions.

    1. Chúng tôi không thích đi chơi _____ cô ấy vì cô ấy hay đến muộn lắm.
    2. _____ cuộc họp tối qua, các anh bàn _____ những gì?
    3. Tối mai _____ tầng hai ký túc xá này có khiêu vũ, cậu có định đi không?
    4. Mùa này _____ Sài Gòn không có mưa cho nên nóng lắm.
    5. Mấy ngân hàng lớn của Mỹ đã có văn phòng _____ Việt Nam.
    6. Tôi thấy cô ấy nói đúng, vì sao anh không đồng ý _____ cô ấy?
    7. _____ toà nhà ấy có một quầy báo.
    8. Bao giờ cậu định giới thiệu mình _____ giáo sư Hoà?
    9. _____ Hà Nội _____ Vinh đi xe lửa mất bao lâu?
    10. Một _____ những tập thơ của ông ấy mới được giải thưởng văn học năm ngoái.
    11. Cửa sổ phòng tôi trông _____ một vườn hoa lớn, mùa hè đẹp lắm.
    12. Cô ấy học chăm lắm vì sang năm cô ấy định thi _____ trường y.
    13. Thành phố Nam Định nằm cách Hà Nội 90 cây số _____ phía *nam* "South."
    14. _____ đây _____ trung tâm thành phố đi _____ gì tiện nhất?
    15. Luận án của anh ấy hay lắm, _____ văn học Việt Nam cuối *những năm* 30 "the 1930s" đầu những năm 40.
    16. Cô ấy ra _____ phòng mà không chào ai cả. Chắc cô ấy *giận* "to be angry" lắm.
    17. Đồng hồ tôi chạy đúng vì tôi mới lấy _____ đài sáng nay.

7. Complete the following sentences using the English phrases given in the parentheses.

    1. Ông tôi già rồi nên phải (wears reading glasses).
    2. Mùa hè người Hà Nội (usually wear hats when going out).
    3. Đêm nay phải (wear socks when going to bed because it's cold).
    4. Chị tôi (is married, but she doesn't like to wear rings).
    5. Áo len của anh (is brown, you should wear it with black pants and black or brown shoes).
    6. *Phụ nữ* "women" Việt Nam (usually wear áo dài, it looks very nice).
    7. Bạn tôi (wears a new Japanese watch. His brother bought it for him).
    8. Mùa này ở đây (they don't wear leather shoes).
    9. Hôm nay rất lạnh, (why don't you wear gloves?)
    10. Anh ấy (usually wears sunglasses *kính râm* when driving).

8. Ask questions about the prices of the following items and respond to the questions (both formal and informal).[1]

    Example:
    Cam, 10 nghìn/cân.
    → Formal: Cam [giá] bao nhiêu một cân?
       10 nghìn một cân.
    → Informal: Cam bán thế nào đấy, bà?
       Lấy cô 10 nghìn một cân.

1. Cam Vinh, 24 nghìn/chục.	9. Cuốn từ điển này, 95 nghìn.
2. Nho, 15 nghìn/cân.	10. Cái mũ này, 15 nghìn.
3. *Thịt bò* "beef," 40 nghìn/cân.	11. Bia, 8 nghìn/*chai* "bottle."
4. Cá, 32 nghìn/con.	12. Chanh, 7 trăm/quả.
5. Chuối, 8 nghìn/*nải* "cluster."	13. Táo, 10 nghìn/cân.
6. Dứa, 2 nghìn/quả.	14. Cái radio cassette kia, 1 triệu.
7. Chiếc xe đạp kia, 650 nghìn.	15. Dừa, 2 nghìn/quả.
8. Bia Heineken, 8 nghìn/*lon* "can."	16. *Thịt lợn* "pork," 25 nghìn/ki-lô.

9. Ask questions about the rate of some major foreign currencies.[2]

    Example:
    Đô-la Mỹ, 15 nghìn 207.
    → Một đô-la Mỹ giá bao nhiêu?
       Một đô-la Mỹ giá 15 nghìn 207 đồng Việt Nam.

1. Yen Nhật, 120	6. *Nhân dân tệ* "renminbi" (People's
2. Mark Đức, 7 100	Republic of China's monetary unit),
3. Franc Pháp, 2 114	1 850
4. Franc *Thuỵ Sĩ* "Switzerland", 9 530	7. Euro, 13 869
5. *Bảng* "pound" Anh, 22 422	

[1]The prices given in this drill were effective in Hanoi in April, 2002.
[2]The rate of the major currencies given in this drill were published in *Nhân dân* newspaper and by Vietcombank in Hanoi on May 6, 2002.

Exercises

Prepare with your partner one of the following dialogues, then perform the dialogue for the class.

1. *A* is a fruit saleswoman at Đồng Xuân market in Hanoi, *B* is a homemaker.

A	B
1. greets B and offers fruits	1. asks how much a kilogram of apples is
2. replies: 15 thousand dong	2. is surprised that it is so expensive
3. explains: the end of the apple season	3. asks A to take off 2 thousand dong
4. will take 1 thousand 500 dong off if B buys more than 3 kilograms	4. says 3 kilograms are too much for her. Would like to take 2 kilograms only
5. agrees	

2. *A* is an American student in Hanoi who is looking for a bicycle, *B* is a salesman at a bicycle store.

A	B
1. wants to take a look at men's bikes which B has in his store	1. asks whether A is looking for an expensive or inexpensive bike
2. replies: an inexpensive one	2. offers several bikes made in Vietnam
3. doesn't want to buy a Vietnamese bike because of its poor quality	3. shows a Chinese bike
4. asks about the price	4. replies: 1 million 200 thousand dong
5. bargains the price	5. agrees to take off 50 thousand and offers a German motorbike lock for 150 thousand dong
6. says if A takes off 100 thousand dong, he will take both the bike and the lock	6. agrees

Narrative

Chợ Hôm là một trong những chợ lớn ở Hà Nội. Tên chính thức của chợ là Chợ Hôm-Đức Viên, do hai chợ nằm cạnh nhau là chợ Hôm và chợ Đức Viên hợp lại, nhưng người Hà Nội vẫn quen gọi là chợ Hôm.

Chợ Hôm có từ rất lâu. Do nằm ở vị trí quan trọng gần trung tâm thành phố, chợ đóng vai trò lớn trong đời sống hàng ngày của người dân Hà Nội. Chợ có ba cửa: cửa phía tây là cửa chính trông ra phố Huế, cửa phía nam trông ra phố Trần Xuân Soạn, còn cửa phía đông trông ra phố Ngô Thì Nhậm. Đây là khu phố có nhiều cửa hàng, cửa hiệu, trung tâm dịch vụ, các nhà hàng lớn, các hiệu ăn nhỏ, các quán cơm bình dân, có cả những quán ăn, quán giải khát nằm ngay trên vỉa hè. Chợ có hai tầng. Tầng một gồm hai khu lớn là khu bán thực phẩm và khu bán hàng tạp hoá. Khu thực phẩm bán các loại thịt, thuỷ sản, rau quả, thể hiện thiên nhiên phong phú và đa dạng của miền nhiệt đới. Còn ở khu bán hàng tạp hoá, người ta có thể tìm mua quần áo, giày dép, văn phòng phẩm, đồ chơi, mỹ phẩm v.v... Tầng hai cũng gồm hai khu, một khu bán vải, đồ dùng gia đình, còn khu kia dùng làm siêu thị Mini do Công ty xuất nhập khẩu nông sản và tiểu thủ công nghiệp Bà Rịa-Vũng Tàu thành lập. Siêu thị bán đủ các mặt hàng nội, ngoại.

LESSON —— 12

Các mặt hàng tạp hoá và nhiều mặt hàng thực phẩm có ghi giá nên việc mua bán diễn ra nhanh chóng. Một số mặt hàng thực phẩm giá thay đổi tuỳ theo mùa hay lượng hàng từ nơi cung cấp đưa đến nên không ghi giá. Người mua có thể mặc cả với người bán, nếu không thích mua hàng này thì đi hàng khác. Nói chung, từ khi nền kinh tế Việt Nam chuyển sang cơ chế thị trường, vì có sự cạnh tranh giữa Nhà nước với tư nhân hay giữa tư nhân với nhau nên giá không chênh lệch nhiều. Cũng vì cạnh tranh nên thái độ phục vụ khách hàng tốt hơn rất nhiều so với trước đây.

Vocabulary

chính thức: official

cạnh: next, adjacent

nhau: each other, one another

hợp lại: to merge, become united

quen: to be used to, familiar with

có từ rất lâu: long established

do: because

vị trí: place, position

đóng vai trò: to play a role

đời sống: life

chính: main

đông: East

dịch vụ: service

hiệu ăn: restaurant

quán: small store or restaurant

cơm bình dân: food, the price of which is affordable to everybody

giải khát: to have a refreshing drink

ngay: just, right

vỉa hè: sidewalk

gồm: to consist of

thực phẩm: food

hàng: goods, articles for sale

tạp hoá: dry goods

thuỷ sản: fresh and salt water seafood

rau quả: vegetables and fruits (collective noun)

thể hiện: to express, convey

thiên nhiên: nature

phong phú: plentiful, abundant

đa dạng: diverse, varied

nhiệt đới: tropical

văn phòng phẩm: office supplies, stationery

đồ chơi: toy

mỹ phẩm: cosmetics

đồ dùng: appliance, utensil

 đồ dùng gia đình: household appliances

siêu thị: supermarket

xuất khẩu: to export

nhập khẩu: to import

 xuất nhập khẩu: to export and import

nông sản: farm products

tiểu thủ công nghiệp: hand(i)craft

mặt hàng: item, article for sale

nội: domestic (lit. internal)

ngoại: imported (lit. external)

diễn ra: to occur, take place

nhanh chóng: quickly, promptly

tuỳ theo: according to, depending on

lượng: amount

cung cấp: to supply, provide

nền: classifier for some abstract concepts

chuyển (sang): to change to, shift to

cơ chế: structure, system

thị trường: market (an economic situation)

cạnh tranh: to compete

tư nhân: private enterprise; private

chênh lệch: to vary, differ

thái độ: attitude

phục vụ: to serve

khách hàng: customer

so với: in comparison with, compared to/with

trước đây: before, formerly

Chợ Hôm (Hà Nội)
Hom market (Hanoi)

Grammar Notes

1. The reciprocal pronoun *nhau* "each other, one another" placed after a verb indicates a mutual action:

    Họ giúp *nhau* làm bài tập.   "They help each other do their homework."

    When the verb demands a preposition, the preposition is placed after the verb and before the reciprocal pronoun *nhau*:

    Thỉnh thoảng họ viết thư *cho nhau*.   "Occasionally they write letters to each other."

2. The element *lại* placed after some verbs conveys an idea of uniting, merging, or closing. When the verb is transitive, *lại* is placed at the end of the sentence:

    Chúng tôi họp *lại* để bàn chương trình dạ vũ tối mai.   "We are meeting to discuss the program for tomorrow night's dancing."

    Ngoài phố lạnh lắm, anh nên đóng cửa sổ *lại*."   "(Because) it is cold outside, you should close the window."

3. The word *ngay* "just, right" placed before words with the meaning of place or time emphasizes an exact place or time:

    Thư viện khoa học ở *ngay* trung tâm Hà Nội.   "The Library of Sciences is located just in the center of Hanoi."

Anh nên đi *ngay* bây giờ kẻo muộn.   "You should go right now or else you will be late."

4. The verb *có* may be used before another verb to emphasize the fact that an action definitely takes/took place. It is similar to the English verb *do* used along with another verb:

Hôm qua anh ấy *có* đến đây.   "He did come here yesterday."

5. The classifier *nền* is used with several abstract nouns implying fields of human activities: *nền* kinh tế "economy," *nền* văn hoá "culture," *nền* khoa học "science," *nền* văn học "literature," *nền* kỹ thuật "technology," etc.

Notes on Usage

1. The verb *quen* is followed by a noun or pronoun as the object when meaning "to know somebody, be acquainted with somebody":
Chị có *quen* anh ấy không?   "Do you know him?"

When the verb *quen* indicates "to be used, accustomed to," it is followed by another verb:
Tôi không *quen* đi ngủ sớm.   "I am not used to going to bed early."

It may precede a noun, but the preposition *với* is necessary:
Họ chưa *quen với* khí hậu ở đây.   "They haven't yet got accustomed to the climate here."

2. The word *siêu thị* "supermarket" is used by both the Vietnamese in Vietnam and the Vietnamese-Americans in the U.S., but with a slight difference in meaning. The word *siêu thị* used by the Vietnamese communities in the U.S. is similar to the English word "supermarket," where one goes primarily to buy food. A *siêu thị* in Vietnam, however, connotes a big store where one can purchase everything but food. In a few supermarkets in Hanoi and Saigon, one can nonetheless buy certain kinds of canned or dried food.

Siêu thị Mini trong chợ Hôm (Hà Nội)
Minimart in Hom market (Hanoi)

Drills

10. Combine the following sentences into one, using the reciprocal pronoun *nhau*.

Example:

Lan giúp Thanh làm bài tập. Thanh giúp Lan làm bài tập.

→ Lan và Thanh giúp nhau làm bài tập.

1. Đức hay gọi điện cho Dũng. Dũng hay gọi điện cho Đức.
2. Cô Thuỷ khen cô Bích. Cô Bích khen cô Thuỷ.
3. Anh ấy thích đi chơi với cô ấy. Cô ấy thích đi chơi với anh ấy.
4. Tôi giới thiệu Tiến với Jeff. Tôi giới thiệu Jeff với Tiến.
5. Anh Thắng không thích mượn sách của anh Hải. Anh Hải không thích mượn sách của anh Thắng.
6. Ông Johnson cùng làm việc với ông Minh ở văn phòng công ty Shell tại Sài Gòn. Ông Minh cùng làm việc với ông Johnson ở văn phòng công ty Shell tại Sài Gòn.
7. Tôi đồng ý với các bạn tôi về chương trình buổi họp ngày mai. Các bạn tôi đồng ý với tôi về chương trình buổi họp ngày mai.
8. Bà Hiền ở gần nhà bà Thuý nhưng chưa bao giờ sang thăm bà Thuý. Bà Thuý ở gần nhà bà Hiền nhưng chưa bao giờ sang thăm bà Hiền.
9. Cô Hồng coi cô Vân như chị. Cô Vân coi cô Hồng như em.
10. Tôi chữa lỗi ngữ pháp cho bạn tôi. Bạn tôi chữa lỗi ngữ pháp cho tôi.

11. Fill in the blanks with the reciprocal pronoun *nhau*. Use the prepositions where they are necessary.

1. Các sinh viên mới đã làm quen _____ trong giờ học đầu tiên.
2. Chúng tôi coi _____ như anh em.
3. Nhân dịp ngày lễ, họ tặng *quà* "gift" _____
4. Hai cô gái ấy quen _____ từ trường trung học.
5. Chúng tôi bàn _____ về việc tổ chức một số hoạt động của câu lạc bộ.
6. Hôm nay là mồng một Tết. Ở đâu cũng thấy người ta chúc mừng _____ , nói _____ những lời tốt đẹp.
7. Đã từ một tháng nay, họ không gặp _____ , cũng không gọi điện thoại _____
8. Vợ chồng anh ấy rất hiểu _____ nhưng có những điều họ không bao giờ đồng ý _____ cả.
9. Từ khi xa _____ đến nay, tháng nào họ cũng viết thư _____
10. Trong phòng này, 4 người dùng chung _____ một buồng tắm.
11. Trong giờ tiếng Việt, khi tập nói chuyện chúng tôi thường đặt câu hỏi _____
12. Chúng tôi ai cũng thích đúng giờ nên không bao giờ phải chờ _____ cả.
13. Sau cuộc họp hôm ấy họ giận _____ Khi gặp _____ họ không chào _____ nữa.
14. Ở đây người ta hay xin lỗi và cám ơn _____ lắm.

12. Complete the following sentences, using the English phrases given in the parentheses.

1. Nửa tiếng nữa chúng ta sẽ gặp nhau (right at the bus stop).
2. Thành phố Nha Trang nằm (right on the ocean).
3. Chúng ta phải bắt đầu chuẩn bị thi (just today).

Một hàng ăn trong chợ Hôm (Hà Nội)
A food stall in Hom market (Hanoi)

4. Nhà ăn ở (just on the first floor), tiện lắm!
5. Các anh đừng đi đâu cả, tôi quay lại (right away).
6. Họ phải đi Đà Lạt (immediately tonight).
7. Cậu không phải đi xa để gửi quà về nhà, bưu điện ở (just at the intersection, very close to here).
8. Thư viện trường Tổng hợp ở (just over there), anh có nhìn thấy toà nhà trắng kia không?
9. Sinh viên bắt đầu nghỉ hè (just this week).
10. Cô đừng sợ nhầm đường, nhà ga ở (just downtown, it's very easy to go there by bus).

13. Give answers to the following questions, using the verb *có* along with another verb with the emphatic meaning.

Example:
　　Hôm qua anh có gặp anh Hiển không?
➡ Có, hôm qua tôi có gặp anh ấy.

1. Anh/chị có quen nhà thơ ấy không?
2. Hôm nay anh ấy có đi học không?
3. Anh/chị đã ăn thử món ấy lần nào chưa?
4. Cậu có mang theo chìa khoá không?
5. Anh/chị đã đọc bài báo ấy chưa?
6. Tuần trước ông ấy có đi làm không?
7. Các anh có đợi cô ấy không?
8. Cậu có nghe băng ghi âm bài này không?
9. Chị có biết đường đi đến đấy không?
10. Năm ngoái giáo sư Hoà đến trường này giảng, phải không?

14. Give answers to the following questions.

    1. Tên chính thức của chợ Hôm là gì?
    2. Chợ Hôm ở phố nào?
    3. Khu phố ấy như thế nào?
    4. Cơm bình dân là gì?
    5. Chợ Hôm có mấy tầng? Tầng một bán những gì? Còn tầng hai bán những gì?
    6. Siêu thị ở Việt Nam và siêu thị ở Mỹ khác nhau thế nào?
    7. Việc mua bán ở chợ diễn ra như thế nào? Vì sao?
    8. Vì sao giá một số mặt hàng thay đổi?
    9. Vì sao hiện giờ giá các mặt hàng không chênh lệch nhiều?
    10. Ở Mỹ, khi mua gì người mua và người bán thường mặc cả với nhau?

Exercises

    1. Describe a superstore where you often go shopping.
    2. Use the dictionary to read the following announcement taken from a Vietnamese newspaper.

Triển khai hệ thống máy rút tiền tự động

HỢP đồng Dự án xây dựng và triển khai hệ thống máy rút tiền tự động (ATM) vừa được ký kết giữa Ngân hàng Đầu tư và Phát triển Việt Nam (ĐT&PT) và Công ty Phát triển và Đầu tư Công nghệ (FPT). Ông Lê Đào Nguyên, Phó tổng giám đốc, kiêm Trưởng ban Công nghệ Thông tin Ngân hàng ĐT &PT cho biết, khách hàng có thể gửi tiền một nơi và rút tiền ở bất cứ đâu trong toàn hệ thống nơi có sử dụng máy và dịch vụ ATM của Ngân hàng ĐT&PT.

Dự án ATM được tiến hành hai giai đoạn. Giai đoạn 1 dự kiến được thực hiện trong vòng 4 tháng (bắt đầu từ tháng 9 và kết thúc vào cuối tháng 12 năm 2001), với số vốn đầu tư khoảng 700.000 USD (trên 10 tỷ đồng) cho khoảng 12 máy ATM tại một số chi nhánh lớn trong hệ thống, đặc biệt là Hà Nội và TP.HCM. Giai đoạn 2 dự kiến được hoàn thành vào đầu năm 2002. ■

LESSON

12

Tục ngữ
Thuận mua vừa bán.

"It's a sale."

Chợ Đồng Xuân (Hà Nội)
Dong Xuan Market (Hanoi)

LESSON 13

Topic: Health care

Grammar:

1. Verbs: được and bị
2. Cũng denoting the speaker's reluctant agreement
3. Hết used before a verb
4. Nữa used with time expressions
5. Mỗi meaning "each"
6. Temporal preposition: từ
7. Emphatic cả meaning "even"

Usage:

1. Expressions conveying the feelings of illness
2. Verb: khuyên
3. Final particle chứ in a question
4. Rules for writing a letter

Word-formation:

Reduplication

Dialogue 1

Tại phòng bác sĩ nội

A: Chào bác sĩ.

B: Chào anh. Mời anh ngồi đây. Anh bị sao?

A: Thưa bác sĩ, tôi bị nhức đầu, ho nhiều và họng hơi đau.

B: Lâu chưa?

A: Ba hôm rồi.

B: Anh có bị sốt không?

A: Có, thường buổi chiều và buổi tối tôi hơi sốt. Nhiệt độ khoảng 37 độ rưỡi.

B: Tôi sẽ khám bệnh cho anh. Anh làm ơn há miệng to … Nói a a a. Bây giờ anh cởi áo ra …
Xong rồi. Anh bị cúm nhẹ thôi. Uống thuốc sẽ khỏi. Đơn thuốc đây.

A: Cám ơn bác sĩ.

B: Hình như anh hút thuốc lá nhiều lắm, phải không?

A: Cũng không nhiều lắm.

B: Tôi khuyên anh nên bỏ thuốc lá, nếu anh muốn giữ sức khoẻ.

A: Vâng, tôi sẽ cố gắng. Chào bác sĩ.

B: Chúc anh chóng khỏi. Chào anh.

Dialogue 2

Tại phòng bác sĩ răng

A: Thưa bác sĩ, tôi bị đau răng, nhức nhối suốt đêm không ngủ được.

B: Anh ngồi vào ghế này. Đau chiếc răng nào?

A: Thưa bác sĩ, chiếc này ạ. Đã chữa mấy lần rồi nhưng không hết đau.

B: … Chiếc này hỏng rồi, theo tôi phải nhổ.

A: Thế thì bác sĩ làm ơn nhổ cho tôi.

B: Được. Đừng sợ. Không đau đâu… Đấy, xong rồi. Hai tiếng nữa anh có thể ăn uống bình thường.

Dialogue 3

Điện thoại cấp cứu

A: A-lô! Cấp cứu đấy phải không?

B: Vâng, đâu gọi đến đấy?

A: Khách sạn Continental. Ở đây có người bị đau bụng, chắc là viêm ruột thừa.

B: Phòng số mấy?

A: Số 12.

B: 5 phút nữa xe cấp cứu sẽ đến.

Dialogue 4

Trong hiệu thuốc

A: Anh cần gì?

B: Tôi bị nhức đầu. Thuốc nhức đầu cô có những loại gì?

A: Nhiều loại lắm. Nếu anh bị không nặng lắm thì nên uống loại này.

B: Uống thế nào, cô?

A: Mỗi ngày 4 viên sau bữa cơm. Uống trong 2 ngày anh sẽ đỡ nhức đầu.

B: Còn loại thuốc trong đơn này ở đây có không?

A: Loại thuốc này mới hết cách đây mấy ngày. Anh đi cửa hàng khác xem.

Vocabulary

nội/khoa nội: internal medicine

  bác sĩ nội: internist, specialist in internal diseases

bị: to suffer

  Anh bị sao?: What's the matter?

nhức: ache, a stinging pain

  nhức đầu: (to have) a headache

ho: (to) cough

họng: throat

đau: (to feel a) pain

Lâu chưa?: How long have you had this problem?

sốt: fever

  bị sốt: to have a fever

nhiệt độ: temperature

độ: degree

khám/khám bệnh (cho): to examine

há miệng: to open one's mouth

to: wide(ly)

cởi [ra]: to take off

cúm: influenza, flu

thuốc: medicine, drug

khỏi: to get better, recover

đơn: application

  đơn thuốc: prescription

hình như: it seems, it appears, apparently

hút: to smoke

thuốc lá: cigarette

khuyên: to advise, suggest, recommend

bỏ: to give up

giữ: to maintain, keep

sức khoẻ: health

giữ sức khoẻ: to maintain one's health

cố gắng: to do one's best

chúc: to wish

chóng: fast

  chóng khỏi: to get well fast

răng: tooth

  bác sĩ răng: dentist

nhức nhối: (to feel a) lasting pain

suốt: throughout

  suốt đêm: throughout the night, all night long

được: to be able to

chữa: to treat

hết: not any longer

  hết đau: it doesn't hurt any longer

hỏng: decayed (of the teeth)

theo tôi: in my opinion

nhổ: to take out, extract

nữa: in

  hai tiếng nữa: in two hours

bình thường: (as) usual

cấp cứu: emergency

  xe cấp cứu: ambulance

bụng: belly, stomach

viêm: inflammation; inflamed

ruột thừa: vermiform appendix

  viêm ruột thừa: appendicitis

nặng: serious, severe

mỗi: every, each

viên: tablet, pill

  mỗi ngày 4 viên: four tablets daily

bữa cơm: meal

đỡ: to lessen, relieve

  đỡ nhức đầu: a headache lessens

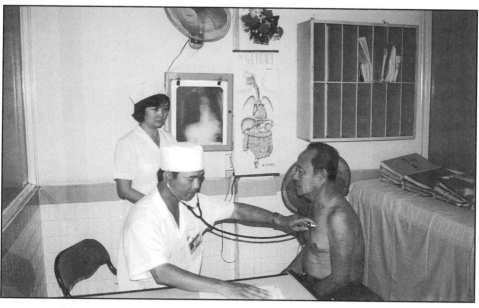

Bác sĩ Đỗ Trung Ngọc khám bệnh tại bệnh viện An Bình (thành phố Hồ Chí Minh)
Dr. Do Trung Ngoc examining a patient at An Binh Hospital (Ho Chi Minh City)

Grammar Notes

1. In addition to the passive meaning (Lesson Eleven), the verbs *được* and *bị* have other meanings.

1.1. They may be used alone as ordinary (notional) transitive verbs without another verb, and have the meaning "to receive, to get." *Được* is used to indicate a "favorable" action, while *bị* denotes an "unfavorable" action from the speaker's point of view:

| Anh ấy *được* điểm cao. | "He received a high grade." |
| Anh ấy *bị* điểm kém. | "He received a low grade." |

1.2. *Được* is placed immediately before another verb to convey the meaning "to have the right or permission to do something":

| Chúng tôi *được* nghỉ ba ngày. | "We (are allowed to) take three days off." |

1.3. *Được* has also the meaning "to have an opportunity to do something" when placed before another verb:

| Tôi đã *được* nói chuyện với nhà văn nổi tiếng ấy. | "I had the opportunity to talk with that popular author." |

1.4. When *được* is placed after another verb or at the end of the sentence, it has the meaning "to be able to do something":

| Anh ấy không làm *được* việc này./ | "He is not able to do this job." |
| Anh ấy không làm việc này *được*. | |

Sometimes *được* can be used along with the modal verb *có thể/không thể*:
Anh ấy *không thể* làm *được* việc này./Anh ấy *không thể* làm việc này *được*.

1.5. *Bị* may be used before a verb to imply the meaning "to suffer, be affected unfavorably by an action." In this case *bị* is optional:

Ông ấy *[bị]* ốm.	"He is sick."
Chiếc máy điện toán này *[bị]* hỏng rồi.	"This computer is broken."
Bạn tôi *[bị]* mất cắp xe ô tô.	"My friend's car has been stolen."

2. In some statements, the word *cũng* may convey a reluctant agreement on the part of the speaker:

| Bộ phim ấy *cũng* hay. | "That movie is O.K." |
| Anh nói thế tôi *nghĩ* "to think" *cũng* đúng. | "What you are saying is correct too, in my opinion." |

3. The word *hết*, in addition to the meaning "an amount of something is used up when an action is completed" (Lesson Eleven) and "to run out, be sold" (Lesson Twelve), may function as the predicate when placed before another verb or an adjective to denote "not any longer." In the negative statements the negation *chưa* is used before the word *hết*. For example:

| Trời *hết* mưa rồi. | "It is not raining any longer." |
| Cô ấy *chưa hết* giận chúng tôi. | "She is still angry with us." |

4. The word *nữa* is placed after a phrase indicating a length of time to denote the end of a period of time in the future when an action will take place and is translated into English as "in." The time expression with *nữa* usually comes at the beginning of the sentence:

| Ba ngày *nữa* ông ấy sẽ đến đây. | "He will arrive here in three days." |
| Hai tháng *nữa* tôi phải viết xong luận án. | "I must finish my dissertation in two months." |

To convey a moment as the end of a period of time in the past when an action took place, the word *sau* is used, which is translated into English as "later:"

| Họ đến Huế hôm mồng 3 tháng 4. | "They arrived in Huế on the 3rd of April. |
| Năm ngày *sau* họ đi Sài Gòn. | Five days later they left for Saigon." |

5. The word *mỗi*, meaning "each," is used before a noun which is followed by a phrase with an amount, to denote a specific quantity of something belonging to each individual member of the class:

| *Mỗi* lớp có mười sinh viên. | "Each class has ten students." |
| *Mỗi* tuần chúng tôi có năm giờ tiếng Việt. | "We have five hours of Vietnamese per week." |

Notes on Usage

1. The construction *subject + bị + verb/noun* is used to indicate the feelings of illness. *Bị* is optional if it is followed by the words *đau, nhức, sốt, ngạt mũi* "stuffy (nose)," *sổ mũi* "having a runny nose," *chóng mặt* "dizzy," *buồn nôn* "nauseous":

Tôi [bị]

đau chân.	My leg hurts.
đau tay.	My arm hurts.
đau/nhức đầu.	My head hurts./I have a headache.
đau lưng.	My back hurts./I have a pain in my back.
đau cổ.	I have a sore throat.
đau tim.	I have heart disease.
đau/nhức răng.	I have a toothache.
đau mắt.	My eyes hurt.
đau bụng.	I have a stomachache.
sốt cao.	I have a high fever.
ngạt mũi.	My nose is clogged/stuffed up.
sổ mũi.	I have a runny nose.
chóng mặt.	I feel dizzy.
buồn nôn.	I feel nauseous.

The word *bị* is usually not omitted when used before the words *cúm* "flu," *cảm/cảm lạnh* "cold," *ngứa* "itchy," *viêm* "inflamed," *huyết áp cao* "high blood pressure," *đi ngoài* "diarrhea," etc.

Tôi bị

cúm.	I have a flu.
cảm/cảm lạnh.	I have caught a cold.
viêm họng.	I have strep throat.
viêm *phổi* "lung."	I have pneumonia.
ngứa.	My skin itches.

huyết áp cao.   I have high blood pressure.
đi ngoài.   I have got diarrhea.

If an illness is serious and lasting for a long period of time, the noun *bệnh* "disease, illness, ailment" is added after the verb *bị*, which cannot be omitted:

Ông ấy *bị bệnh* huyết áp cao.   "His blood pressure is high."

2. The Vietnamese verb for "to take off clothing" is *cởi [ra]*, and its opposite is *mặc [vào]* "to put on." When the verbs of motion *ra* and *vào* are used as parts of the verbs, the object is placed immediately after the verbs *cởi* and *mặc*: cởi áo ra "to take off the shirt," mặc áo vào "to put on the shirt." The verbs of motion *ra* and *vào* are usually used in the imperative.

3. The modal verb *nên* is usually used after the verb *khuyên* "to advise, suggest, recommend" in the construction *subject + khuyên + object + nên + verb*:
   Giáo sư Tiến *khuyên* chúng tôi *nên* đọc cuốn sách này.
   "Professor Tiến suggested that we read this book."

4. In spoken Vietnamese the verb *xem* "to watch, look" may be used after another verb or at the end of the sentence to convey the sense of "and we'll see":

Chúng ta hỏi ông ấy *xem*.
"Let's ask him, and we'll see (what he says)."

Word-formation

The Vietnamese language has a large number of polysyllabic words formed in the way of *reduplication*. Those words are called *reduplicatives* (từ láy). A reduplicative is a word the elements of which have some kind of phonetic resemblance to each other.

The phonetic resemblance may be whole or partial. The whole phonetic resemblance occurs when the syllables of a word exactly reduplicate each other, for instance: sáng sáng, vội vội, xanh xanh. The partial phonetic resemblance is of various types. For example, a reduplicative may have only initial consonant resemblance: chim chóc, vội vàng, đen đủi; initial consonant and tonal resemblance: máy móc, bận bịu, cũ kỹ; nuclear vowel and final resemblance: chơi bời, etc.

The above reduplicatives contain two elements. One of them has its own lexical meaning and may be used alone: chim, vội, đen, máy, bận, cũ, chơi, and the other reduplicating one does not have any meaning if used separately: chóc, vàng, đủi, móc, bịu, kỹ, bời. A reduplicative may contain syllables none of which has a lexical meaning and may function alone as a word. However, they have a meaning when used together, for instance: bâng khuâng "to be melancholy, miss vaguely," mênh mông "immense, vast," thong thả "to act leisurely."

Reduplicatives can be nouns (sáng sáng, chim chóc, máy móc, phố phường), verbs (vội vội, vội vàng, bận bịu, chơi bời, thong thả) or adjectives (xanh xanh, đen đủi, cũ kỹ, bâng khuâng, mênh mông).

When one element of a reduplicative has a meaning, the meaning of the whole reduplicative in most cases differs from its initial meaning. For example, many noun reduplicatives have the collective meaning: máy "a machine" → máy móc "machines," chim "a bird" → chim chóc "birds," phố "a street" → phố phường "streets," or plural meaning: sáng "morning" → sáng sáng "every morning." Some verb reduplicatives have a more abstract meaning than the verb from which a reduplicative is derived: vội "to hurry, be in a rush" → vội vàng "to act or be done in a hurry," bận "to be busy" → bận bịu "to be busy or annoyed," chơi "to play" → chơi bời "to be a playboy." Some adjective reduplicatives are used in a figurative sense, while the adjective from which the reduplicative is formed may be used in both literal and figurative meaning: đen "black" → đen đủi "black; to be out of luck," cũ "old" → cũ kỹ "old-fashioned." In some cases a reduplicative is used just to maintain phonetic symmetry between the parts of a sentence. For example: in the sentence *Trời ấm.* "The weather is warm." the noun trời is monosyllabic, so the monosyllabic adjective ấm is used. In the sentence *Khí hậu ấm áp.* "The climate is warm." the noun khí hậu is bisyllabic and followed by the bisyllabic reduplicative ấm áp. However, the sentence *Khí hậu ấm.* is also possible.

Drills

1. Make up sentences, using the words given in columns A, B and C. In which sentences is bị optional?

A	B	C
Bạn tôi	bị	nhiều quà hôm sinh nhật.
Họ	được	bệnh tim từ bé.
Chúng ta		mưa nên về nhà muộn.
Máy bay		cúm rất nặng, phải nằm bệnh viện một tuần.
Em Dũng		nhiều giải thưởng lớn.
Cô ấy		*học bổng* "scholarship" đi Việt Nam học 1 năm.
Xe tôi		nghe nhiều về phong tục ở đấy.
Anh ấy		*tai nạn* "accident."
Bài kiểm tra của tôi		hỏng, hôm nay tôi phải đem nó đi chữa.
Ông ấy		nghỉ hai tuần sau khi thi xong học kỳ 1.
Cháu bé		thư ông ấy từ tháng trước mà bận quá, chưa trả lời.
Sinh viên		đi xem xi nê với các bạn. Bố mẹ đồng ý rồi.
Tôi		sốt cao, chắc phải đưa cháu đi bác sĩ.
Nhà văn ấy		tai nạn ô tô năm ngoái, bây giờ chân vẫn đau.
Chúng tôi		điểm kém vì nhiều lỗi quá.
		tin "news" nhà thơ nổi tiếng ấy sẽ đến nói chuyện ở trường đại học này.

2.   Change the following sentences, using *được*.

Example:
    Anh ấy có thể dịch bài này.
    ➜ Anh ấy dịch được bài này.
    ➜ Anh ấy dịch bài này được.
    ➜ Anh ấy có thể dịch được bài này.
    ➜ Anh ấy có thể dịch bài này được.

    1. Tôi bận lắm, không thể giúp anh ngay bây giờ.
    2. Tôi biết một người có thể chữa chiếc máy điện toán của anh.
    3. Anh ấy không thể mở cửa văn phòng vì quên chìa khoá ở nhà.
    4. Chúng ta phải đi ngay mới có thể đến đúng giờ.
    5. Câu hỏi không rõ, tôi không thể hiểu ông ấy định hỏi gì.
    6. Mình không thể ra khu thể thao với cậu, mình không có thì giờ.
    7. Nhà hàng ấy phải đóng cửa vì không thể cạnh tranh với các nhà hàng khác.
    8. Họ sống ở đây đã ba năm mà chưa thể quen với khí hậu miền này.
    9. Chúng tôi không thể quên những ngày cùng hoạt động với nhau trong hội sinh viên.
    10. Anh ấy không thể viết xong luận án trong hai năm.

3.   Give answers to the following questions, using *cũng* to indicate your reluctant agreement on what you are asked about.

Example:
    Anh thấy bộ phim ấy có hay không?
    _____
    ➜   Tôi thấy bộ phim ấy cũng hay.

    1. Anh/chị có thích món này không?
       _____

    2. Anh/chị thấy anh ấy khiêu vũ thế nào?
       _____

    3. Cô ấy trả lời câu hỏi thế nào?
       _____

    4. Cái đồng hồ này chạy thế nào?
       _____

    5. Anh/chị thấy cơm bình dân ở nhà hàng này thế nào?
       _____

    6. Anh/chị thấy chương trình dạ vũ tối qua ở câu lạc bộ thế nào?
       _____

    7. Dạo này ông ấy có khoẻ không?
       _____

    8. Bài kiểm tra hôm nay có khó không?
       _____

    9. Anh/chị thấy chương trình này có dễ dùng không?
       _____

    10. Cuốn sách này có cần không?
        _____

4. Give answers to the following questions, using the English phrases given in the parentheses. Pay attention to the tense.

    1. Khi nào cô ấy tốt nghiệp? (in two years)
    2. Ông ấy đến Nha Trang thứ ba tuần trước. Sau đó ông ấy đi Cần Thơ hôm nào? (one week later)
    3. Bao giờ anh/chị phải gọi điện cho giáo sư Tuấn? (in fifteen minutes)
    4. Khi nào học kỳ hai bắt đầu? (in three weeks)
    5. Năm ngoái cô ấy mua một chiếc xe mới rất đẹp. Chiếc xe ấy bị mất cắp khi nào? (four months later)
    6. Bao giờ người ta xây dựng xong khu thể thao này? (in half a year)
    7. Họ lấy nhau cách đây ba năm. Họ có con bao giờ? (one year later)
    8. Mấy giờ máy bay đến đây? (in forty minutes)
    9. Bao giờ bà ấy về hưu? (in one year)
    10. *Chữ quốc ngữ* "modern Vietnamese alphabet" có từ đầu thế kỷ 17. Chữ quốc ngữ bắt đầu chính thức được dùng ở Việt Nam khi nào? (three centuries later)

5. Change the following sentences, using *mỗi*.

   Example:
     Chúng tôi có năm giờ tiếng Việt một tuần.
     ➜ Mỗi tuần chúng tôi có năm giờ tiếng Việt.

    1. Sinh viên làm hai bài kiểm tra một tháng.
    2. Trong ký túc xá này ba sinh viên ở một phòng.
    3. Nếu gửi xe ở đây anh phải trả 3 đô-la một giờ.
    4. Bia 3 nghìn đồng một chai.
    5. Tôi tập thể thao ba lần một tuần.
    6. Mời các anh các chị, bốn người ngồi một bàn.
    7. Hiện giờ Việt Nam xuất khẩu khoảng hơn 1 triệu *tấn* "ton" gạo "rice" một năm.
    8. Để đọc xong cuốn sách trong tuần này, tôi phải đọc một trăm trang một ngày.
    9. Một bài thường kết thúc bằng một câu tục ngữ.
    10. Lớp chúng tôi ai cũng có xe đạp để đi học.

6. Give answers to the doctor's question, using the expressions given in the part "Usage."

   Anh/chị bị sao/làm sao/gì?
   Thưa bác sĩ, tôi _____

7. A patient asks his/her doctor a question, and the doctor gives an answer, using vocabulary given in the "Usage" section.

   Example:
     Thưa bác sĩ, _____ tôi thế nào? (mắt)
     _____ anh/chị *bình thường* "O.K.."/ _____ anh/chị có *vấn đề* "problem."
   ➜ Thưa bác sĩ, mắt tôi thế nào?
     Mắt anh bình thường.

8. Complete the following sentences, using the English sentences given in the parentheses.

　　1. Chúng tôi khuyên cô Lan nên (to give him a call in advance).
　　2. Bác sĩ khuyên ông ấy (to jog one hour a day).
　　3. Cô giáo khuyên chúng tôi nên (to listen to the Vietnamese tapes and to speak
　　　Vietnamese every day).
　　4. Ông Thao khuyên tôi nên (to wear a hat because it is very sunny "*nắng*" and hot
　　　outside).
　　5. Họ khuyên chúng tôi (not to go downtown at night, it is not safe).
　　6. Bạn tôi khuyên tôi nên (to take the highway).
　　7. Bác sĩ khuyên bà ấy (not to eat fatty dishes).
　　8. Chúng tôi khuyên anh ấy (to take the bus, not to drive there).
　　9. Tôi khuyên anh nên (to stop by her office and apologize "*xin lỗi*" to her).
　10. Cả nhà khuyên ông tôi nên (to go to the doctor for a check-up "*khám sức khoẻ*")

Exercises

1. Prepare with your partner the following dialogue, then perform the dialogue for the class
   (*A* is a foreign student in Hanoi, *B* is a doctor at a Hanoi hospital).

A	B
1. greets the doctor	1. responds and asks what's the matter
2. says his/her eyes are red and sore	2. asks how long he/she has had this problem
3. says for five days	3. asks why the student didn't see a doctor immediately
4. explains he/she didn't realize the problem would be serious	4. examines the student and explains he/she has got the disease many people catch in Hanoi during the summer
5. asks if it is contagious "*lây*"	5. replies "yes" and gives the student a prescription and advice not to run around much
6. asks when his/her eyes will return to normal	6. replies in two to three days and asks the student to come back to see doctor if he/she is not getting better

2. You were in an accident. The doctor asks you what happened. You tell him and he helps
   you.

3. Use the dictionary to read the following the advertisement taken from a Vietnamese
   newspaper.

PHÒNG KHÁM, CHỮA BỆNH VIỆT - MAI

40 Hàng Giấy, quận Hoàn Kiếm, Hà Nội.
ĐT: 9.282242.

Tham gia khám, chữa bệnh có các giáo sư, tiến sĩ, thạc sĩ y khoa, các bác sĩ nội trú giỏi, các bác sĩ chuyên khoa giỏi đã và đang công tác tại bệnh viện Bạch Mai và Việt Đức.

VIỆT - MAI HOẠT ĐỘNG THEO PHƯƠNG CHÂM

● Chẩn đoán chính xác.

● Điều trị tích cực - hiệu quả cao.

Giá dịch vụ khám, chữa bệnh và làm các xét nghiệm chẩn đoán: Siêu âm, X quang, nội soi, điện tâm đồ, xét nghiệm (sinh hóa, huyết học, vi trùng)... **theo đúng mức giá của Bệnh viện Bạch Mai và Việt Đức.**

● Đảm nhiệm khám, chữa bệnh các chuyên khoa:

Nội - ngoại - sản - nhi - tai mũi họng - răng hàm mặt - thần kinh - nội soi - da và hoa liễu - đông y.

Thời gian khám bệnh từ 8 giờ đến 19 giờ hằng ngày.

Bệnh viện Bạch Mai (Hà Nội)
Bach Mai hospital (Hanoi)

Narrative

Hà Nội, ngày 18 tháng 10 năm 1996
Anh Đức thân mến!

Chắc anh ngạc nhiên khi đọc bức thư này bằng tiếng Việt, vì những bức thư trước tôi viết cho anh bằng tiếng Anh. Tôi muốn viết thư cho anh bằng tiếng Việt từ lâu rồi, nhưng anh cũng biết tiếng Việt của tôi còn yếu nên viết thư bằng tiếng Việt mất khá nhiều thời gian. Mà thời gian thì qua nhanh quá.

Hôm nay tôi có thì giờ ngồi viết thư cho anh bằng tiếng Việt vì tôi không đi làm. Tôi bị ốm từ hai ngày nay. Cũng không có gì nặng lắm, cảm cúm thường thôi. Nhưng ông trưởng phòng chỗ tôi làm việc sợ tôi lây cúm cho những người khác nên bắt tôi phải nghỉ ở nhà mấy ngày. Ông ấy còn khuyên tôi nên đi khám bác sĩ, nhưng anh biết tôi rất sợ đi khám bệnh và uống thuốc nên tôi chẳng đi khám ở đâu cả. Mấy người bạn Việt Nam chỉ cho tôi cách dùng một số loại lá để xông. Mỗi ngày tôi xông hai lần, thấy đỡ nhiều lắm. Có lẽ ngày mai hay ngày kia tôi có thể đi làm bình thường. Công ty rất nhiều việc. Mới ký được hợp đồng với vài nơi, tuần này mọi người phải làm việc cả chủ nhật (người Việt Nam làm việc thứ bảy, mỗi tuần chỉ nghỉ ngày chủ nhật thôi).

Hơn nữa, tôi cũng muốn ra khỏi nhà vì Hà Nội tháng mười đẹp quá! Đã sang mùa thu. Trời không nóng như mấy tháng trước, lại chưa lạnh. Giống như tháng mười ở California, làm cho tôi thấy nhớ nhà. Phố Nguyễn Du nơi tôi ở có nhiều cây cao, hoa buổi tối và ban đêm có hương thơm rất dễ chịu. Các bạn Việt Nam bảo đấy là hoa sữa. Tôi chắc ngoài Hà Nội ra, không đâu có hoa sữa.

Tình hình công việc của anh thế nào? Còn bận như khi tôi ở nhà không? Chị và các cháu vẫn khoẻ chứ?

Tôi xin dừng bút. Chúc anh vui, khoẻ. Anh cho tôi gửi lời thăm chị và các cháu.

Mong thư của anh.
Thân
Sam Smith

Vocabulary

thân mến: dear
ngạc nhiên: to be surprised
bức: classifier for letters, paintings etc.
từ: since
  từ lâu rồi: long since
yếu: weak
thường thôi: nothing special
trưởng phòng: chief of an office
lây: to transmit (a disease); infectious, contagious
bắt: to force (someone to do something)
đi khám bác sĩ: to go to (see) the doctor
chẳng (informal) = *không*
chỉ: to show
cách: manner, method, way
lá: leaf
xông: to have a steam bath for a cure
ký: to sign
hợp đồng: contract, agreement
mọi người: everyone, everybody
cả: even
hơn nữa: furthermore
thu: autumn, fall
giống (như): to resemble, be like
làm/làm cho: to make (put someone into a certain state)

nhớ: to miss
  nhớ nhà: to be homesick
bảo: to tell
sữa: milk
  cây hoa sữa: a type of tall tree in Hanoi
chắc: to be sure
  Tôi chắc...: I am sure that…
tình hình: situation
  Tình hình công việc của anh thế nào?: How are you doing?
chị: your wife
các cháu: children
dừng bút: to stop writing
  Tôi xin dừng bút.: Let me close the letter.
gửi lời thăm: to give one's best regards
  Anh cho tôi gửi lời thăm chị và các cháu.: Please give my best regards to your wife and chidren./Please say "hi" to your wife and children.
mong: to expect, hope
  Mong thư của anh.: I am looking forward to hearing from you soon.
thân (a complimentary closing): sincerely

Grammar Notes

1. The temporal preposition *từ*, in addition to the meaning "from" (Lesson Seven), is used for an action which extends from that time up to the time of speaking:

    Ông ấy làm việc ở đây *từ* năm 1990.   "He has been working here since 1990."

    When the preposition *từ* is placed before an amount of time in the sense of "for," the word *nay* (with the mid-level tone) is used to convey the meaning "until now." It is replaceable by *rồi*, which is placed at the end of the sentence (Lesson Seven):

    Ông ấy làm việc ở đây *từ* hai năm nay. = Ông ấy làm việc ở đây hai năm *rồi*.
    "He has been working here for two years."

    In a question, *từ* with interrogative words is placed at the end of the question:

    Ông ấy làm việc ở đây *từ bao giờ/*   "Since when/what year … has he been
    năm nào …?   working here?"

2. The word *cả* "even" is used before a word or phrase to emphasize someone or something that an action inexpectedly includes. For example:

Tuần này họ làm việc *cả* thứ bảy   "This week they work even on the
chủ nhật.   weekend."

Cả along with a word or phrase usually comes at the beginning of the sentence. In that case the word *cũng* is used before the predicate:

Tuần này *cả* thứ bảy chủ nhật họ *cũng*
làm việc.
Tối qua *cả* các giáo sư *cũng* khiêu vũ.   "Even the professors danced last night."

Notes on Usage

1. The final particle *chứ*, besides the meaning "of course" "surely" (Lesson Twelve), may be placed at the end of an assertive statement to turn it into a question. The question indicates that the speaker is almost sure that the statement is true and wants reassurance:

Hôm qua cô ấy cũng đến *chứ*?   "Surely she also was there yesterday?"

2. Some rules for writing a letter in Vietnamese.
2.1. The heading of a letter does not include the address, which appears on the envelope only.
2.2. The date usually follows the name of a city. For instance: Hải Phòng, ngày 16-1-1996.
2.3. *Anh/Chị…* + *name* + *thân mến/quý mến* is used in the salutation in an informal letter. The salutation of an entirely informal letter may contain such words after the name as *quý mến, thương nhớ*. A formal letter has *Thưa/Kính thưa* + *ông/bà* + *name* or *Thưa/Kính thưa* + *ông/bà* + *title* as the salutation. In most cases, a salutation is followed by an exclamation mark. For example:

Chị Thanh thân mến!
Thưa giáo sư Tiến!
Kính thưa bà Ngọc!
Thưa ông bác sĩ!

2.4. A letter may conclude with one of the following salutations:

1. A closing word of good wishes to the person whom one is writing to, (e.g.) Chúc anh mạnh khoẻ, gặp nhiều may mắn. "I wish you good health and good luck."
2. Good wishes forwarded to someone else, (e.g.)
    Cho tôi gửi lời thăm chị Hiền. "Please give my regards to Ms. Hiền." "Please say "hi" to Hiền."
3. A word of looking forward to hearing from the person, if one expects the person to reply, (e.g.)
    Mong sớm nhận được thư trả lời của ông.
    Mong ông sớm trả lời.

4. A complimentary closing, (e.g.)
   Thân. (informal)
   Kính thư. (formal)
5. A signature.

Drills

9. Give answers to the following questions, using the preposition *từ* along with the English phrases given in the parentheses.

   1. Ông bác sĩ Tiến làm việc ở bệnh viện này bao lâu rồi? (since 1982)
   2. Anh/chị học tiếng Việt từ bao giờ? (since last September)
   3. Nhà hàng này có lâu chưa? (for two years)
   4. Anh/chị chờ ông ấy bao lâu rồi? (since 9:15)
   5. Chương trình này có trên ti vi từ khi nào? (for about half a year)
   6. Trường đại học ấy có từ bao giờ? (since the end of the 13th century)
   7. Chiếc máy điện toán này hỏng lâu chưa? (for one week)
   8. Cô ấy là giảng viên trường Đại học Bách khoa bao lâu rồi? (since last January)
   9. Họ giận nhau lâu chưa? (for one month)
   10. Sinh viên nghỉ hè từ bao giờ? (for two weeks)

10. Change the following sentences, using the emphatic words *cả* and *cũng* for the underlined phrases. Pay attention to the word order.

   Example:
   Tuần này họ làm việc thứ bảy chủ nhật.
   ➜ Tuần này cả thứ bảy chủ nhật họ cũng làm việc.

   1. Cửa hàng này mở cửa ngày lễ.
   2. Trước đây Việt Nam phải nhập khẩu gạo.
   3. Tôi không biết *chuyện* "issue, matter" ấy.
   4. Mùa hè ở vùng này dễ chịu.
   5. Chúng tôi đi thăm những di tích lịch sử ở rất xa thành phố.
   6. Anh ấy đến muộn những buổi họp quan trọng nhất.
   7. Những hiệu sách lớn này không có quyển từ điển ấy.
   8. Hoa này nở vào mùa đông.
   9. Hôm nay xa lộ này đông xe.
   10. Cô ấy tranh thủ thời gian tập thể thao vào những ngày bận chuẩn bị thi.

LESSON

13

11. Write questions for the following responses, using *chứ*.

> *Example:* _____ ?
>> Vâng, hôm qua cô ấy có đến.
>> ➜ Hôm qua cô ấy cũng đến chứ?
>> Vâng, hôm qua cô ấy có đến.

1. _____ ?
   Vâng, tôi có quen anh Thắng.
2. _____ ?
   Ừ, lâu quá mình chưa về thăm nhà.
3. _____ ?
   Vâng, ai cũng thích chương trình ấy.
4. _____ ?
   Vâng, tôi đi khám bác sĩ hôm qua.
5. _____ ?
   Vâng, chúng tôi ăn món ấy mấy lần rồi.
6. _____ ?
   Vâng, tôi biết. Đại sứ quán Pháp ở phố Bà Triệu.

7. _____ ?
   Vâng, đồng hồ tôi chạy đúng lắm.
8. _____ ?
   Ừ, mình quên chìa khoá mấy lần rồi, bây giờ không quên nữa.
9. _____ ?
   Vâng, người ta đã giới thiệu tôi với bà giáo sư ấy rồi.
10. _____ ?
    Ừ, mình ghi tên học môn ấy rồi.

Exercise

Write a letter to your close friend about your study at your college or university.

Tục ngữ
Thuốc đắng dã/đã tật.

"No pain, no cure."

LESSON  14

Topic: Ordering and having a meal

Grammar:
1. Use of the word đều
2. Use of tự … lấy
3. Nửa, rưỡi and rưởi
4. Use of cả, tất cả, mọi, từng
5. Emphatic … này … này
6. Noun clauses with là and rằng
7. Preposition của used with the verbs of borrowing
8. Clauses of concession
9. Negatives không/không phải … mà … and chứ không
10. [Càng] ngày càng and mỗi lúc một in the sense of gradual increase
11. Restrictive mới

Usage:
1. Initial particle: à
2. Kinship term chú as a personal pronoun
3. Use of một ít
4. Difference between lúa, thóc, gạo, cơm, denoting rice

Word-formation:
Vocabulary borrowed from Chinese

Dialogue 1

Trong hiệu phở
A: Bà cho xin một bát phở bò.
B: Cô ăn tái hay chín?
A: Bà cho thịt chín.
B: Còn anh ăn gì?
C: Bà cho xin một bát phở gà.
B: Anh thích ăn mỡ hay nạc?
C: Bà làm ơn cho thịt nạc. Nước dùng cũng đừng béo quá.
A: Ớt ở đâu, bà?
B: Nước mắm, tương ớt và các loại gia vị khác đều ở trên bàn, anh chị cứ tự lấy, còn ớt tươi tôi mang ra ngay bây giờ.

A: Bà làm ơn cho tính tiền.
B: Của anh chị một bò chín, một gà, hết tất cả 5 nghìn rưởi.

Dialogue 2

Trong nhà hàng đặc sản

A: Các anh các chị mấy người tất cả?
B: Năm người.
A: Thế thì mời ngồi bàn này. Thực đơn đây, mời các anh các chị chọn món ăn.
B: Các bạn chọn xong chưa? Gọi đi.
C: Xong rồi. Cô cho một đĩa phở xào.
D: Một bát xúp lươn.
E: Cô cho xin một đĩa nem cua bể.
F: Còn tôi tôm nướng.
A: Nhà hàng mọi ngày vẫn có tôm nướng nhưng hôm nay mới hết. Có món chả cá đặc biệt lắm. Các anh các chị có muốn dùng thử không?
B: Vâng, thế thì xin thêm một chả cá. Chắc đủ rồi. À, anh bạn người châu Âu này ăn đũa chưa thạo lắm, cô cho xin một cái nĩa, một cái thìa và một con dao.
A: Vâng. Các anh các chị uống gì?
C: Bia. Cô cho mỗi người một chai Halida.
D: Bốn chai thôi, tôi không uống bia. Cô cho tôi một cốc nước mía.
E: Xin cô thêm một cà phê sữa đá nữa.

Dialogue 3

Trong quán cơm bình dân

A: Chú thích ăn gì?
B: Bác cho cháu một món canh.
A: Canh cua với mấy quả cà nhé?
B: Vâng, và một đĩa thịt bò xào. Đậu phụ bác có những món gì?
A: Đậu phụ rán này, đậu phụ nhồi thịt này…
B: Bác cho cháu một đĩa đậu phụ rán chấm tương và một ít cơm. Cho cháu mấy quả ớt, cháu ăn cay lắm.

Dialogue 4

A (*người nước ngoài*): Mình nghe nói là rượu trắng của Việt Nam ngon lắm.
B (*người Việt*): Ừ, làm bằng gạo nếp thứ đặc biệt. Có loại tên là *Lúa mới*. Nhưng mình thấy hơi mạnh. Mình chỉ thích uống rượu vang thôi.
A: Hình như người Việt Nam nào cũng thích uống bia thì phải.
B: Có lẽ vì khí hậu nóng quá. Bia có nhiều loại: bia hơi, bia chai, bia lon…
A: Làm ở đâu?
B: Có bia Việt Nam, có bia nhập của nước ngoài, có bia mang nhãn hiệu nước ngoài nhưng làm ở Việt Nam, do các nhà máy liên doanh với nước ngoài sản xuất.

Cơm bình dân
Affordable cuisine

Vocabulary

bò: cow, beef

tái: rare, half-cooked

chín: well-done

gà: chicken

nạc: lean

nước: water

  nước dùng: broth

ớt: (red) pepper

nước mắm: fish sauce

tương ớt: hot chili sauce

gia vị: spice, condiment

tự: self

tươi: fresh

tính: to calculate, figure out

  Bà làm ơn cho tính tiền.: We'd like the
  bill, please.

Của anh chị…: You had…

Hết tất cả …: Your total is…

rưỡi: and a half

đặc sản: specialties, specials

Các anh các chị mấy người tất cả?:
  How many in your party?

thực đơn: menu

chọn: to choose, pick up

gọi: to order

đĩa: plate

xào: to stir-fry

xúp: soup

lươn: eel

nem/nem rán: egg roll

cua: crab

bể: sea (in some word-combinations)

  cua bể: sea-crab

tôm: shrimp

nướng: to roast, barbecue

mọi: every

chả: meat paste, meat pie

  chả cá: grilled fish

đặc biệt: special

dùng: to eat (formal)

thạo: to be adept at, familiar with

nĩa: fork

thìa: spoon

mía: sugar cane

  nước mía: sugar cane juice

đá: ice

canh: Vietnamese soup

cà: Vietnamese eggplant, aubergine

đậu phụ: tofu

rán: to fry

nhồi: to stuff

chấm: to dip (food in sauce)

tương: thick soy sauce

một ít: a little

rượu: alcoholic drink, liquor

  rượu trắng: vodka

gạo nếp: glutinous rice, sticky rice

lúa: rice (the plant in paddies)

mạnh: strong

rượu vang: wine

thì phải: undoubtedly (final particle)

bia hơi: beer from a tap

nhãn hiệu: label

liên doanh: to have a joint venture

sản xuất: to produce, make

Grammar Notes

1. The word *đều*, the original meaning of which is "equal(ly)," is used before the predicate to emphasize the idea that the action or quality is related to all of the persons or things expressed by the part of the sentence before the word *đều*. It may be used in many ways.

   1) *Đều* emphasizes the subject of the sentence:

Chúng tôi *đều* xem bộ phim ấy rồi.	"All of us/We all saw that movie."

   2) *Đều* emphasizes the object which is placed at the beginning of the sentence:

Những quyển sách ấy tôi *đều* đọc rồi.	"I have read all (of) those books."

   3) *Đều* emphasizes the adverbials of place and time which come at the beginning of the sentence:

Ở các trường trung học này học sinh *đều* học ngoại ngữ tiếng Tây Ban Nha.	"At all of these high schools, students learn Spanish as a foreign language."
Tuần này và tuần sau tôi *đều* bận.	"I am busy both this week and next week."

2. The words *tự ... lấy* are used with a verb to indicate that the subject performs the action by himself/herself without other people's assistance. *Tự* is placed after the subject and before the verb; *lấy* is placed after the verb. In spoken Vietnamese one of them may be omitted:

Tôi *tự* làm *lấy* việc này./Tôi *tự* làm việc này./ Tôi làm *lấy* việc này.	"I do this job by myself."

3. *Nửa* has the meaning "half," while the meaning of *rưỡi* is "and a half." *Nửa* always precedes a noun, *rưỡi* follows a noun: *nửa* năm "half a year," hai năm *rưỡi* "two and a half years" or "two years and a half." In spoken Vietnamese *rưỡi* may be used to denote a half of the number it follows, and the number is a hundred and more (trăm, nghìn, triệu); for example: 150 is một trăm năm mươi or một trăm *rưỡi*, 2 500 is hai nghìn năm trăm or hai nghìn *rưỡi*, 3 500 000 is ba triệu năm trăm nghìn or ba triệu *rưỡi*.

4. Both *cả* and *tất cả* have the meaning "all" and are interchangeable when used before a noun that implies a group of people or things:

Cả/tất cả lớp đi nghe giáo sư Tuấn giảng bài.	"All the class attended Professor Tuấn's lecture."

   Only *cả* may be used before a noun denoting something as a whole. For instance, *cả* can be used before a noun meaning an amount of time:

Chủ nhật họ đi chơi *cả* ngày.	"They went out for all the day on Sunday."

On the other hand, *tất cả* cannot be replaced by *cả* when it is used before a noun that implies people or things considered individually. In some cases the noun is used along with the plural markers *các* or *những*:

Tất cả [các] sinh viên đi nghe giáo sư Tuấn giảng bài.	"All the students attended Professor Tuấn's lecture."

Tất cả with this meaning may be used along with the emphatic *đều*:

Tất cả [các] sinh viên *đều* đi nghe giáo sư Tuấn giảng bài.

5. *Mọi* in the sense of "every" is used with nouns denoting time to convey the idea that an action often occured in the past, but also implies that the action does not occur at the moment of speaking:

Mọi năm tháng bảy rất nóng (nhưng năm nay không nóng lắm).	"Every year July was very hot (but this year, it is not so hot)."

In some expressions *mọi* has just the meaning "all," "every": *mọi* người "everyone," *tất cả mọi* người "everyone," "all the people," *mọi* nơi *mọi* lúc "everywhere/everyplace and every time."

The word *từng* also has the meaning "every" (Lesson Eleven); however, it emphasizes the idea that each individual person or thing in a group performs an action or is the object of an action:

Từ Việt Nam, anh ấy viết thư cho *từng* người trong lớp chúng tôi.	"He wrote a letter from Vietnam to each student in our class."

Từng is used along with *một* to emphasize that each individual person or thing in a group in turn performs an action or is the object of an action. *Từng* precedes the noun, *một* follows it:

Cô giáo nói chuyện với *từng* sinh viên *một*.	"The teacher talked to each student."

6. *Này … này … này* is used repeatedly after nouns, verbs, or adjectives to indicate emphatically things, actions, or qualities as if they can be seen at the moment of speaking:

Bà ấy nói được nhiều thứ tiếng: tiếng Anh *này*, tiếng Pháp *này*, tiếng Trung Quốc *này*, tiếng Nhật *này*.	"She can speak several languages: English, French, Chinese and Japanese."

7. *Là* and *rằng* are conjunctions used to link a noun clause to the main clause. *Là* is chiefly used in colloquial Vietnamese, while *rằng* is used in written Vietnamese. They are translated into English as "that":

Hôm qua anh ấy nói *là/rằng* mai anh ấy không đến được.	"He said yesterday that he would not be able to come tomorrow."

8. The preposition *của* is used after a number of verbs to indicate the source of the object. Those verbs have a general idea of receiving or taking, for instance, *lấy* "to take," *nhận* "to receive," *mượn* "to borrow," *vay* "to borrow (usually used for money)." If the object is expressed by one word, it is placed before the preposition *của*:

Tôi hay mượn sách *của* ông ấy.   "I usually borrow books from him."

If the object is modified by other words, it is placed after the word indicating the source:

Tôi mượn *của* ông ấy một cuốn sách   "I borrowed from him a book on the
nói về văn học Việt Nam thế kỷ 19.   Vietnamese literature of the 19th century."

In colloquial Vietnamese the verb *vay* may be used without the preposition *của*. The noun or pronoun indicating the source of borrowing often comes immediately after the verb *vay*:

Anh ấy thỉnh thoảng *vay* tôi tiền rồi   "He occasionally borrowed money from
quên không trả.   me and forgot to pay me back."
Anh ấy *vay* tôi hai trăm đồng từ năm   "He borrowed $200 from me last year
ngoái mà bây giờ vẫn chưa trả.   and has not yet paid it back."

Notes on Usage

1. When Vietnamese people are talking about an amount of food in a restaurant, they often omit the words denoting food containers. For instance, they say *một phở bò* instead of *một bát phở bò*, *hai nem cua bể* instead of *hai đĩa nem cua bể*, and *ba cà phê sữa đá* instead of *ba cốc cà phê sữa đá*.

2. The particle *à* is used at the beginning of a sentence to imply that the speaker recalls something he or she has almost forgotten:

À, tôi quên chưa ghi số điện thoại của anh.   "Oh, I almost forgot to write down your
                                               phone number."

3. The kinship term *chú* "uncle" may function as personal pronoun not only between two people related to each other as an uncle and a nephew or niece, but also as the second personal pronoun in colloquial Vietnamese. It is used by an older person when he or she is addressing a younger male person and sounds friendly.

4. The phrase *một ít* with the meaning "a little" is used to indicate a small amount of something expressed mostly by uncountable or mass nouns: một ít tiền, một ít thời gian, một ít bánh mỳ. The English phrase *a little/a little bit* also has the meaning "to some degree, rather": He is *a little* anxious. She is *a little* sick. The Vietnamese equivalent is *hơi* as introduced in Lesson Ten, (e.g.) Ông ấy *hơi* lo. Bà ấy *hơi* ốm.

5. In Vietnamese there are many words indicating rice, depending on the types of rice and the different stages of growing, processing, and cooking it. The most common words are *lúa, thóc, gạo* and *cơm*. *Lúa* denotes rice plants in paddies. When rice is gathered and removed from the stems, it is called *thóc*. *Gạo* is husked rice. When rice is cooked and ready for eating, it is called *cơm*.

Word-formation

Borrowing is one of the primary forces behind changes in the lexicon of many languages. Any language, under appropriate circumstances, borrows lexical material from other languages, usually absorbing the exotic items or translating them into native equivalents. Some languages borrow more than others, and borrow more from some sources than others. English, a Germanic language, has borrowed a large amount of vocabulary from French, a Romance language. The Vietnamese language as a Mon-Khmer language has also borrowed many words from a number of languages which belong to different groups of languages. Owing to close contact between Vietnamese and Chinese and the domination of classical Chinese as a written language for administrative purposes in Vietnam during a long period of time, a significant number of words came into Vietnamese from Chinese.

In written Vietnamese the words borrowed from Chinese make up approximately 70% of the vocabulary. In spoken Vietnamese there are much fewer words of Chinese origin.

When words are borrowed, they are generally made to conform to the sound pattern of the borrowing language. A system of rules was created to transcribe Chinese words into Vietnamese. The system called *cách đọc Hán-Việt* is in principle able to transcribe any Chinese word into Vietnamese according to the Vietnamese phonetic system.

The vocabulary borrowed from Chinese relates to various aspects of social, political and economic spheres. For instance:

Vietnamese	Chinese		Meaning
Government and Administrative order:			
cách mạng	gémìng	革命	revolution
cảnh sát	jǐngchá	警察	police
đại sứ quán	dàshǐguǎn	大使館	embassy
độc lập	dúlì	獨立	independent
nhân dân	rénmín	人民	people
quốc hội	guóhuì	國會	national assembly, congress
văn phòng	wénfáng	文房	office
luật	fǎlǜ	法律	law
Economics:			
cạnh tranh	jìngzhēng	競爭	to compete; competition
kinh tế	jīngjì	經濟	economy, economics
thị trường	shìchǎng	市場	market
History:			
cổ	gǔdài	古代	old, ancient
hiện đại	xiàndài	現代	modern
lịch sử	lìshǐ	歷史	history
phong kiến	fēngjiàn	封建	feudal
triều đại	cháodài	朝代	dynasty

LESSON 14

Culture and Education:

đại học	dàxué	大學	higher education
học kỳ	xuéqī	學期	semester
học sinh	xuéshēng	學生	student, pupil
tiểu thuyết	xiǎoshuō(r)	小說（兒）	novel
văn hoá	wénhuà	文化	culture
văn học	wénxué	文學	literature

Geographical Terms and Names:

đông	dōng	東	east
tây	xī	西	west
nam	nán	南	south
bắc	běi	北	north
trung tâm	zhōngxīn	中心	center
vị trí	wèizhi	位置	position
nhiệt đới	rèdài	熱帶	tropical area
Anh	Yīngguó	英國	England
Bồ Đào Nha	Pútáoyá	葡萄牙	Portugal
Đức	Déguó	德國	Germany
Mỹ	Měiguó	美國	America
Nga	Éguó	俄國	Russia
Nhật	Rìběn	日本	Japan
Pháp	Fǎguó	法國	France
Tây Ban Nha	Xībānyá	西班牙	Spain

Climate and Seasons:

khí hậu	qìhou	氣候	climate
xuân	chūn	春	spring
hè	xià	夏	summer
thu	qiū	秋	autumn, fall
đông	dōng	冬	winter

Other Areas:

báo	bào	報	newspaper
điện thoại	diànhuà	電話	telephone
giao thông	jiāotōng	交通	transportation, traffic
kết thúc	jiéshù	結束	to finish
khách	kèrén	客人	guest
khách sạn	kèzhàn	客栈	hotel
phụ nữ	fùnǚ	婦女	woman
sinh nhật	shēngrì	生日	birthday

Drills

1. Add the word *đều* to the following sentences. Change the word order where it is necessary.

    1. Sinh viên lớp tôi tập thể thao.
    2. Khách thích mấy món này.
    3. Chúng tôi có bài kiểm tra tuần trước và tuần này.
    4. Tôi quen hai ông giáo sư ấy.
    5. Họ đã đi thăm tất cả những thành phố lớn trên sông Cửu Long.
    6. Tất cả chúng tôi muốn giúp cô ấy.
    7. Hùng có nhiều bạn ở Hà Nội và Sài Gòn.
    8. Các bài tập này khó quá, tôi chưa làm được.
    9. Sinh viên trong ký túc xá này có phòng riêng.
    10. Ở bờ biển miền Đông và bờ biển miền Tây có những trường đại học lớn và nổi tiếng.
    11. Tôi dùng được chương trình này và chương trình kia.
    12. Ở bang này, lái xe trong thành phố và ngoài xa lộ nguy hiểm.

2. Change the following sentences, using *tự … lấy* or one of them.

    1. Anh ấy học hai ngoại ngữ mà biết rất khá.
    2. Tôi sẽ tặng cô ấy một món quà nhưng tôi muốn cô ấy chọn.
    3. Bạn tôi có thể chữa máy điện toán của anh ấy.
    4. Khách nước ngoài *đặt* "to reserve, book" chỗ ở khách sạn, không cần ai giúp.
    5. Tôi hỏi đường đi đến văn phòng của công ty.
    6. Ông ấy đi chợ và nấu cơm mời chúng ta.
    7. Chiếc túi nặng thế mà cô ấy xách lên tầng hai được.
    8. Bà ấy không nhớ bà ấy gọi cấp cứu hay một người khác gọi cho bà ấy.
    9. Chúng tôi chỉ có thể nói thế thôi, anh nên hiểu.
    10. Họ muốn đi đến đấy nhưng sợ nhầm đường.

3. Complete the following sentences, using the words nửa, rưỡi and rưởi to translate the English phrases given in the parentheses.

    1. Chúng tôi đã đi (two hours and a half) mà chưa đến.
    2. Một cốc rượu nhiều quá, cho tôi xin (half a cup) thôi.
    3. Thành phố này có (three and a half million people).
    4. Anh ấy xin thêm (half a year) để viết xong luận án.
    5. Quả bưởi này nặng (four and a half kilograms).
    6. Đi bộ từ ký túc xá đến thư viện mất (half an hour).
    7. Sau khi tốt nghiệp trường luật, cô ấy thực tập (two years and a half) ở văn phòng của *luật sư* "lawyer" Dũng.
    8. Quyển tiểu thuyết không hay, tôi đọc (half the book and returned it).
    9. Bạn tôi không đủ tiền mua xe mới nên mua một chiếc xe cũ giá ($5,500).
    10. Bà Ngọc bị ốm nặng, phải nghỉ (two and a half months).

4. Fill in the blanks in the following sentences with *cả, tất cả* or *từng*. Indicate the sentences where two or all of them are possible.

    1. _____ các trường trung học ở thành phố này đều học ngoại ngữ tiếng Tây Ban Nha.
    2. Hôm qua mưa _____ đêm nên sáng nay trời *mát* "fresh and cool."
    3. _____ những người khách mới đến đều là người Canada.
    4. Ông ấy vào phòng và chào _____ người một.
    5. _____ câu lạc bộ đang nghe nhà thơ Thanh Hiếu nói chuyện.
    6. Tôi rất thích bài hát ấy nhưng chưa hiểu hết _____ lời của _____ bài hát.
    7. _____ những chiếc máy điện toán này đều có chương trình ấy.
    8. Tôi định mua _____ mấy loại từ điển này.
    9. Sinh viên phải trả lời _____ câu hỏi.
    10. _____ tháng cô ấy không gọi điện cho chúng tôi lần nào.
    11. Cô ấy lấy ba bộ quần áo và mặc thử _____ bộ một.
    12. Ông ấy đang nằm bệnh viện, _____ chúng ta nên đến thăm ông ấy.

5. Complete the following sentences.

    1. Mọi chủ nhật gia đình tôi thường đi chơi xa, _____
    2. Mọi năm tháng này đã bắt đầu mùa mưa rồi, _____
    3. Mọi ngày ông ấy đến văn phòng từ sáng sớm khi chưa ai đến cả, _____
    4. Mọi tối tôi thường qua thư viện đọc báo, _____
    5. Mọi khi thứ bảy và chủ nhật trên ti vi có nhiều chương trình thể thao lắm, _____
    6. Mọi năm bây giờ đã có nhiều xoài rồi, _____
    7. Mọi khi bà ấy tự nấu cơm mời mọi người đến ăn, _____
    8. Mọi năm mùa này ở đây có nhiều hoa quả lắm, _____
    9. Mọi lần chúng tôi không phải chờ lâu như thế. _____
    10. Mọi năm sinh nhật nào cô ấy cũng mời nhiều bạn cũ, _____

6. Complete the following sentences.

    1. Người ta nói rằng _____
    2. Chúng tôi đồng ý với nhau rằng _____
    3. Mọi người đều biết là _____
    4. Câu tục ngữ "Lời chào cao hơn mâm cỗ" muốn nói rằng _____
    5. Giáo sư Tiến cho chúng ta biết rằng _____
    6. Tôi nhớ là _____
    7. Bố mẹ anh ấy muốn rằng _____
    8. Họ sợ rằng _____
    9. Chúng ta tiếc là _____
    10. Tất cả đều thấy rằng _____

7. Give answers to the following questions.

> 1. Anh/chị hay nhận được thư của ai?
> 2. Anh/chị vay tiền của ai mua ô tô?
> 3. Anh/chị mượn cuốn từ điển mới ấy của ai?
> 4. Ông ấy nhận được giải thưởng của tổ chức nào?
> 5. Anh/chị mượn mấy số báo này của ai?
> 6. Nó lấy chiếc xe đạp này của ai?
> 7. Họ nhận quà của ai?
> 8. Anh/chị có thể vay ai số tiền lớn như vậy?
> 9. Anh/chị mượn chiếc máy điện toán này của ai?
> 10. Họ vay tiền của ngân hàng nào?

Exercise

Prepare with your partner the following dialogue, then perform the dialogue for the class. *A* is a waitress at a restaurant in Hanoi, *B* is a foreign customer.

A	B
1. greets B and offers the menu	1. takes a look at the menu and asks what specials the restaurant has
2. asks what kind of food the customer would like to have	2. is interested in Vietnamese food
3. asks whether the customer wants meat or seafood	3. asks what seafood dishes she offers
4. offers many types of fish, shrimps, crabs and clams	4. orders food
5. asks what kind of drink the customer wants to have	5. wants a cup of orange juice with ice
6. asks if the customer can use chopsticks	6. tells that he/she has been living in Vietnam for one and a half year

Chợ rau ở nông thôn miền Bắc Việt Nam
Vegetable market in rural northern Vietnam

Narrative

Việt Nam là một nước có nền kinh tế nông nghiệp. Lúa gạo là sản phẩm nông nghiệp quan trọng nhất. Có nhiều nhà nghiên cứu cho rằng cây lúa nước đầu tiên xuất hiện ở vùng Đông Nam Á. Bữa ăn của người Việt Nam phản ánh truyền thống văn hoá nông nghiệp lúa nước đó.

Trước hết, cơm không thể thiếu được trong hai bữa ăn chính của người Việt Nam là bữa trưa và bữa tối. Người Việt Nam ăn cơm nhiều hơn các món ăn khác. Có lẽ vì vậy nên *ăn cơm, bữa cơm* là những từ chỉ hoạt động ăn uống nói chung, mặc dù người ta có thể không ăn cơm trong bữa ăn. Cho đến bây giờ, nhiều gia đình ở nông thôn Việt Nam vẫn ăn mỗi ngày ba bữa cơm, kể cả bữa sáng. Người nông dân Việt Nam dậy sớm thổi cơm, ăn sáng rồi ra đồng làm việc. Còn ở thành phố thì bữa sáng đa dạng, thường người ta không ăn cơm mà ăn các món nhẹ khác.

Rau là thực phẩm quan trọng thứ hai. Việt Nam là nước nhiệt đới nên quanh năm có rau tươi. Rau có rất nhiều loại, nhưng phổ biến hơn cả ở nông thôn Việt Nam là rau muống và quả cà. Có nhiều cách chế biến rau, từ rau sống đến rau luộc, rau xào, canh rau, các món nộm, muối rau thành dưa, muối cà v.v … Các thứ rau gia vị hết sức phong phú góp phần làm cho bữa ăn ngon hơn. Đậu phụ làm từ đậu chế biến thành nhiều món ăn người Việt Nam rất thích, nhất là những người ăn chay.

Vì nước Việt Nam có nhiều sông, hồ, ao, lại nằm trên bờ biển nên có nhiều loại thuỷ sản như cá, tôm, cua. Từ một số loại cá, người Việt Nam làm ra một thứ nước chấm gọi là nước mắm. Có nhiều người nước ngoài lúc đầu không thích mùi nước mắm nhưng khi đã quen thì "nghiện" nước mắm, bữa cơm thiếu nước mắm chưa thể coi là bữa cơm Việt Nam. Mắm làm từ thuỷ sản cũng là một thứ nước chấm phổ biến.

Tuy thịt không chiếm vị trí quan trọng trong bữa ăn của người Việt Nam như cơm, rau và thuỷ sản nhưng lượng thịt trong bữa ăn ngày càng tăng lên, do mức sống dần dần được nâng cao. Người Việt Nam biết cách nấu rất nhiều món thịt đặc biệt, không nhiều mỡ như các món thịt của nhiều nước khác mà lại rất ngon.

Một trong những cách chế biến món ăn của người Việt Nam là trộn nhiều loại thực phẩm với nhau. Rau nấu với thuỷ sản, thuỷ sản nấu với thịt. Nước mắm cũng được pha với nhiều thứ gia vị khác như chanh, ớt, hạt tiêu, tỏi, gừng. Khi dọn cơm, người Việt Nam dọn tất cả các món ăn cùng một lúc chứ không dọn từng món một như người châu Âu hay người Mỹ, trừ những món cần ăn nóng thì khi nào ăn mới dọn lên bàn.

Ngoài các món ăn thường được làm để phục vụ hai bữa chính, người Việt Nam còn có nhiều món ăn khác để thưởng thức hay để mời khách, như các món bánh, từ bánh chưng ăn vào ngày Tết đến bánh cuốn, một đặc sản của Hà Nội, các món phở, bún, miến, mì, cháo, nem.

Vocabulary

nông nghiệp: agriculture, farming
sản phẩm: product
nhà nghiên cứu: researcher
cho rằng: to think, believe
lúa nước: rice grown in flooded paddy fields, wet-rice
vùng: region
Đông Nam Á: Southeast Asia
bữa/bữa ăn: meal
phản ánh: to reflect
truyền thống: tradition
   truyền thống văn hoá nông nghiệp lúa nước: tradition of cultivating rice in flooded paddy fields
trước hết: first of all
thiếu: to lack, be short of; without
   cơm không thể thiếu được trong hai bữa ăn chính: the two main meals cannot be without rice
vì vậy/vì vậy nên: because of that
chỉ: to indicate
mặc dù: though, although
cho đến bây giờ: even now, nowadays
nông thôn: countryside
kể cả: including
nông dân: farmer, peasant
dậy: to wake up, get up
thổi cơm: to cook rice
đồng: field
không … mà …: not … but …
quanh năm: all year round, throughout the year
phổ biến: common, popular
rau muống: bindweed, river greens
chế biến: to process
rau sống: raw vegetables
luộc: to boil
nộm: salad
muối: salt; to salt, pickle
dưa: salted vegetables
hết sức: extremely
làm cho bữa ăn ngon hơn: to make a meal (be) tastier

đậu: bean, pea
nhất là: especially
ăn chay: to be a vegetarian
ao: pond
nước chấm: dipping sauce
lúc đầu: at first
mùi: smell, odor
nghiện: to be addicted to
mắm: salted seafood
tuy … nhưng ….: though, although
chiếm: to occupy
   chiếm vị trí quan trọng: to be an important part of
ngày càng: more … every day
tăng/tăng lên: to increase
mức sống: living standard
dần dần: gradually, little by little
nâng cao: to raise, improve
   mức sống dần dần được nâng cao: the living standard is gradually improved
trộn: to mix, blend
pha: to mix (speaking of liquid)
hạt tiêu: black pepper
tỏi: garlic
gừng: ginger
dọn cơm: to bring the food to the table, set the table for eating
cùng một lúc: at the same time
trừ: except
mới: not … until …
thưởng thức: to enjoy
mời: to treat
bánh: cake, pie, cookies
bánh chưng: New Year rice cake
bánh cuốn: steamed springrolls
bún: soft noodles made from rice flour
miến: clear noodles
mì: wheat noodles
cháo: rice porridge

Grammar Notes

1. The clauses of concession are introduced by the conjunctions *mặc dù* or *tuy*, which mean "though, although." If the subordinate clause precedes the main clause, the conjunction *nhưng* and the emphatic word *vẫn* or *cũng* are usually used in the main clause:

   Mặc dù/Tuy trời mưa *nhưng* họ *vẫn/*   "Although it was raining, they went
   cũng đi chơi bằng xe đạp.   out by bicycle."

2. The conjunction *không/không phải … mà …* is used before two similar parts of a sentence to negate the first part:

   Sau khi tốt nghiệp đại học, anh ấy   "After graduating from college, he did not
   không học tiếp cao học *mà* đi làm cho   go to graduate school. He went to work for
   một công ty lớn.   a big company."

   When the second part of the two similar parts of the sentence is negated, the conjunction *chứ không/không phải* is used instead of *không/không phải mà*:

   Sau khi tốt nghiệp đại học, anh ấy đi làm cho một công ty lớn *chứ không* học tiếp cao học.

3. The word *ngày càng/càng ngày càng* is used before the predicate or the adverbial of manner of a sentence to indicate a gradual increase of a quality or an amount:

   Cô ấy *ngày càng* đẹp ra.   "She is getting more and more beautiful."
   Ngày càng có nhiều sinh viên muốn   "More and more students want to be
   thi vào trường này.   admitted to this college."

   When the period of time during which a quality or an amount is increased is relatively short, the word *mỗi lúc một* is used instead of *ngày càng*:

   Mưa *mỗi lúc một* to.   "It is raining more and more heavily."

4. *Mới* with the meaning of "not … until" is used to restrict the action of the predicate to a particular time or circumstance. The time expression or a time clause comes first, which is followed by the subject + mới + the predicate:

   Hai giờ đêm qua tôi *mới* về đến nhà.   "I did not come back last night until
                                                    2 o'clock."
   Tuần sau ông ấy *mới* đến.   "He will not arrive until next week."
   Đêm qua tôi đọc xong cuốn sách ấy *mới*   "I did not go to sleep until I finished
   đi ngủ.   reading that book last night."

Drills

8. Combine each two of the following sentences into one, using the conjunctions of concession.

    1. Ông ấy ốm đã hai tuần rồi. Ông ấy không muốn đi khám bệnh.
    2. Chúng tôi đến họp muộn. Chúng tôi chạy rất nhanh.
    3. Bạn tôi bận nhiều việc. Bạn tôi tham gia một số hoạt động ở ký túc xá.
    4. Bà Thanh bị cúm khá nặng. Bà Thanh phải đi làm vì không có ai *thay* "replace, substitute."
    5. Ông Thái không muốn về hưu. Ông Thái năm nay đã 65.
    6. Ở đấy thiếu tiện nghi. Chúng tôi muốn đi đến đấy để biết thêm về phong tục của người dân vùng ấy.
    7. Tôi không gặp được ông ấy. Tôi đến khá sớm.
    8. Cô ấy giận chúng tôi lắm. Cô ấy vừa nói vừa cười.
    9. Quyển từ điển rất đắt. Tôi phải mua vì tôi cần.
    10. Họ đi nhầm đường. Họ không thể quay lại vì trên đường lúc ấy rất đông xe.

9. Complete the following sentences.

    1. Tuy anh Hiển không biết gì về chuyện ấy, _____
    2. _____ mặc dù họ không đồng ý với nhau về nhiều *vấn đề* "issue."
    3. _____ tôi vẫn chưa có thì giờ đặt vé máy bay.
    4. Mặc dù bị nhiều cuộc chiến tranh tàn phá, _____
    5. _____ tuy căn phòng rất nhỏ.
    6. _____ cô ấy vẫn mang theo ô.
    7. Mặc dù chơi thể thao rất nhiều, _____
    8. _____ ông Ivan vẫn mặc áo ngắn tay vì ông quen với khí hậu lạnh ở nước ông.
    9. _____ mặc dù đã uống khá nhiều rượu.
    10. _____ chiếc xe đã bị hỏng rồi.

10. Combine each two of the following sentences into one, using the construction *không/không phải … mà*.

    1. Năm học này tôi không định học tiếng Nhật. Tôi định học tiếng Trung Quốc.
    2. Ông giáo sư ấy hiện giờ không giảng dạy. Ông ấy chỉ làm công việc nghiên cứu thôi.
    3. Công trình này được xây dựng không phải vào đầu thế kỷ này. Nó được xây dựng vào giữa thế kỷ trước.
    4. Bà ấy không lái xe đi làm. Bà ấy đi xe buýt đi làm.
    5. Bệnh viện này không đào tạo sinh viên. Bệnh viện này chỉ chữa bệnh thôi.
    6. Anh ấy không đi. Anh ấy chạy đến văn phòng nhưng vẫn muộn.
    7. Ngân hàng lớn này không phải do hai ngân hàng nhỏ hợp lại. Nó do ba ngân hàng nhỏ hợp lại.
    8. Ở Sài Gòn người ta không gọi cái này là cái mũ. Người ta gọi cái này là cái nón.
    9. Bố mẹ tôi muốn tôi học y nhưng tôi không thi vào trường y. Tôi thi vào trường luật.
    10. Bây giờ không phải là tháng chạp. Bây giờ là tháng giêng.

11. Change the sentences made up from Drill 10, using the construction *chứ không*.

12. Add the words *ngày càng/càng ngày càng* or *mỗi lúc một* to the following sentences to indicate the gradual increase of a quality or an amount.

1. Gió thổi mạnh.
2. Thành phố Hà Nội có nhiều tiện nghi.
3. Trời lạnh.
4. Khu cửa hàng cửa hiệu đông người.
5. *Tiền học* "tuition" ở trường này đắt.
6. Ông ấy ốm nặng.
7. Cô Thuỷ trẻ ra.
8. Ông Hưng nói to vì ông giận quá.
9. Thực phẩm rẻ.
10. Thi vào trường đại học ấy khó.
11. Người Việt Nam tiếp xúc nhiều với người nước ngoài.
12. Cô ấy lái xe nhanh.

13. Change the following sentences, using *mới* to restrict the action of the predicate to a particular time or circumstance. Pay attention to the word order.

Example:
Đêm qua tôi về đến nhà lúc hai giờ.
➜ Hai giờ đêm qua tôi *mới* về đến nhà.

1. Hai năm nữa bạn tôi tốt nghiệp cao học.
2. Chúng tôi chờ họ ở sân bay lâu lắm vì máy bay đến lúc 3 giờ 15.
3. Tôi có thể bắt đầu viết bài về văn học Việt Nam sau khi đọc xong mấy cuốn tiểu thuyết này.
4. Anh đi thêm ba ngã tư nữa thì đến thư viện.
5. Trời đỡ nóng vào cuối tháng chín.
6. Cô ấy định tốt nghiệp đại học rồi lấy chồng.
7. Ông ấy bỏ thuốc lá sau khi ốm nặng mấy lần.
8. Vì hội trưởng hội sinh viên đến muộn nên cuộc họp bắt đầu lúc 7 rưỡi.
9. Người ta bắt đầu xây dựng nhà máy sau khi làm đường.
10. Tôi bị nhầm đường hai lần rồi sau đó nhớ đường đến đấy.

14. Give answers to the following questions.

1. Vì sao có thể nói truyền thống văn hoá của người Việt Nam trong việc ăn uống là truyền thống văn hoá nông nghiệp lúa nước?
2. Loại thực phẩm nào quan trọng nhất trong bữa ăn của người Việt Nam?
3. Người nông dân Việt Nam ăn cơm mấy bữa một ngày? Vì sao?
4. Ở thành phố người Việt Nam ăn sáng như thế nào?
5. Loại rau nào phổ biến nhất ở nông thôn Việt Nam?
6. Những người ăn chay thường hay ăn gì? Vì sao?
7. Tại sao nước mắm không thể thiếu được trong bữa cơm của người Việt Nam?
8. Người ta pha nước mắm với những gia vị nào? Để làm gì?
9. Các món thịt của người Việt Nam khác món thịt của nhiều nước khác ở chỗ nào?
10. Người Việt Nam có những món ăn nào làm để thưởng thức? Còn người Mỹ có những món ăn nào?

Exercises

1. Write a composition about the way people prepare and have a meal in your country.
2. With a classmate, prepare a dialogue about the differences between a Vietnamese and an American or European meal.
3. Use the dictionary to read the following recipe taken from a Vietnamese newspaper.

Thịt gà xốt nấm

NGUYÊN LIỆU:

- Thịt gà đã sơ chế: 500g, Nấm hương: 100g, Hành hoa, hành khô, gia vị, dầu rán, Bột mì: 20g

CÁCH LÀM:

- Thịt gà rửa sạch, chặt miếng vuông quân cờ, rồi ướp chung với hành khô băm nhỏ, gia vị và hạt tiêu để khoảng 20 phút cho ngấm.

- Đổ dầu ngập chảo, khi dầu nóng già, lăn gà qua bột mì rồi cho vào rán cháy cạnh. Khi gà vàng ươm là được.

- Nấm hương rửa sạch, ngâm nở rồi vớt nấm để riêng. Đổ nước ngâm nấm cùng gà đã rán vào xoong và đun nhỏ lửa. Khi thịt gà chín mềm, nước chỉ còn chút ít thì cho nấm vào trộn đều đun đến sôi lại. Nêm gia vị vừa ăn là được.

Món ăn có thể ăn cùng với cơm.

THU HÀ

Tục ngữ
Một miếng khi đói bằng cả gói khi no.

"He gives twice who gives quickly."

Gói bánh chưng
Wrapping New Year rice cakes

LESSON 15

Topic: Climate and weather

Grammar:

1. Different functions of mà
2. Causative verb làm/làm cho
3. Emphatic chỉ … là …
4. Để with the meaning "let someone do something"
5. Use of the verbs trở nên and trở thành
6. Indefinite pronouns and adverbs with đấy and đó
7. Arithmetic
8. Preposition and conjunction do
9. Classifier cơn
10. Construction "superlative + là + subject"
11. Emphatic chính

Usage:

1. Use of the word thật/thật là
2. Combinations of the words đông, tây, nam, bắc
3. Use of the verb kịp
4. Use of được cái
5. Use of thấy nói, nghe nói
6. Use of chưa ăn thua gì
7. Use of làm gì có
8. Metric vs. British and American measures
9. Use of ảnh hưởng
10. Difference between khác and khác nhau
11. Difference between băng and đá
12. Use of trung bình

Dialogue 1

Ở Hà Nội

A (*người nước ngoài*): Hà Nội mấy hôm nay trời mưa thật là khó chịu. Mưa không to nhưng kéo dài. Đường sá lầy lội, đi đâu cũng thấy ngại.

B (*người Hà Nội*): Mưa phùn đấy. Thường có vào những đợt gió mùa đông bắc.

A: Chắc là gió từ hướng đông bắc đến.

B: Đúng thế. Trời đang nắng ấm bỗng nhiên trở lạnh là gió mùa đông bắc đấy. Phải cẩn thận kẻo bị cảm cúm.

A: Nhiệt độ thấp nhất khoảng bao nhiêu độ?

B: Khoảng 5 độ C.

A: 5 độ âm hay dương?

B: 5 độ dương.

A: 5 độ dương mà sao mình thấy lạnh thế? 5 độ âm ở châu Âu cũng không lạnh như vậy.

B: Vì độ ẩm khá cao. Mùa hè độ ẩm cao làm cho người ta thấy oi bức, còn mùa đông thì thấy rét buốt.

Dialogue 2

Ở Đà Lạt

Đà Lạt trong sương mù

A: 7 giờ rồi, dậy mà xem thành phố trong sương mù kìa.

B: Đà Lạt trong sương mù trông thật thơ mộng. Nhưng mình sợ chuyến đi tham quan mấy thác nước mà chúng mình bàn tối qua không thực hiện được. Đường đèo mà đi trong sương mù thì nguy hiểm lắm.

A: Đừng lo! Sáng sớm ở đây thường có sương mù, nhưng chỉ khoảng 8-9 giờ là tan hết.

B: Để mình vào phòng lấy máy ảnh ra đây chụp mấy kiểu làm kỷ niệm.

Dialogue 3

Ở Sài Gòn

A (*người nước ngoài*): Anh ơi, người ta chạy đi đâu thế anh?

B (*người Sài Gòn*): Chạy đi tìm chỗ trú mưa đấy.

A: Trời đang nắng thế kia mà sao lại chạy đi tìm chỗ trú mưa?

B: Sắp có mưa rào.

A: Sao anh biết?

B: Chị không thấy đám mây đen đang kéo đến kia à?

A: Đám mây còn xa lắm.

B: Trông xa thế mà khi mưa thì chạy không kịp đâu! Mùa này là mùa mưa, ai đi đâu cũng phải đem theo áo mưa. Được cái mưa thường chỉ ít phút sau là tạnh. Trời trở nên mát mẻ, dễ chịu.

A: Tôi đã nghe trong một bài hát nào đó: *Nhớ Sài Gòn mưa rồi chợt nắng.*[1] Đúng thật!

Dialogue 4

Độ F và độ C

A (*người Việt*): Sáng nay tôi xem dự báo thời tiết trên ti vi, thấy nói hôm nay ở Boston nóng đến 92 độ. Có lẽ tôi nghe nhầm, chứ làm gì có nơi nào nhiệt độ lên đến 92 độ.

B (*người Mỹ*): Chị nghe không nhầm đâu! 92 độ F chứ không phải 92 độ C.

---

[1]Một câu trong bài hát *Em còn nhớ hay em đã quên* của nhạc sĩ Trịnh Công Sơn.

A: 92 độ F là bao nhiêu độ C?

B: Chị thử tính xem. Lấy độ F trừ đi 32.

A: 92 trừ 32 còn 60.

B: Nhân với 5.

A: 60 nhân với 5 bằng 300.

B: Chia cho 9.

A: 300 chia cho 9 bằng khoảng 33 phẩy 3 độ C. Nóng đấy, nhưng so với Hà Nội thì chưa ăn thua gì.

B: Mùa hè ở Hà Nội nóng đến bao nhiêu độ?

A: Có thể nóng đến 38 độ C.

B: Để tôi tính ra độ F xem. 38 nhân với 9 là 342, chia cho 5 là 68 chấm 4, cộng với 32 là 100 chấm 4 độ F. Thế thì Hà Nội nóng thật.

A: Lại còn ẩm nữa chứ!

Vocabulary

mấy hôm nay: these days, in recent days

thật/thật là: really

khó chịu: unpleasant

to: heavy; heavily (speaking of rain)

kéo dài: to last (for a long time)

đường sá: roads (collective noun)

lầy lội: muddy

ngại: (to be) hesitant, unwilling

mưa phùn: drizzle

đợt: a wave of something

gió mùa: monsoon

chắc là: chắc

hướng: direction

bỗng/bỗng nhiên: suddenly, all of a sudden

trở lạnh: to become cold

cẩn thận: careful

âm: minus

dương: plus

thấy: to feel

vậy: thế

  như vậy/như thế: so, to such extent

ẩm: humid

  độ ẩm: humidity

làm/làm cho: to make someone be/become

oi: sultry, muggy

bức: hot and sultry

  oi bức: hot and muggy

rét: cold, freezing

buốt: sharp (of pain, wind)

  rét buốt: piercingly cold

mà: in order to; relative pronoun and adverb

sương mù: fog

thơ mộng: picturesque

chuyến đi: trip

tham quan: to visit (a place)

thác/thác nước: waterfall

thực hiện: to carry out, implement

đèo: mountain pass

tan: to clear, burn off (of fog)

để: to let someone do something

ảnh: photo, picture

máy ảnh: camera

chụp: to take a photograph

kiểu: exposure

  chụp mấy kiểu: to take a couple of exposures

kỷ niệm: memory; to commemorate

  làm kỷ niệm: to remember

tìm: to look for, seek

trú: to shelter (intransitive)

  trú mưa: to shelter from the rain, take refuge from the rain

chang chang: (of the sun) hot and blinding

mưa rào: downpour

đám: classifier for clouds, crowds

mây: cloud

kéo đến: to draw near

kịp: to have enough time to do something on time

áo mưa: raincoat

được cái: but (having a good point)

tạnh: to stop (of rain)

trở nên: to become
mát mẻ: pleasantly cool (reduplicative)
nào đó: indefinite pronoun
chợt: suddenly
dự báo: to forecast
thời tiết: weather
  dự báo thời tiết: weather forecast
trừ (đi): to subtract
nhân (với): to multiply

bằng: equal
chia (cho): to divide
phẩy: comma
chưa ăn thua gì: almost nothing
tính ra: to calculate in
  tính ra độ F: to calculate in F degrees
cộng (với): to add
chấm: point, dot, period

Grammar Notes

1. The conjunction *mà*, introduced in Lesson Ten, has the emphatic meaning and is used to link two opposite statements. *Mà* also has many other meanings. Here are three of them.

   1) In conversational Vietnamese, *mà* links two actions, that are performed by the same subject immediately one after another; the second action is the purpose of the first one:

   Anh lấy từ điển tôi *mà* dùng.   "Please take my dictionary to use."

   With this function, *mà* is rarely used with the first personal pronoun.

   2) *Mà* functions as the relative pronoun or adverb in relative clauses with the meaning "which, that, who, where, when":

   Quyển sách *mà* tôi đang   "The book which I am reading
   đọc là của thư viện.   belongs to the library."

   Người *mà* anh gặp hôm qua   "The person who(m)/that you met
   là một nhà văn nổi tiếng.   yesterday is a famous author."

   Trường đại học *mà* bà ấy giảng   "The university where she teaches
   dậy là một trường lớn.   is a large university."

   Năm *mà* tôi tốt nghiệp đại học cũng   "The year that I graduated from college
   là năm *mà* chị tôi lấy chồng   was the same year that my sister
                                         got married."

   As in English, *mà* can be omitted altogether in these sentences.

   Mà may function only as the object of the relative clause (as in the previous two sentences). It cannot be used as the subject of the relative clause:

   Người Ø đến đây hôm qua là   "The person <u>who</u> came here
   một nhà văn nổi tiếng.   yesterday is a famous author."

   3) *Mà* is used along with *thì* to connect two parts of a sentence, in which the first part with *mà* preceeding the predicate denotes a hypothesis, and the second part with *thì* at the beginning contains a conclusion:

Tôi *mà* là anh *thì* tôi không làm như thế.   "If I were you, I wouldn't do so."

2. The verb *làm* or *làm cho* is used before an object with the meaning "to cause someone to do or to feel something":

Bài hát *làm/làm cho* cô ấy nhớ   "The song made her recall
lại những năm tháng sinh viên.   her college years."

3. *Chỉ* and *là* are used before the verbs in two parts of a sentence with the emphatic meaning that an amount of something needed to perform an action is smaller than expected:

Bưu điện gần lắm, *chỉ* đi bộ năm   "The post office is very close to here;
phút *là* đến.   it takes just five minutes to walk there."

4. *Để* is used at the beginning of a sentence before a person performing an action with the meaning "let someone do something":

Để tôi làm việc ấy cho chị.   "Let me do that for you."

5. *Trở thành*, meaning "to become someone different." It is placed before a noun:

Bạn tôi đã *trở thành* luật sư.   "My friend has become a lawyer."

Trở nên, meaning "to change to a different state," is used before an adjective:

Vào cuối tháng chín, thời tiết ở   "The weather in Hanoi becomes more
Hà Nội *trở nên* dễ chịu hơn   comfortable in late September."

6. *Đấy* and *đó* are used after some interrogative words to form indefinite pronouns and adverbs: *ai đấy/đó* "someone," *cái gì đấy/đó* "something," *ở đâu đấy/đó* "somewhere," *khi nào đấy/đó* "sometime," *nơi nào đấy/đó* "somewhere, someplace, in some place," *người nào đấy/đó* "someone."

7. The verbs *cộng* "to add" and *nhân* "to multiply" are used with the preposition *với*; the result follows *bằng* "equal" or *là*:

Năm cộng *với* ba *bằng/là* tám.   "Five added to three is eight."

Năm nhân *với* ba *bằng/là* mười lăm.   "Five multiplied by three is fifteen."

The verb *trừ* "to subtract" is used with the preposition *đi*, and the result follows *còn*; the word order is different from the English:

Năm trừ ba *còn* hai.   "Three subtracted from five is two."

The verb *chia* "to divide" is used with the preposition *cho*, and the result follows *bằng*:

Mười lăm chia cho ba *bằng* năm.   "Fifteen divided by three is five."

In Vietnamese, as in many other languages, the decimal is denoted by a comma, not by a point. Compare:

English	Vietnamese
2.5	2,5 (hai phẩy năm)
15.02	15,02 (mười lăm phẩy *không* "zero" hai)
0.08	0,08 (không phẩy không tám)

Notes on Usage

1. The adverb of degree *thật* is used before adjectives and some adverbs to denote a high degree of a quality or quantity. *Thật là* with the same meaning is used in spoken Vietnamese:

    Trời hôm nay *thật/thật là* đẹp.   "The weather today is really nice."

    Only *thật* (not *thật là*) may be used at the end of a statement to convey the sense of confirmation that the fact is true:

    Trời hôm nay nóng *thật*.   "(It is true that) it is really hot today."

2. When the four nouns indicating the directions come together, they occur in the following sequence: *đông, tây, nam, bắc*. They are less frequently capitalized than in English.

    When two of them are combined, the word order is different from the English: *đông bắc* "Northeast" (literally: Eastnorth), *đông nam* "Southeast" (lit.: Eastsouth), *tây bắc* "Northwest" (lit.: Westnorth), *tây nam* "Southwest" (lit.: Westsouth).

3. The verb *kịp* conveys the meaning "to have enough time to do something before it is too late." When occuring before another verb, it is usually used in the negative statement:

    Tôi không *kịp* gọi điện cho anh.   "I didn't have time to call you."

    This verb may be used with the negation after another verb:

    Nhiều việc quá, làm không *kịp*.   "There is so much work,
                                                      it is impossible to do it in time."

It is used with a time expression in an affirmative statement in the sense that there is enough time to do something and usually follows the word *cũng*:

Ngày mai đi cũng *kịp*.   "We can leave tomorrow and
                             we wouldn't be late."

4. *Được cái* is placed either before the predicate or at the beginning of a statement to convey the meaning that although the speaker's opinion about someone or something is not very high, this person or thing has at least one good point:

Ông ấy *được cái* dễ tính.   He has (at least) one good point,
/*Được cái* ông ấy dễ tính.   which is being easy to please.

5. The verbs *nghe* and *nghe nói* convey different meanings and in most cases are not interchangeable.

Nghe means "to listen to someone or something." For instance, nghe nhạc "to listen to music," nghe đài "to listen to radio," nghe giáo sư giảng "to listen to the professor's lecture."

The English "to hear" corresponds to the Vietnamese phrase *nghe thấy*:

Tôi *nghe thấy* anh ấy nói không được.   "I heard him say no."

Chị có *nghe thấy* ai đó đang hát không?   "Can you hear someone singing?"

The English phrase "I heard that" is *nghe nói, thấy nói* or *nghe thấy nói* in Vietnamese:

Tôi *nghe nói/thấy nói/nghe thấy*   "I heard that he has been sick
nói ông ấy ốm đã hai tuần nay.   for two weeks."

6. In spoken Vietnamese the idiomatic expression *(chưa) ăn thua gì* conveys the meaning "not that much," "not to such extent":

- Ở đây mưa nhiều quá!   - "It's raining so much here."
- *(Chưa) ăn thua gì!*   - "Not that much! It's raining even
  Ở Seattle còn mưa nhiều hơn.   more in Seattle."

7. The conversational expression *làm gì có* is used at the beginning of a statement to indicate the negation of the fact which is spoken of:

Làm gì có chuyện ấy!   I find that hard to believe!

8. Vietnam uses the metric system for measures.

8.1. Linear measure:

Một mét "one meter" = 39.37 in
Một ki-lô-mét/cây số "one kilometer" = 0.6214 mile

8.2. Capacity measure:

Một lít "one liter" = 1.76 pint

8.3. Mass:

Một ki-lô/cân "one kilogram" = 2.205 pound

8.4. Temperature:

Centigrade = 5/9 (°F − 32)

Fahrenheit = (9/5°C) + 32

Drills

1. Combine the following sentences into one, using the word *mà* which denotes the purpose of the second action.

   Example:
   Anh lấy từ điển tôi. Anh dùng quyển từ điển ấy.
   ➜ Anh lấy từ điển tôi mà dùng.

   1. Chị ra quán cơm bình dân. Chị ăn ở đấy.
   2. Cậu mua báo hôm nay. Cậu đọc tin ấy.
   3. Nếu trong phòng anh ở ký túc xá *ồn* "noisy" thì anh ra thư viện. Anh học ở đấy.
   4. Chị ra bờ sông. Chị tập chạy ở ngoài ấy.
   5. Cậu gặp giáo sư Toàn. Cậu hỏi về vấn đề này.
   6. Nếu chị vội thì chị lấy xe tôi. Chị đi xe của tôi kẻo muộn.
   7. Anh ra hiệu sách ở đường Nguyễn Huệ. Anh mua quyển từ điển Việt-Anh mới.
   8. Nếu chị cần gặp kỹ sư Tùng thì ngồi đây. Chị chờ ông ấy.
   9. Nếu *máy vi tính* "computer" của cậu bị hỏng thì lấy máy của mình. Cậu dùng máy của mình.
   10. Nếu anh bị ho thì ra hiệu thuốc gần đây. Anh mua thuốc ho.

2. Combine the following sentences into one, using the relative pronoun and adverb *mà*. Notice that in the following sentences the relative clause with *mà* replaces the demonstrative pronouns ấy, này, đó, kia.

Lesson

15

Example:

Quyển từ điển ấy có nhiều từ lắm. Anh ấy mới mua quyển từ điển hôm qua.

→ Quyển từ điển mà anh ấy mới mua hôm qua có nhiều từ lắm.

1. Bộ phim ấy hay lắm. Tôi xem bộ phim ấy tuần trước.
2. Loại ô tô này rất tốt. Năm ngoái tôi định mua nó nhưng không có đủ tiền.
3. Ngày ấy là ngày 02 tháng 9 năm 1945. Vào ngày ấy Việt Nam trở thành một nước độc lập.
4. Khu nhà kia là khu thể thao của trường đại học. Các bạn thấy khu nhà ở đằng kia.
5. Chiếc máy vi tính này không có chương trình ấy. Anh đang dùng nó.
6. Khách sạn ấy tên là Đông Đô. Chúng tôi ở khách sạn ấy trong chuyến đi thăm Hà Nội.
7. Người đó là kỹ sư Ngọc. Tôi giới thiệu người ấy với anh sáng nay.
8. Khu phố ấy được coi là khu phố cổ của Hà Nội. Chúng ta sắp đến thăm khu phố ấy
9. Loại bia này do một nhà máy liên doanh với *Đan Mạch* "Denmark" sản xuất. Cậu đang uống loại bia này.
10. Chiếc đồng hồ này chạy còn tốt lắm. Anh tôi tặng tôi chiếc đồng hồ này cách đây 10 năm.

3. Fill in the blanks with the relative pronoun and adverb *mà* where it is possible. Notice that *mà* cannot function as the subject of the relative subordinate clause.

1. Đó là tờ báo _____ tôi đọc hàng ngày.
2. Ông giáo sư ấy là người _____ đã đến trường chúng ta giảng nhiều lần.
3. Phở gà là món _____ bà ấy thích nhất, ngon mà lại không béo.
4. Môn học ấy là môn _____ được coi là môn khó nhất.
5. Bà ấy là nhà văn nổi tiếng _____ đã được nhiều giải thưởng văn học.
6. Mùa hè là mùa _____ nhiều người Hà Nội đi lên Sa Pa *nghỉ mát* "to go on a summer vacation (to get relief from the heat)."
7. Sông _____ chảy qua thành phố Huế tên là sông Hương.
8. Cuốn tiểu thuyết này là cuốn sách _____ tất cả chúng tôi đều đã đọc khi còn là học sinh trung học vào những năm 60.
9. Bà ấy là người _____ tôi quen từ nhiều năm nay.
10. Trung tâm nghiên cứu _____ cô ấy mới được nhận vào làm việc có nhiều nhà khoa học lớn.
11. Ngày _____ tôi đến Hà Nội lần đầu tiên là một buổi chiều cuối thu, đường phố Hà Nội có hương thơm của hoa sữa.
12. Bà bác sĩ _____ tôi sẽ giới thiệu với anh chuyên về mắt, làm việc ở Bệnh viện mắt thành phố Hồ Chí Minh.
13. Quán cơm bình dân _____ tôi hay đến ăn hôm nay đóng cửa.
14. Cô gái _____ trở thành vợ anh ấy cùng học với anh ấy ở trung học.
15. Thời gian _____ kinh tế Việt Nam chưa chuyển sang kinh tế thị trường, các cửa hàng thực phẩm thường không có đủ thực phẩm để bán.

4. Complete the following sentences.

1. Ông ấy mà biết anh làm hỏng việc này thì _____
2. Tôi mà có nhiều thì giờ thì _____

3. Năm nay mà được nghỉ hè sớm thì _____
4. Anh mà không bỏ thuốc lá thì _____
5. Hà Nội mà bị mất khu phố cổ thì _____
6. Cậu mà xem ti vi nhiều thế thì _____
7. Chị mà có dịp đến Huế thì _____
8. Sách của thư viện mà bị mất thì _____
9. Mình mà biết về *tin học* "computer science" giỏi như cậu thì _____
10. Bây giờ mà tìm được một hiệu phở ở đây thì _____

5. Use *làm/làm cho* to complete the following sentences.

1. Buổi dạ vũ (made me feel so tired).
2. Món ăn ấy (caused me a stomachache).
3. Tin mới nhận được (made her happy).
4. Tập thể thao hàng ngày (makes him healthy).
5. Anh ấy nói chuyện vui quá, (which makes us laughing a lot).
6. Đêm qua cô ấy về muộn, (which made her family worry).
7. Cơn mưa chiều nay (made the weather cool).
8. Cậu nói về các món đặc sản Hà Nội (which made me feel hungry).
9. Hai cuốn tiểu thuyết (made this author famous).
10. Câu anh nói (made him so angry).
11. Nghe loại nhạc này (makes me want to dance).
12. Bức ảnh ấy (makes her look much younger).
13. Chiều qua tôi bị mưa, (the cold rain made me ill).
14. Phong cảnh ở đây giống như phong cảnh thành phố nơi tôi ở, (which made me homesick).
15. Xông hai lần một ngày (made me feel much better).

6. Give answers to the following questions, using *chỉ ... là ...* with the phrases given in the parentheses.

1. Nhà Hát Lớn cách đây có xa không? (đi bộ 5 phút, đến)
2. Bao giờ anh chữa xong xe của tôi? (ngày mai, xong)
3. Cậu làm bài tập này khi nào thì xong? (nửa tiếng, xong)
4. Thuốc này uống mấy ngày thì đỡ? (hai ngày, đỡ)
5. Khi nào Tết đến? (ba tuần, Tết đến)
6. Bao giờ ông ấy *đi công tác* "to go on a business trip" về? (tuần sau, về)
7. Biển cách khách sạn bao xa? (đi bộ 10 phút, đến)
8. Khi nào học kỳ hai kết thúc? (nửa tháng nữa, kết thúc)
9. Anh ấy còn học mấy năm nữa thì tốt nghiệp? (một năm, tốt nghiệp)
10. Thành phố ấy cách đây có xa không? (lái xe nửa tiếng, đến)

7. Fill in the blanks with *trở nên* or *trở thành*.

1. Sau khi sống ở ký túc xá bốn năm, tôi _____ dễ tính.
2. Ai cũng muốn _____ bác sĩ vì dễ có *việc làm* "job" ở các thành phố lớn.
3. Sinh viên đã bắt đầu nghỉ hè, ký túc xá _____ yên tĩnh "quiet."
4. Mười năm sau khi tốt nghiệp trường y, cô ấy _____ một bác sĩ nổi tiếng về mắt.

5. Trong những năm gần đây, đời sống _____ dễ chịu hơn.

6. Hôm qua tôi bị *ngã* "to fall down" rất đau, bây giờ chỗ đau _____ nhức nhối. Ngày mai tôi phải đi bác sĩ.

7. Vùng này _____ trung tâm công nghiệp quan trọng nhất của cả nước.

8. Sau khi bỏ rượu và thuốc lá, anh ấy _____ khoẻ hơn

9. Vào cuối những năm 90, Việt Nam _____ nước xuất khẩu gạo nhiều thứ hai trên *thế giới* "world."

10. Khi còn nhỏ, bạn tôi muốn _____ nhà văn nhưng bây giờ cô ấy lại chuyên về tin học.

8. Fill in the blanks with *ai đấy/đó, cái gì đấy/đó, nào đấy/đó, ở đâu đấy/đó, khi nào đấy/đó, nơi nào đấy/đó* or *người nào đấy/đó*.

1. Tôi đã gặp cô ấy _____ nhưng bây giờ không nhớ tên cô ấy.

2. Có _____ nói với chúng tôi rằng ở chỗ này hay có tai nạn giao thông.

3. Bây giờ nó không muốn nghe những điều chúng tôi nói nhưng đến _____ nó sẽ hiểu rằng chúng tôi nói đúng.

4. Người ấy vào phòng mang ra _____ nhưng trời tối quá nên tôi không thấy rõ.

5. Hình như có _____ đang chờ anh ở ngoài kia.

6. Nếu chị thấy _____ có quyển sách này thì chị nhớ mua cho tôi.

7. Cô ấy định nấu một món ăn Việt Nam _____ mời các bạn Mỹ của cô.

8. Tôi quay vào nhà định lấy _____ nhưng lại quên.

9. Khi đến đầu đường thì anh có thể hỏi thêm _____ đường đi lên Hồ Tây.

10. Tôi đã đến một _____ có phong cảnh rất giống phong cảnh ở đây.

9. Say the following problems out loud in Vietnamese and give the answers in Vietnamese.

1. 15 x 4 = ?	8. 2 : 5 = ?
2. 37 – 21 = ?	9. 489 + 216 = ?
3. 95 : 5= ?	10. 300 000 x 7,2 = ?
4. 127 + 58 = ?	11. 9 – 14 = ?
5. 7 : 2 = ?	12. 6 : 30 = ?
6. 89,6 – 32,9 = ?	13. 37,3 + 19,8 = ?
7. 250 x 4 = ?	14. – 4 x 12 = ?

10. Reply to the following statements, using *được cái*. Notice that *nhưng* may be used at the beginning of the reply.

Example:
Nhà hàng này không ngon lắm.
_____

➔ Nhà hàng này không ngon lắm.
[Nhưng] được cái gần.

1. Chiếc máy vi tính này hơi chậm.
_____

2. Ký túc xá ấy không có thang máy, bất tiện lắm.
_____

3. Siêu thị này hơi đắt.

_____

4. Cái đồng hồ ấy trông cũ quá rồi.

_____

5. Loại táo này quả nhỏ quá.

_____

6. Bài này hơi dài.

_____

7. Mùa đông ở vùng này khá lạnh.

_____

8. Đôi găng này trông xấu.

_____

9. Ông ấy nói hơi nhiều.

_____

10. Mình không thích quyển từ điển này lắm.

_____

11. Fill in the blanks with *nghe, nghe thấy* or *nghe nói/thấy nói/nghe thấy nói*.

    1. Chúng tôi _____ ông Tuyên mới về hưu.
    2. Tôi rất thích _____ bà giáo sư ấy giảng mặc dù tôi không hiểu hết tất cả những gì bà ấy nói.
    3. Chị có _____ ai đó đang *gõ* "knock" cửa không?
    4. Họ _____ ban đêm ở đấy rất nguy hiểm nên họ không định đi đến đấy nữa.
    5. _____ cơm Thái Lan cay lắm nhưng tôi chưa ăn bao giờ.
    6. Nhiều người _____ nhạc trên xe buýt nên họ không _____ những người xung quanh nói gì.
    7. _____ cô ấy giận chúng tôi nhưng không biết giận vì chuyện gì.
    8. Đừng _____ nó, nó không biết gì về vấn đề ấy đâu.
    9. Lúc ấy tôi ngủ nên không _____ gì cả.

12. Reply to the following statements, starting with *[chưa] ăn thua gì*, which conveys the sense of comparison.

    1. Mùa đông năm nay thật là lạnh.

    _____

    2. Nhà hàng này thứ bảy và chủ nhật đông lắm.

    _____

    3. Thư viện trường này có nhiều sách, báo và tạp chí tiếng Việt.

    _____

    4. Bờ biển ở vùng ấy đẹp lắm.

    _____

    5. Sau khi thi xong, mình ngủ mười tiếng.

    _____

13. Convert the following temperatures.

1. 72°F = ? °C	5. 96°F = ? °C	9. –8°F = ? °C
2. 27°C = ? °F	6. 6°C = ? °F	10. 16°C = ? °F
3. 0°C = ? °F	7. 38°C = ? °F	11. 52°F = ? °C
4. –25°C = ? °F	8. 15°F = ? °C	12. –4°C = ? °F

Exercise

Write with a partner a dialogue in which you discuss your plans for a field trip, preparing for different weather conditions, and then perform it in front of your classmates.

Narrative

Do ảnh hưởng của vị trí địa lý và những điều kiện khác như núi, sông, biển, đồng bằng nên nước Việt Nam có nhiều vùng khí hậu rất khác nhau. Nói chung, đấy là khí hậu nhiệt đới gió mùa, không bao giờ có tuyết, có băng.

Khí hậu miền Bắc có bốn mùa xuân, hè, thu, đông. Mùa hè và mùa đông dài, còn mùa xuân và mùa thu tương đối ngắn. Mùa hè bắt đầu vào tháng 5 và kết thúc vào tháng 9, nóng nhất là tháng 6 và tháng 7. Nhiệt độ trung bình trong hai tháng này là 30°C. Ở đồng bằng sông Hồng đôi khi có những cơn mưa kéo dài nhiều ngày, nước sông lên cao gây ra lụt. Mùa thu thường vào tháng 10, trời trong xanh, mát mẻ, nhiệt độ trung bình khoảng 23°C. Mùa đông từ tháng 11 đến tháng 3, tháng giêng trung bình khoảng 13°C. Những ngày có gió mùa đông bắc, nhiệt độ xuống đến 5°C. Mùa xuân vào cuối tháng 3 đầu tháng 4, trời ấm lên, nhiệt độ trung bình khoảng 22°C.

Có thể chia miền Trung thành bốn miền khí hậu khác nhau. Khí hậu Thanh-Nghệ-Tĩnh giống khí hậu miền Bắc, song những ngày có gió Lào thì trời rất nóng. Huế có hai mùa: mùa khô và mùa mưa. Mùa khô từ tháng 3 đến tháng 8. Tháng 5 nóng nhất, nhiệt độ trung bình trong tháng này là 31°C. Mùa mưa từ tháng 9 đến tháng 2, có khi mưa kéo dài vài tuần. Trong thời gian này, bờ biển miền Trung thường có bão. Khí hậu miền Nam Trung bộ rất khô, từ tám đến chín tháng trời có thể không mưa. Khí hậu cao nguyên Nam Trung bộ mát mẻ. Ở Đà Lạt, nhiệt độ trung bình tháng nóng nhất là 19°C, tháng lạnh nhất là 16°C. Chính vì thế, Đà Lạt là một trong những thành phố nghỉ mát tốt nhất ở Việt Nam.

Khí hậu miền Nam quanh năm ấm áp, có hai mùa là mùa khô và mùa mưa. Mùa khô từ tháng 11 đến tháng 4, rất ít mưa. Nóng nhất là tháng 3 và tháng 4, nhiệt độ trung bình khoảng 30°C. Mùa mưa từ tháng 5 đến tháng 10, gần như ngày nào cũng có những cơn mưa to, thường vào buổi chiều. Đôi khi có thể có dông. Nhiệt độ trung bình khoảng 26°C. Điều kiện khí hậu ở đồng bằng sông Cửu Long rất thuận tiện đối với việc phát triển nông nghiệp.

Vocabulary

ảnh hưởng: (to) influence
địa lý: geography
điều kiện: condition
núi: mountain
đồng bằng: delta, plain
tuyết: snow
băng: ice (not for drinking)
tương đối: relative (ly)
trung bình: average
đôi khi: sometimes
cơn: classifier
lên cao: to rise
gây ra: to cause
lụt: flood, flooding
trong: clear
  trời trong xanh: blue sky
Thanh-Nghệ-Tĩnh: provinces of Thanh Hoá,
  Nghệ An and Hà Tĩnh

song: however
Lào: Laos
khô: dry
có khi: occasionally
bão: storm, tornado, typhoon
cao nguyên: plateau, highlands
chính: exactly, precisely, very
  chính vì thế: exactly for that reason
ấm áp: pleasantly warm (reduplicative)
gần như: almost
dông: thunderstorm
sông Cửu Long: the Mekong River
  đồng bằng sông Cửu Long (ĐBSCL):
  the Mekong River delta
thuận tiện: favorable
đối với: for, to
phát triển: to develop
  việc phát triển: development

Lụt ở Hà Nội

Grammar Notes

1. In addition to the function of the passive marker (Lesson Eleven) *do* also functions as

   1) a preposition of cause, meaning "because of, owing to, due to":

Vùng này bị lụt *do* những cơn mưa lớn tuần qua.	"This area has been flooded because of/ due to last week's heavy rains."

   2) as a conjunction, meaning "because":

Anh ấy bị tai nạn *do* lái xe nhanh quá.	"He got into an accident due to speeding (because he was speeding)."

2. The noun *cơn* with the meaning "fit, bout" is usually used before the following nouns as a classifier: cơn mưa "rain," cơn gió "wind," cơn bão "tornado," cơn sốt "fever," cơn giận "anger."

3. When a superlative adjective functions as the predicate of the sentence, it can be followed by the word *là* which precedes the subject. This type of sentence usually has a place or time expression at the beginning:

Ở Hà Nội nóng nhất là tháng bảy.	"July is the hottest month in Hanoi."

4. Lesson Twelve introduces the word *ngay*, which means "just, right," and is used to emphasize the place and time expressions. The word *chính* with the same emphatic meaning precedes

   1) the subject:

Chính tôi nói với cô ấy chuyện này.	"It was me who told her that (story)."

   2) the predicate with *là*:

Anh ấy *chính* là người chúng tôi cần gặp.	"He is the very person who we need to meet with."

   3) the object:

Tôi muốn mượn *chính* quyển sách này.	"I need to borrow just this book."

   4) adverbials or clauses of reason and purpose; *là* may follow *chính* in spoken Vietnamese:

Chính [là] vì nó lái xe nhanh quá nên bị tai nạn.	"(Just) because of speeding, he got into a car accident."
Chúng tôi đến đây *chính [là]* để bàn với các anh vấn đề này.	"We are here just to discuss with you this issue."

5. The preposition *đối với* follows an adjective or an adverb in the sense of "for, to." Notice that in most cases Vietnamese use *đối với* with this meaning, not *cho*:

> Bài kiểm tra hôm nay rất khó *đối với* tôi.   "Today's test was pretty hard for me."

Đối với and the following noun or pronoun may come first in a statement:

> *Đối với* tôi, bài kiểm tra hôm nay rất khó.

Notes on Usage

1. The verb *ảnh hưởng*, meaning "to influence" requires the preposition *đến*. *Có* may be placed before *ảnh hưởng*, and the meaning remains the same:

> Thời tiết có thể *[có] ảnh hưởng đến* sức khoẻ của người bệnh.

"The weather may influence the patient's condition."/"The weather may have influence on the patient's condition."

2. The adjective *khác*, meaning "another, other," follows a noun, that can be in either singular or plural:

> Tôi muốn mượn một cuốn sách *khác*.

"I would like to borrow another (a different) book."

> Trường trung học này học tiếng Pháp, còn các trường *khác* học tiếng Tây Ban Nha.

"This high school offers French, and the other schools offer Spanish."

The transitive verb *khác*, meaning "to differ, to be different from" takes a direct object:

> Khí hậu vùng này *khác* khí hậu vùng tôi ở.

"The climate in this area differs/is different from the climate in the area where I live."

Khác nhau, meaning "various, different," functions as an adjective only. The noun preceding *khác nhau* should be in or implies the plural:

> Chúng tôi định đi thăm những thành phố *khác nhau* ở đồng bằng sông Cửu Long

"We plan to visit different towns in the Mekong River delta."

3. Vietnamese has two words denoting "ice." *Băng* is used for ice on roads, lakes, rivers, oceans. Ice for drinking is denoted by the word *đá*.

4. The adjective *trung bình* has two meanings: 1) average: nhiệt độ trung bình "average temperature," lượng mưa trung bình "average rainfall;" 2) middle, not very high and not very low, average: cỡ trung bình "middle size," khách sạn trung bình "average hotel."

Drills

14. Complete the following sentences, using the preposition *do* or the conjunction *do* and the English phrases given in the parentheses.

    1. Bạn tôi hay bị ho (because he smokes a lot).
    2. (Due to the weather conditions) máy bay đến muộn hai tiếng.
    3. (Because he didn't have enough time to prepare for the exams), anh ấy thi không tốt lắm.
    4. Cô ấy nói tiếng Việt khá lắm (because she often communicates with Vietnamese people in their language).
    5. (Due to the favorable natural conditions) đồng bằng sông Cửu Long trở thành vùng sản xuất nông nghiệp quan trọng nhất của cả nước.
    6. Chỗ này có nhiều tai nạn giao thông (because of the bad roads).
    7. (Due to the improved living standard) ngày càng có nhiều người Việt Nam đi du lịch nước ngoài.
    8. Hôm nay ngoài đường có rất ít xe ô tô đi lại (due to the snowstorm *"bão tuyết"*).
    9. (Due to last week's Northeast monsoon) nhiều người bị cảm lạnh.
    10. (Because it is hard to find *"tìm được"* a job in the countryside) nhiều người ra thành phố tìm việc làm.

15. Change the following sentences, using the construction "superlative + là + subject."

    Example:
    Ở Hà Nội tháng bảy nóng nhất.
    ➜ Ở Hà Nội nóng nhất là tháng bảy.

    1. Trong lớp chúng tôi Dũng tập thể thao nhiều nhất.
    2. Ở Hà Nội chợ Đồng Xuân lớn hơn cả.
    3. Cơm bình dân rẻ nhất và tiện nhất.
    4. Ở đồng bằng sông Cửu Long, thành phố Cần Thơ lớn nhất.
    5. Để đi lại ở Hà Nội thì xe máy tiện nhất.
    6. Trong số các ngoại ngữ được dậy ở trường trung học, tiếng Anh phổ biến hơn cả.
    7. Đối với người Hà Nội, cây hoa sữa đặc biệt nhất.
    8. Quyển tiểu thuyết này nổi tiếng nhất ở Hà Nội trong những năm 80.
    9. Trong vườn hoa ở trước ký túc xá chúng tôi, hoa hồng đẹp nhất.
    10. Trong số các khách sạn ở Hạ Long, khách sạn này tốt hơn cả.

16. Complete the following sentences.

    1. Chính bác sĩ Nhung là người _____
    2. Chính vì _____ nên giá các mặt hàng không chênh lệch nhiều.
    3. Tôi đang tìm chính _____
    4. Nó hay bị ốm chính là vì _____
    5. Họ chính là _____
    6. Bạn tôi học tiếng Việt chính là để _____
    7. _____ chính vì khí hậu thuận lợi.
    8. Tôi gọi điện cho chính _____
    9. Chính ngôi nhà ấy _____
    10. Kinh tế Việt Nam từ cuối những năm 80 bắt đầu phát triển chính là vì _____

Exercises

1. Describe the climate in the area where you (have) lived for a long time.
2. Use the dictionary to read the following weathercasts taken from Hanoi newspapers.

Dự báo thời tiết ngày 27.12

❖ **Bắc Bộ và Thanh Hoá:** Phía đông đêm và sáng có mưa nhỏ vài nơi. Trời rét. ❖ **Các tỉnh ven biển từ Nghệ An đến Bình Thuận:** Có mưa rải rác. Phía bắc trời rét. ❖ **Nam Bộ và Tây Nguyên:** Không mưa.
❖ **Dự báo thời tiết một số địa điểm:**
Lai Châu: Không mưa (8-22°C). **Sơn La:** Không mưa (9-21°C). **Hạ Long:** Không mưa (14-21°C). **Hải Phòng:** Đêm và sáng có lúc có mưa nhỏ (15-21°C). **Hà Nội:** Không mưa (15-21°C). **Vinh:** Không mưa (17-21°C). **Huế:** Có mưa, mưa rào nhẹ (18-22°C). **Đà Nẵng:** Có mưa, mưa rào nhẹ (20-23°C). **Buôn Ma Thuột:** Không mưa (19-26°C). **TPHCM:** Không mưa (21-31°C). **Cần Thơ:** Không mưa (21-30°C).

Việt Nam

Thời tiết khắc nghiệt tại nhiều nước

Tại *Đức,* giao thông đường bộ trong ngày 25-12 vẫn tê liệt do tuyết rơi dày, nhất là tại các bang Thuya-ring-ghen và Xắc-xông-an-han-tơ, có nơi tuyết dày 2m, khiến nhiều xe mắc kẹt.

★ Tại *Ba Lan, Bun-ga-ri* xảy ra những trận bão tuyết kéo dài gây ách tắc giao thông, có nơi phải ban hành tình trạng khẩn cấp.

★ Tại *Bồ Đào Nha,* đêm Nô-en, bốn người (có một trẻ em) chết và hai trẻ khác cùng trong một gia đình bị thương do bị ngộ độc khí mô-nô-xít các-bon thải ra từ lò sưởi.

★ Tại *Ô-xtrây-li-a,* một đợt nắng nóng bất thường làm nhiệt độ tại nhiều vùng lên tới hơn 40 độ C, tại bang Quyn-xlen, có năm người cao tuổi chết vì đau tim do không chịu được nhiệt độ cao và không khí ngột ngạt. Tại bang Niu Xao Uên, có hơn 70 đám cháy rừng, nhiều tuyến đường bộ, đường cao tốc, đường xe lửa bị đóng cửa, hơn 50.000 hộ gia đình bị cắt điện, tình trạng khẩn cấp đã được ban bố tại bảy khu vực.

★ Mưa lớn kéo dài nhiều ngày qua gây lụt lội ở ba bang Pa-hang, Ke-lan-tan và Tơ-reng-ga-nu thuộc miền tây Ma-lai-xi-a, làm gián đoạn việc cung cấp điện, nước, liên lạc, giao thông ở một số nơi, buộc hàng chục nghìn người phải đi sơ tán và nhận đồ cứu trợ.

Một số nước khác

Tục ngữ
Tai bay vạ gió.

"A disaster strikes out of the blue."

Vietnamese–English Glossary

This glossary contains all of the vocabulary used in the previous lessons. The words are listed in the traditional Vietnamese alphabetical order (a, ă, â, b, c, ch, d, đ, e, ê, g, gi, h, i, k, kh, l, m, n, ng, nh, o, ô, ơ, ph, qu, r, s, t, th, tr, u, ư, v, x, y). The words are further separated by their tone mark using the following sequence (a, à, á, ả, ã, ạ). Included with the word meaning are the lesson number and section where the word is first introduced. The code for each section is:

> D .... Dialogue
> Dr .... Drill
> G .... Grammar Notes
> N .... Narrative
> U .... Notes on Usage
> W ....Word-formation

For example, *cửa*: door (2, Dr) indicates that the word *cửa* has the meaning "door" and is introduced in the Drill section of Lesson Two.

A

à: interrogative particle (2, G)
à: initial particle (14, U)
ạ: polite final particle (4, D)
ai?: who? (1, D2)
ai đấy/đó?: someone (15, G)
ai cũng: everybody (11, G)
Anh: England; English (1, Dr; 2, G)
anh: elder brother; you (1, D)
ảnh: photo, picture (15, D2)
ảnh hưởng: (to) influence (15, N, U)
ao: pond (14, N)
áo: shirt (2, G)
áo dài: Vietnamese traditional flowing tunic (11, W)
áo mưa: raincoat (15, D3)
áo ngắn tay: short sleeve shirt (12, D1)

Ă

ăn: to eat (1, Dr)
ăn chay: to be a vegetarian (14, N)
ăn sáng: to eat breakfast (9, Dr)
ăn sinh nhật: to celebrate one's birthday (6, D2)
ăn tối: to have dinner, supper (10, D1)

Â

ấy: that (1, Dr, 2, G)
âm: minus (15, D1)
ấm: warm (11, Dr)
ấm áp: pleasantly warm (reduplicative) (15, N)
ẩm: humid (15, D1)
  độ ẩm: humidity

B

ba: three (2, Dr)
ba: father (5, U)
bà: grandmother; lady; you (1, U; 5, G)
bác: uncle, aunt (5, U)
bác sĩ: doctor, physician (1, Dr)
bài: lesson (1, Dr)
bài: (newspaper) article (10, Dr)
bài hát: song (12, Dr)
bài tập: exercise (2, Dr)
bài tập về nhà: homework (9, N)
ban đêm: night time (6, G)
ban ngày: day time (6, G)
bàn: table (2, Dr)
bàn: to discuss (12, G)
bàn ghế: furniture (11, W)
bán: to sell (1, Dr)
bán mở hàng: to sell for the first time in a day (of a store, business etc.) (12, D2)
bạn: friend (5, Dr)
bang: state (8, Dr)
bảng: chalkboard, blackboard (9, D1)
Bảng: pound (monetary unit of the United Kingdom) (12, Dr)
bánh: cake, pie, cookies (14, N)
bánh chưng: New Year rice cake (14, N)
bánh cuốn: steamed springrolls (14, N)
bánh mỳ: bread (11, Dr)
bao giờ?: when? (6, D1)
bao giờ ... cũng: always (11, G)
bao lâu?: [for] how long? (7, D3)
bao nhiêu?: how many? (4, D)
bao xa?: how far? (10, G)
báo: newspaper (1, D3)
bảo: to tell (13, N)
bảo tàng: museum (11, N)

bảo vệ: to defend (8, D2)

bão: storm, tornado, typhoon (15, N)

bão tuyết: snowstorm (15, Dr)

bát: bowl (11, Dr)

bay: to fly, (figuratively) to drift (10, N)

bảy: seven (2, Dr)

bắc: north; northern (11, N)

băng: tape (9, D3)

băng: ice (not for drinking) (15, N, U)

băng ghi âm: audio tape (9, D3)

bằng: equal (15, D4)

bằng: in, by (11, D2, D3, G), (made) of (12, D1, G)

bằng: used to form the positive of adjectives and adverbs (9, G)

bắt: to force (someone to do something) (13, N)

bắt đầu: to start, begin (7, G)

bắt tay (vào): to start doing something, set to work, set about something (11, N)

bận: to be busy (10, D2)

bất tiện: inconvenient (10, N)

   còn một điều bất tiện nữa: there is one more inconvenient thing

bây giờ: now (6, G)

béo: fat, plump, stout (10, D2)

   béo ra: to get fat, put on weight

bể: sea (in some word-combinations) (14, D2)

   cua bể: sea-crab

bên: side (8, D1)

bến: (bus) stop (10, D3)

bệnh: disease, illness, ailment (13, U)

bệnh viện: hospital (3, Dr)

Bệnh viện Đa khoa Massachusetts: Massachusetts General Hospital (8, N)

bị: passive voice marker (11, N)

bị mất cắp: to have something stolen (11, D4)

bị: to suffer (13, D1, G)

   Anh bị sao?: What's the matter?

bia: beer (3, Dr)

bia hơi: beer from a tap (14, D4)

biển: sea, ocean (10, Dr)

biết: to know (2, Dr)

bình thường: (as) usual (13, D2), O.K. (13, Dr)

bò: cow, beef (14, D1)

bỏ: to give up (13, D1)

bóng bàn: table tennis (11, Dr)

Bồ Đào Nha: Portugal (2, Dr)

bố: father (1, Dr)

bố mẹ: parents (1, Dr)

bộ: set; classifier for movies etc. (5, D2)

bốn: four (2, Dr)

bỗng/bỗng nhiên: suddenly, all of a sudden (15, D1)

bờ: bank, shore, coast (10, D1)

   bờ sông: riverside

bơi: to swim (12, Dr)

bớt: to take off, have discount for someone (12, D1)

bún: soft noodles made from rice flour (14, N)

bụng: belly, stomach (13, D3)

buổi: length of time, division of the day (6, G)

buồn nôn: nauseous (13, U)

buồng: room (10, N)

buốt: sharp (of pain, wind) (15, D1)

   rét buốt: piercingly cold

bút: pen (2, Dr)

bữa ăn: meal (14, N)

bữa cơm: meal (13, D4)

bức: hot and sultry (15, D1)

   oi bức: hot and muggy

bức: classifier for letters, paintings, etc. (13, N)

bưởi: grapefruit (2, Dr)

bưu điện: post office (1, Dr)

C

cà: Vietnamese eggplant, aubergine (14, D3)

cá: fish (2, G)

cả: at all (10, G), all, whole (11, N; 14, G)

cả: even (13, N, G)

các: plural marker (3, D)

các cháu: your children (13, N)

cách: be distant from (10, N)

cách: manner, method, way (13, N)

cách đây: ago (8, D1)

cách mạng: revolution (11, N)

cái: classifier for inanimate things (2, G)

cái gì: what (2, G)

cái gì đấy/đó: something (15, G)

cam: orange (2, Dr)

cám ơn: to thank (1, D1)

cảm/cảm lạnh: to catch a cold (13, U)

canh: Vietnamese soup (14, D3)

cảnh sát: police (10, D4)

cạnh: next, adjacent (12, N)

cạnh tranh: to compete (12, N)

cao: tall, high (2, D2)

cao học: graduate (9, N)

cao nguyên: plateau, highlands (15, N)

cay: hot, spicy (12, Dr)

cân: kilogram (12, D2)

cần: (to) need (2, D2; 10, G)

cẩn thận: careful (15, D1)

cấp cứu: emergency (13, D3)

   xe cấp cứu: ambulance

câu: sentence (9, Dr)
câu hỏi: question (1, Dr)
câu lạc bộ: club (10, N)
cầu: bridge (11, N)
cậu: uncle, you (3, D2; 5, U)
cây: tree; classifier for trees (2, G)
cây số: kilometer (10, Dr)
căn: classifier for houses (8, N)
có: to have (1, D3)
có ... không; có phải ... không: interrogative construction (1, D, G)
có khi: occasionally (15, N)
có lẽ: probably, perhaps (10, N)
có nhà: to be at home (5, D2)
có thể: can, may, to be able (10, G)
có từ rất lâu: long established (12, N)
coi là/như: to consider (11, G)
con: child; classifier for animals, fish, birds (2, G; 5, G; 11, G)
con gái: daughter (8, N)
con trai: son (8, U)
còn: as for (1, D)
còn lại: to remain (11, N)
còn mình thì: as for me (10, D1)
còn ... nữa: more, further (10, G)
còn ... thì: as for (11, D2)
cô: aunt; Miss; you (1, G)
cô bán hàng: salesgirl, saleswoman (12, D1)
cô giáo: (female) teacher (1, G)
cố gắng: to do one's best (13, D1)
cổ: old, ancient (9, N)
công trình: edifice, structure (11, N)
công ty: company (8, D2)
công việc: job (10, N)
cộng (với): to add (15, D4, G)
cốc: cup (11, Dr)
cơ chế: structure, system (12, N)
cơ quan: bureau, office, agency (11, N)
cỡ: size (12, D1)
cởi [ra]: to take off (one's clothes) (13, D1, U)
cơm: rice, food, cuisine (3, G, Dr; 14, U)
cơm bình dân: food, the price of which is affordable to everybody (12, N)
cơn: classifier (15, N, G)
cũ: old (speaking of inanimate things) (1, D2)
cụ: great-grandparent (5, U)
cua: crab (14, D2)
   cua bể: sea-crab
của: of (preposition) (9, D1), from (14, G)
cúm: influenza, flu (13, D1)
cung cấp: to supply, provide (12, N)
cùng: together (8, N)
cùng một lúc: at the same time (14, N)
cùng với: together with (8, N)

cũng: also, too (1, D1)
cuộc: classifier for events in which a number of people take part (11, N; 12, W)
cuộc đời: life (11, G)
cuộc sống: life (10, N)
cuối cùng: last (9, D1)
cuối giờ: at the end of the class (9, N)
cuốn: classifier for books (2, D2, G)
cứ: continuing without interruption (9, D3)
cứ tự nhiên: feel free and go ahead (12, D1)
cửa: door (4, Dr)
cửa hàng: shop, store (10, N)
cửa hiệu: small shop, store (10, N)
cửa sổ: window (10, N)

Ch

cha: father (5, G)
chả: meat paste, meat pie (14, D2)
   chả cá: grilled fish
chai: bottle (12, Dr)
chang chang: (of the sun) hot and blinding (15, D3)
chanh: lime, lemon (1, Dr)
chào: to greet (1, U)
cháo: rice gruel, porridge (14, N)
cháu: nephew or niece; grandchild (5, U)
chảy: to flow (11, Dr)
chạy: to run (7, D2)
chắc: probably (10, D2), to be sure (13, N)
   Tôi chắc ...: I am sure that ...
chắc là: chắc (15, D1)
chăm: diligent, assiduous (10, D1)
chẳng (informal): không (13, N)
chấm: to dip (food in sauce) (14, D3)
chấm: point, dot, period (15, D4, G)
chậm: slow (4, Dr)
chật: too small (12, D1)
châu Âu: Europe (11, Dr)
chê: to criticize, belittle (11, G)
chế biến: to process (food) (14, N)
chênh lệch: to vary, differ (12, N)
chết: to die, to stop (of watches, clocks) (7, U)
chỉ: to show (13, N), to indicate (14, N)
chỉ ... thôi: only (11, D1, G)
chị: elder sister; you, Miss (1, D1, Dr), your wife (13, N)
chia (cho): to divide (15, D4, G)
chìa khoá: key (10, D4)
chiếc: classifier for inanimate things (2, G)
chiếm: to occupy (14, N)
chiến tranh: war (11, N)
chiều: evening (6, G)
chim: bird (2, G)

chín: nine (2, Dr)
chín: well-done (14, D1)
chính: main (12, N)
chính: exactly, precisely, very (15, N, G)
   chính vì thế: exactly for that reason
chính phủ: government (11, N)
chính thức: official (12, N)
chính trị: politics (11, N)
chịu: to endure, bear (11, W)
cho: to give (12, G)
cho: for (1, Dr; 12, G)
cho … biết: to let someone know (10, D4)
cho đến bây giờ: even now, even nowadays (14, N)
cho hỏi/cho … hỏi: to let someone ask (11, D1)
cho nên: so (10, G)
cho rằng: to think, believe (14, N)
chó: dog (2, Dr)
chọn: to choose, pick up (14, D2)
chóng: fast (13, D1)
   chóng khỏi: to get well fast
chóng mặt: dizzy (13, U)
chỗ: place (11, D4)
   chỗ gửi xe: bike parking lot
chồng: husband (8, N)
chờ: to wait (5, D2; 7, U)
chở: to deliver (12, D2)
chợ: market, supermarket (1, Dr)
chơi: to play (10, D1)
chợt: suddenly (15, D3)
chú: father's younger brother (5, G)
chú ý: to pay attention to; attentively, closely (9, N)
chủ nhật: Sunday (6, G)
chuẩn bị: to prepare (5, D1)
chúc: to wish (13, D1)
chúc mừng: to congratulate; congratulations (6, D2)
chục: dozen (11, N)
chúng ta: we (including the person addressed) (5, U)
chúng tôi: we (excluding the person addressed) (5, U)
chuối: banana (2, G, Dr)
chụp: to take a photograph (15, D2)
chuyên (về): to specialize (in) (8, D1)
chuyến đi: trip (15, D2)
chuyển: to forward (12, G)
chuyển (sang): to change to, shift to (12, N)
chuyện: issue, matter (13, Dr)
chứ: final particle (12, D1, G; 13, U)
chứ không: but not (14, G)
chữ quốc ngữ: modern Vietnamese alphabet (13, Dr)
chưa: not yet (8, D2, G)

chưa ăn thua gì: almost nothing (15, D4, U)
chữa: to fix, to repair (9, Dr), to correct (9, N), to treat (13, D2)
chương trình: program (10, D1)

D

da: leather (12, Dr)
dạ vũ: dancing at night (10, D1)
dài: long (10, Dr)
dao: knife (11, G)
dạo này: these days, nowadays (5, D1)
dạy: to teach (3, D1)
dân tộc: nation (10, N)
dần dần: gradually, little by little (14, N)
dậy (intransitive): to wake up, get up (14, N)
dép: sandal, slipper (12, D1)
dễ: easy (1, Dr)
dễ chịu: pleasant (10, N)
dễ tính: easy to please (10, N)
di tích: vestiges, traces (of ancient times) (11, N)
   di tích lịch sử: historic site
dịch: to translate (10, Dr)
dịch vụ: service (12, N)
diễn ra: to occur, take place (12, N)
do: passive voice marker (11, N)
do: because (12, N), due to; conjunction (15, G)
dọn cơm: to bring the food to the table, set the table for eating (14, N)
dốc: slope (11, D1)
   đi hết dốc: to come to the end of the slope (11, D4)
dông: thunderstorm (15, N)
dời: to move (11, N)
du lịch: to travel (8, N)
dùng: to use (10, Dr), to eat (formal) (14, D2)
dùng chung: to share (using something with someone) (10, N)
dự báo: to forecast (15, D4)
   dự báo thời tiết: weather forecast (15, D4)
dưa: salted vegetables (14, N)
dừa: coconut (1, Dr)
dứa: pineapple (1, Dr)
dừng bút: to stop writing (13, N)
dưới: under, below, underneath (10, G)
dương: plus (15, D1)

Đ

đa dạng: diverse, varied (12, N)
đá: stone (12, Dr)
đá: ice (14, D2)

dã: to have happened, occurred (8, D2)

dài: radio (7, D2)

dại học: college, university (2, D)

dại học bách khoa: polytechnic institute, institute of technology (8, D1)

dại học tổng hợp: university (8, D1)

dại sứ quán: embassy (11, N)

dám: classifier for clouds, crowds (15, D3)

Đan Mạch: Denmark (15, Dr)

dang: to be happening, occurring (8, D1)

dánh: to hit, beat (10, D1)

    dánh quần vợt: to play tennis

dào tạo: to train (9, N)

dạp xe: to ride a bicycle (11, D1)

dau: (to feel a) pain (13, D1, U)

dặc biệt: special (14, D2)

dặc sản: specialties/specialities, specials (14, D2)

dằng: side (in some word-combinations) (11, D2)

    dằng kia: over there

dắt: expensive (1, Dr)

dặt: to put (9, N), to reserve, book (14, Dr)

dâu?: where? (10, D3)

dâu: final particle, emphasizing the negation (12, D1, G)

dầu: head, beginning (11, D2)

    dầu đường: at the beginning of the street

dầu tiên: first (9, D1)

dậu: bean, pea (14, N)

dậu phụ: tofu (14, D3)

dây: here; this (1, G)

dầy đủ: to have enough (10, N)

dấy: there; that (1, G)

dấy: so, thus (8, D2)

den: black (2, Dr)

dèn: lamp, light, traffic light (11, Dr)

deo: to carry, wear (10, N; 12, U)

dèo: mountain pass (15, D2)

dẹp: beautiful (1, Dr)

dể: to let someone do something (15, D2, G)

dể: in order to (10, N)

dể làm gì?: for what purpose? (10, G)

dêm: night (6, G)

dêm Giao thừa: New Year's Eve (11, N)

dền: temple (11, N)

dến: to come (6, D2)

dến: to (preposition) (7, D3), up to (11, N)

dều: equal(ly) (14, G)

di: to go (1, Dr)

di: to wear (12, D1, U)

di bộ: to go on foot, walk (10, D3)

di chơi: to go out, walk around (11, N)

di công tác: to go on a business trip (15, Dr)

di học: to go to class (9, D1)

di khám bác sĩ: to go to (see) the doctor (13, N)

di lại: to move from one place to another (11, D4)

di làm: to go to work (11, D4)

di ngoài: diarrhea (13, U)

di ngủ: to go to bed (1, Dr)

dĩa: plate (14, D2)

dịa lý: geography (15, N)

diện thoại: telephone (11, Dr)

diều: thing, issue (10, N)

diều kiện: condition (15, N)

dịnh: to plan (3, D2)

dó: there; that (1, G)

dỏ: red (2, Dr)

dọc: to read (1, Dr)

dói: to be hungry (11, Dr)

dóng: to close (10, N)

dóng vai trò: to play a role (12, N)

dồ ăn: food (10, N)

dồ chơi: toy (12, N)

dồ dùng: appliance, utensil

    dồ dùng gia đình: household appliances (12, N)

dộ: approximately, about (11, D1)

dộ: degree (13, D1)

dộc lập: independent (11, N)

dôi: pair (12, D1)

dôi khi: sometimes (15, N)

dối với: for, to (15, N, G)

dội: to wear (12, U)

dông: winter (10, N)

dông: crowded, having many people (9, N)

dông: east; eastern (12, N)

Đông Nam Á: Southeast Asia (14, N)

dồng: field (14, N)

dồng bằng: delta, plain (15, N)

dồng hồ: watch, clock (7, D1)

dồng ý (với): to agree (with) (10, D2)

dỡ: to lessen, relieve (13, D4)

    dỡ nhức đầu: a headache lessens

dời sống: life (12, N)

dợi: to wait (7, U)

dơn: application (13, D1)

    dơn thuốc: prescription

dợt: a wave of something (15, D1)

du dủ: papaya (1, Dr)

dủ: enough (10, Dr)

dũa: chopsticks (10, Dr)

dúng: correct, right (3, Dr)

dúng giờ: on time (10, Dr)

dưa: to pass (12, G)

Đức: Germany (2, Dr)

dừng: do not (imperative) (9, D2)

đứng: to stand, to stop, to be dead
(of watches, clocks) (7, D1)
được: to receive (9, N)
được: to have the opportunity to do something
(10, N)
được: passive voice marker (11, N, G)
được: to be able to (13, D2, G)
được: OK (12, D1, U)
được không?: is it OK?
được cái: but (having a good point)
(15, D3, U)
đường: way, road (11, D1)
đi đường nào?: what way to take?
đường sá: roads (collective noun) (15, D1)

E

em: younger brother or sister (5, G)
em gái: younger sister (8, U)
em trai: young brother (8, N)

G

ga: station (10, N)
gà: chicken (14, D1)
gái: female (8, N)
gạo: rice (13, Dr; 14, U)
gạo nếp: glutinous rice, sticky rice
(14, D4)
găng: glove (12, U)
gặp: to meet, see, run into (5, D1)
gần: near, close (2, D2); about, approximately
(7, D3; 10, U)
gần đây: recent (11, N)
gần như: almost (15, N)
gây ra: to cause (15, N)
ghế: chair (2, G)
ghi: to write down (1, Dr)
ghi âm: to record (9, D3)
ghi tên: to put oneself down for, enroll, sign
up (10, D2)
gõ: to knock (15, Dr)
gõ cửa: to knock at the door
gọi: to call (10, D4), to order (14, D2)
gọi là/gọi ... là: to (be) call(ed) something
(11, D4)
gọi điện thoại: to telephone (9, Dr)
góp phần: to contribute, to make a
contribution (9, N)
gồm: to consist of (12, N)
gửi: to send (9, Dr)
gửi lời thăm: to give one's best regards
(13, N)
gừng: ginger (14, N)
gươm: sword (11, N)

Gi

gì?: what? (1, D1)
gia đình: family (8, D2)
gia vị: spice, condiment (14, D1)
già: old (9, Dr)
giá: price (12, D1, U)
giải khát: to have a refreshing drink (12, N)
giải thưởng: prize, award (9, N)
giảng: to explain (9, N), to deliver a lecture
(11, Dr)
giảng viên: teacher at a college or university
(9, N)
giao: to assign (9, D1)
giao thông: transportation, traffic (11, D4)
giáo sư: professor (7, Dr)
giận: to be angry (12, Dr)
giây: second (1/60 of a minute) (7, G)
giày: shoe (12, D1)
giấy: paper (2, G)
gió: wind (10, N)
gió mùa: monsoon (15, D1)
giỏi: good at something, well (3, D1)
giống (như): to resemble, be like (13, N)
giơ tay lên: to raise one's hand (9, D1)
giờ: hour (7, D1)
giờ học: class period (9, D1)
giới thiệu (ai với ai): to introduce
(someone to someone) (8, D1)
giúp: to help (11, D1)
giữ: to maintain, keep (13, D1)
giữa: in the middle of (10, G)

H

há miệng: to open one's mouth (13, D1)
hai: two (2, Dr)
hàng: goods, articles for sale (12, N)
hàng ngày: every day (9, N)
hát: to sing (3, G)
hạt tiêu: black pepper (14, N)
hay: interesting (1, Dr)
hay: or (3, D2, G)
hay: often (7, D3)
hay là: or (3, D2, G)
hay lắm!: great! (10, D1)
hãy: do something (imperative) (9, D1)
hân hạnh: to have the honor (8, D1)
hấp dẫn: attractive (10, D1)
Chương trình nghe hấp dẫn đấy!:
That sounds good!
hè: summer (10, N)
hệ mở rộng: extension school (9, N)
hết: end (11, D1)
hết: not any longer (13, D2, G)
hết đau: it doesn't hurt any longer

hết: to run out, be sold out (12, D3)

hết sức: extremely (14, N)

hiện đại: modern, contemporary (11, N)

hiện giờ: now (8, N)

hiểu: to understand (1, Dr)

hiệu: store, shop (3, Dr)

hiệu ăn: restaurant (12, N)

hiệu sách: bookstore (2, Dr)

hình như: it seems, it appears, apparently (13, D1)

ho: (to) cough (13, D1)

họ: they (1, Dr)

họ: last name (11, Dr)

hoa: flower (3, Dr)

hoa hồng: rose (11, W)

hoa quả: fruits (10, D2)

hoạt động: activity (10, N)

hoặc: or (9, N)

học: to study, learn (2, D1)

học bổng: scholarship (13, Dr)

học kỳ: semester (9, D4)

học sinh: student, pupil (in an elementary or high school) (5, Dr)

hỏi: to ask (a question) (1, Dr)

hỏng: to break down (10, D3), decayed (of the teeth) (13, D2)

họng: throat (13, D1)

họp: to meet, have a meeting, (9, Dr)

hồ: lake (11, N)

hổ: tiger (1, Dr)

hội: association (11, Dr; 12, W)

hôm kia: the day before yesterday (6, G)

hôm nào: some day (in the future) (11, D4)

hôm nay: today (6, D1)

hôm qua: yesterday (6, G)

hồng: pink (11, W)

hộp: box (12, Dr)

hở: polite particle, used before a personal pronoun in questions (11, D1)

hơi: a little (10, D2, U)

hơn: more than, over (9, N)

hơn: used to form the comparative of adjectives and adverbs (9, G)

hơn nữa: furthermore (13, N)

hợp đồng: contract, agreement (13, N)

hợp lại: to merge, become united (12, N)

hút: to smoke (13, D1)

huyết áp cao: high blood pressure (13, U)

hương thơm: fragrance (10, N)

hướng: direction (15, D1)

I

ít: little, few (3, D1)

K

kém: weak (in/at something) (3, G)

kém: to, before (temporal preposition) (7, D3)

kéo dài: to last (for a long time) (15, D1)

kéo đến: to draw near (15, D3)

kẻo: otherwise, if not, or else (11, D4, G)

kể cả: including (14, N)

kết thúc: to (come to an) end, finish (11, N)

kia: there; that (1, G; 2, D2, G)

kìa: there, over there (11, D2)

kiếm: to earn (10, N)

kiểm tra: to check, to test, to examine (9, D2)

  bài kiểm tra: test, quiz

kiến trúc: architecture (11, N)

kinh đô: imperial capital (in the past, not present day) (11, N)

kinh tế: economy, economics (11, N)

kính: glasses (12, G)

kính râm: sunglasses (12, Dr)

kịp: to have enough time to do something on time (15, D3, U)

ký: to sign (13, N)

ký túc xá: dormitory (10, D1)

kỷ niệm: memory; to commemorate (15, D2)

  làm kỷ niệm: to remember

kỹ sư: engineer (1, G)

kỹ thuật: technology (8, N)

Kh

khá: well, good (3, G)

khá: rather, pretty (10, U)

khác: another, different (9, N)

khác nhau: different, various (10, N)

khách: guest (10, N)

  phòng khách: living room

khách hàng: customer (12, N)

khách sạn: hotel (11, D1)

khám/khám bệnh (cho): to examine (a patient) (13, D1)

khám sức khoẻ: check-up (a general physical examination) (13, Dr)

khen: to praise (3, D)

khen quá lời: to flatter someone too much

khi: when (10, G)

khi nào?: when? (6, G)

khi nào: whenever, when (conjunction) (11, D4)

khi nào đấy/đó: sometime (15, G)

khí hậu: climate (11, Dr)

khiêu vũ: to dance (10, N)

khó: difficult, hard (1, Dr)

khó chịu: unpleasant (15, D1)

khoa: faculty, school (9, N)

khoa học: science (9, N)
khoá: lock; to lock (11, D4)
khoảng: approximately, about (9, N)
khoẻ: well, fine, healthy, strong (1, D)
khỏi: out of (11, N)
khỏi: to get better, recover (13, D1)
khô: dry (15, N)
không: no, not (1, G)
không: zero (15, G)
không ai: nobody, no one (10, N)
không có gì: no problem (reply to a thank you) (11, D3)
không có nhà: not to be at home (5, D2)
không dám: you are welcome (reply to a thank you) (11, D1)
không ... mà ....: not ... but ... (14, N, G)
không mất tiền: for free (11, Dr)
khu: area (10, D1)
   khu thể thao: sport area, athletic center
khu phố: area (in a city) (10, N)
khuyên: to advise, suggest, recommend (13, D1, U)

L

là: to be (1, D)
là: then, yet (11, D1)
là: that (14, G)
lá: leaf (13, N)
lái xe: to drive; driver (1, Dr; 2, Dr)
lại: to come over (6, D2)
lại: again (9, N)
lại: moreover, in addition (11, D4)
làm: to do, to make (4, Dr)
làm/làm cho: to make (put someone into a certain state) (13, N), to make someone be/become (15, D1, G)
làm gì?: for what purpose? (10, G)
làm ơn: please (11, D1)
làm quen (với): to meet, to be introduced (8, D1)
làm việc: to work (3, Dr)
lạnh: cold (10, G)
Lào: Laos (15, N)
lắm: very (3, D, G)
lần: time (3, Dr)
lần sau: next time (9, D2)
lần trước: last time (9, D1)
lập gia đình: to get married (8, U)
lâu: long (5, D1)
Lâu chưa?: How long have you had this problem? (13, D1)
lâu ngày: for a long time (5, D1)
lây: to transmit (of a disease); infectious, contagious (13, N)

lầy lội: muddy (15, D1)
lấy: to take (7, D2)
lấy đồng hồ: to set one's watch
lấy: to take money (informal) (12, D3)
   Cuốn này bán thế nào đây?: How much is this book?
   Lấy anh 50 nghìn: I'll take 50,000 dong (from you).
lấy chồng: to get married (speaking of a woman) (8, N)
lấy vợ: to get married (speaking of a man) (8, U)
len: wool (12, Dr)
lê: pear (2, G)
lên: to go up (9, D1)
lên cao: to rise (15, N)
lên gác: to go upstairs (9, Dr)
lịch: calendar (6, D1)
lịch sử: history (8, D1)
liên doanh: to have a joint venture (14, D4)
linh: and (particle for numbers) (6, G)
lít: liter (15, U)
lo: to worry, be worried (1, Dr; 3, G)
loại: kind, type (11, Dr)
lon: can (of beer, soda pop) (12, Dr)
lối: way (used for directions) (11, D3)
lỗi: error, mistake (9, D2)
lời: word (11, W)
lớn: big (2, Dr)
lớp: class (3, Dr)
lúa: rice (the plant in paddies) (14, D4, U)
   lúa nước: rice grown in flooded paddy fields, wet-rice
lụa: silk (12, D1)
luận án: thesis, dissertation (8, D2)
luật: law (12, Dr)
luật sư: lawyer (14, Dr)
lúc: moment; temporal preposition (7, D2)
lúc ấy: at that time (9, N)
lúc đầu: at first (14, N)
luộc: to boil (14, N)
lụt: flood, flooding (15, N)
lươn: eel (14, D2)
lượng: amount (12, N)

M

mà: but (10, G), in order to (15, D2, G), relative pronoun and adverb (15, D2, G)
má: mother (5, U)
mang: to carry (9, Dr,), wear (12, U)
mang tên: to be named for (9, N)
mạnh: strong (14, D4)
mát: fresh and cool (14, Dr)

mát mẻ: pleasantly cool (reduplicative) (15, D3)
máy ảnh: camera (15, D2)
máy bay: airplane (3, Dr)
máy điện toán: computer (8, N)
máy vi tính: computer (15, Dr)
mặc: to wear (12, D1, U)
mặc cả/mà cả: to bargain (12, D2)
mặc dù: though, although (14, N, G)
mắm: salted seafood (14, N)
mắt: eye (11, G)
mặt hàng: item, article for sale (12, N)
mây: cloud (15, D3)
mấy hôm nay: these days, in recent days (15, D1)
mất: to take time to do something (10, N, G)
mất bao lâu?: how long does it take? (10, G)
mầu/màu: color (2, Dr)
mấy?: how many? (4, G)
mấy: a few (2, D2)
mấy giờ?: what time? (7, D1)
mẹ: mother (1, Dr)
mèo: cat (2, Dr)
mét: meter (15, U)
mệt: to be tired (10, Dr)
mì: wheat noodles (14, N)
mía: sugar cane (14, D2)
    nước mía: sugar cane juice
miền: region, zone (11, N)
miến: glass noodles (14, N)
mình: I (3, D2; 5, U)
mít tinh: rally, meeting (11, G)
mọi: every (14, D2, G)
mọi người: everyone, everybody (13, N; 14, G)
món: dish (9, Dr)
mong: to expect, hope (13, N)
    Mong thư của anh: I am looking forward to hearing from you soon.
mỗi: every, each (13, D4, G)
mỗi lúc một: more and more (14, G)
môn: subject (5, D1)
mồng: particle for dates (6, D1)
một: one (2, Dr)
một ít: a little (14, D3, U)
một số: some, several (10, N)
một trong những: one of (9, N)
mở: to open (1, Dr)
mỡ: fat, grease (10, D2)
mời: to invite (5, D2), please (12, D1, G), to treat (someone to something) (14, N)
mới: new (1, D3)
mới: just (only a very short time ago) (8, G), not ... until ... (14, N, G)
mũ: hat (1, Dr)

mua: to buy (1, Dr)
mùa: season (10, N)
mục sư: minister (9, N)
mùi: smell, odor (14, N)
mùng: particle for dates (6, D1)
muối: salt; to salt, pickle (14, N)
muốn: to want (2, D2; 10, G)
muộn: late (7, D3)
mưa: to rain (2, Dr)
mưa phùn: drizzle (15, D1)
mưa rào: downpour (15, D3)
mức sống: living standard (14, N)
mười: ten (2, Dr)
mượn: to borrow (1, D2)
Mỹ: America, the U.S.A. (2, D1)
mỹ phẩm: cosmetics (12, N)

N

nạc: lean (14, D1)
nải: cluster (12, Dr)
nam: male (4, D)
nam: south; southern (12, Dr)
này: this (2, G)
nào?: what, which? (2, D1, G)
nào ... cũng: every (11, D2, G)
nào đó: indefinite pronoun (15, D3, G)
năm: five (2, Dr)
năm: year (3, D1)
năm học: academic year (8, Dr)
năm nay: this year (3, D2; 6, U)
năm ngoái: last year (6, U).
nằm: to lie, be located (10, N)
nắng: sunny (13, Dr)
nặng: heavy (10, N), serious, severe (13, D3)
nâng cao: to raise, improve (14, N)
nâu: brown (2, Dr)
nấu: to cook (10, Dr)
nem/nem rán: egg roll (14, D2)
nên: should (10, D2, G)
nên: so (10, N, G)
nền: classifier for some abstract concepts (12, N, G)
nếu: if (10, G)
nếu không: if not, otherwise (10, D4)
nĩa: fork (14, D2)
nó: he, it (5, U)
nói (về): to speak (of, about) (2, Dr; 8, D2)
nói chung: generally speaking (10, N)
nói chuyện: to talk, to converse (9, N)
nón: Vietnamese conical palm hat (12, U)
nóng: hot (12, D1)
nổi tiếng: famous, renowned (9, N)
nội: domestic (12, N)

nội/khoa nội: internal medicine (13, D1)
   bác sĩ nội: internist, specialist in internal
   diseases
nội quy: regulation(s), rule(s) (10, N)
nông dân: farmer, peasant (14, N)
nông nghiệp: agriculture, farming (14, N)
nông sản: farm products (12, N)
nông thôn: countryside (14, N)
nộp: to hand in, turn in (12, G)
nở: to blossom, bloom (10, N)
nơi: place (9, N)
nơi nào đấy/đó: somewhere, someplace, in
   some place (15, G)
núi: mountain (15, N)
nữ: female (4, D)
nửa: half (7, D3; 14, G)
nữa: more, further (10, G)
nữa: in (13, D2, G)
   hai tiếng nữa: in two hours
nước: country (2, D1)
nước: water (14, D1)
   nước dùng: broth
nước chấm: dipping sauce (14, N)
nước mắm: fish sauce (14, D1)
nước ngoài: foreign (11, D2)
nướng: to roast, barbecue (14, D2)

Ng

Nga: Russia (2, Dr)
ngã: to fall down (speaking of people)
   (15, Dr)
ngã ba: T-intersection (11, D1)
ngã tư: intersection (11, D1)
ngạc nhiên: to be surprised (13, N)
ngại: (to be) hesitant, unwilling (15, D1)
ngạt mũi: (having) a stuffy nose (13, U)
ngay: just, right (11, N; 12, N, G)
ngày: day (5, D1)
ngày càng: more ... every day (14, N, G)
ngày lễ: holiday (11, N)
ngày mai: tomorrow (6, D2)
ngày nay: today, at the present time (11, N)
ngắn: short (5, Dr)
ngân hàng: bank (11, N)
nghe: to listen, hear (1, Dr; 8, D2)
nghỉ: to rest (2, Dr); to stop doing something
   (10, D2)
nghỉ đông: (to have) a winter break (8, N)
nghỉ hè: (to have) a summer vacation (8, N)
nghỉ mát: to go on a summer vacation (to get
   relief from the heat) (15, Dr)
nghĩ: to think (13, G)
nghiên cứu: to research (9, N)
nghiện: to be addicted to (14, N)

nghìn: thousand (6, G)
ngoài: outside of (10, G)
ngoài ra: in addition, besides (9, N)
ngoại: imported (12, N)
ngoại khoá: extracurricular (10, N)
ngoại ngữ: foreign language (3, D2)
ngoại văn: foreign language (in some word-
   combinations) (11, D2)
   cửa hàng sách báo ngoại văn: foreign
   language bookstore
ngon: tasty (1, Dr)
ngọt: sweet (12, D2)
ngôi: classifier for buildings, houses
   (2, D2, G)
ngồi: to sit, take a seat (9, Dr)
ngủ: to sleep (2, Dr)
nguy hiểm: dangerous (11, Dr)
ngữ pháp: grammar (9, D2)
ngứa: itchy (13, U)
ngựa: horse (2, Dr)
người: man, person (2, D)
người: figure (10, D2)
người nào đấy/đó: someone (15, G)
người bán hàng: salesperson (12, D3)
người ta: they (12, D2, G)

Nh

nhà: house, home (1, Dr)
nhà ăn: dining hall (10, D1)
nhà báo: reporter, journalist (12, W)
nhà hàng: restaurant (10, D1)
nhà hát: theater (11, N)
nhà khoa học: scientist (12, W)
nhà kinh tế: economist (12, W)
nhà máy: factory (5, Dr)
nhà nghiên cứu: researcher (14, N)
nhà nước: state (11, N)
nhà thơ: poet (12, D3)
nhà thờ: church (11, N)
nhà văn: writer, author (11, Dr)
nhạc: music (1, Dr)
nhãn hiệu: label (14, D4)
nhanh: fast (4, Dr)
nhanh chóng: quickly, promptly (12, N)
nhau: each other, one another (12, N, G)
nhảy: to dance (10, D1)
nhắc: to remind (12, Dr)
nhầm: to make a mistake (11, D3)
   nhầm đường: to take a wrong way
nhân (với): to multiply (15, D4, G)
nhân dân: people (11, N)
Nhân dân tệ: renminbi (monetary unit of the
   People's Republic of China) (12, Dr)
nhẫn: ring (worn on the finger) (12, U)

nhận: to receive (14, G)
nhập khẩu: to import (12, N)
nhất: first (3, D)
nhất: used to form the superlative of
    adjectives and adverbs (9, G)
nhất là: especially (14, N)
Nhật: Japan, Japanese (2, Dr)
nhé: O.K.? (9, D3)
nhẹ: light, not heavy (2, Dr)
nhiệt độ: temperature (13, D1)
nhiệt đới: tropical (12, N)
nhiều: much, many (3, G)
nhịp điệu: rhythm (10, D2)
    thể dục nhịp điệu: aerobics
nho: grape (2, Dr)
nhỏ: small (1, G)
nhổ: to take out, extract (13, D2)
nhồi: to stuff (14, D3)
nhớ: to remember (3, Dr), to not forget
    (11, D4)
nhớ: to miss (13, N)
    nhớ nhà: to be homesick
như: as, like (8, N)
như: used to form the positive of adjectives
    and adverbs (9, G)
như thế nào?: what? how? (3, G)
nhức: ache, a stinging pain (13, D1)
    nhức đầu: (have) a headache
    nhức nhối: (to feel a) lasting pain
    (13, D2, W)
nhưng: but (3, Dr)
những: plural marker (3, G)

O

oi: sultry, muggy (15, D1)
    oi bức: hot and muggy

Ô

ô: umbrella (2, G)
ô tô: car (1, Dr)
ốm: to be sick (7, Dr)
ôn: to review, to read (for a test, exam)
    (9, D2)
ồn: noisy (15, Dr)
ông: grandfather; Mister; you (1, Dr; 5, G)

Ơ

ở: to live (2, Dr)
ở: in, at, on (2, D, U)
ở cùng với: to share (an apartment, house)
    (10, N)
ở đây: here (3, Dr)

ở đâu?: where? (location) (2, G)
ở đâu đấy/đó: somewhere (15, G)
ở nhà: at home (2, Dr)
ơi: excuse me, hey (2, D2; 11, D1)
ớt: (red) pepper (14, D1)

Ph

pha: to mix (speaking of liquid) (14, N)
phải: must, to have to (10, D2, G)
phải: right (11, D3)
    bên [tay] phải: on the right side
phải không?: interrogative expression (2, G)
phản ánh: to reflect (14, N)
Pháp: France; French (2, Dr)
phát triển: to develop
    việc phát triển: development (15, N)
phần: part (9, N)
phần lớn: most (10, N)
phẩy: comma (15, D4, G)
phía: side, direction (10, N)
    về phía tây: to the West
phim: movie (5, D2)
phong cảnh: view (10, N)
phong kiến: feudal (11, N)
phong phú: plentiful, abundant (12, N)
phong tục: custom (10, N)
phòng: room (3, Dr)
phòng học tiếng: language lab (9, D3)
phòng thử: fitting room (12, D1)
phố: street (1, Dr)
phố phường: streets (collective noun)
    (11, N)
phổ biến: common, popular (14, N)
phổi: lung (13, U)
    viêm phổi: pneumonia
phở: Vietnamese soup with rice noodle
    (11, Dr)
phụ nữ: woman (12, Dr)
phục vụ: to serve (12, N)
phút: minute (5, D2)
phương tiện: means (11, D4)

Qu

qua: to cross, pass (9, G)
qua: through (11, N)
qua đó: by that means, thereby (10, N)
quà: gift (12, Dr)
quá: very, excessive (3, D, G)
quả: fruit; classifier for fruits (2, G)
quan trọng: important (11, D4)
quán: small store or restaurant (12, N)
quanh năm: all year round, throughout the
    year (14, N)

quay lại: to go back, to make a U-turn (11, D3)

quần: pants, trousers (2, Dr)

quần áo: clothes (collective noun) (11, W)

quần vợt: tennis (10, D1)

quầy: stand, kiosk (11, D2)

   quầy [bán] báo: newsstand

quen: to know, be acquainted with (3, Dr)

quen: to be used to (12, N, U)

quên: to forget (9, D2)

quốc hội: national assembly, parliament, congress (11, N)

Quốc tử giám: Royal College (school for mandarins' children) (11, N)

quyển: classifier for books (2, G)

R

ra: to go out, come out (9, G)

rán: to fry (14, D3)

rau: vegetables (10, D2)

rau muống: bindweed, river greens (14, N)

rau quả: vegetables and fruits (collective noun) (12, N)

rau sống: raw vegetables (14, N)

răng: tooth (13, D2)

   bác sĩ răng: dentist

rằng: that (14, G)

rất: very (2, Dr; 3, G)

rẻ: cheap, inexpensive (2, Dr)

rẽ: to turn (11, D1)

rẽ [tay] trái: to turn left

rét: cold, freezing (15, D1)

   rét buốt: piercingly cold

riêng: separate, private, own (10, N)

rõ: clear (3, Dr)

rồi: already (7, G)

rồi: then, and then (9, N)

rỗi: free, having free time (11, Dr)

rộng: wide, broad, large (10, N)

rùa: turtle (11, N)

ruột thừa: vermiform appendix (13, D3)

   viêm ruột thừa: appendicitis

rưởi: and a half (14, D1, G)

rưỡi: and a half (7, D1; 14, G)

rượu: alcoholic drink, liquor (14, D4)

   rượu trắng: vodka

rượu vang: wine (14, D4)

S

sách: book (1, Dr)

sai: incorrect (3, Dr)

sản phẩm: product (14, N)

sản xuất: to produce, make (14, D4)

sang: to go, come over (8, D1)

sang năm: next year (6, G)

sáng: morning (6, G)

sao?: why? (10, D3)

sao đắt thế?: It's too expensive. (12, D1)

sau: after, behind (10, G)

sau đó: then, after that (8, D2)

sau khi: after (10, G)

sau này: in the future (8, N)

sáu: six (2, Dr)

sắp: soon (8, D2)

sân bay: airport (11, Dr)

sẽ: to happen, occur [in the future] (8, D2)

siêu thị: supermarket (12, N, U)

sinh: to give birth; to be born (8, N, U)

sinh học: biology (8, Dr)

sinh nhật: birthday (6, D2)

sinh viên: student (1, Dr)

so với: in comparison with, compared to/with (12, N)

song: however (15, N)

số: number (11, Dr)

số điện thoại: phone number (10, Dr)

sổ: small notebook (4, Dr)

sổ mũi: (having) a runny nose (13, U)

sông: river (10, N)

sông Cửu Long: the Mekong River

   đồng bằng sông Cửu Long (ĐBSCL): the Mekong River delta (15, N)

sông Hồng: the Red river (in Northern Vietnam) (10, Dr)

sống: to live (7, Dr)

sốt: fever (13, D1)

   bị sốt: to have a fever

sợ: to fear, be afraid (3, G)

sớm: early (9, N)

suốt: throughout (13, D2)

   suốt đêm: throughout the night, all night long

sự: an element, turning a verb into a noun (12, W)

sữa: milk (13, N)

   cây hoa sữa: a type of tall tree in Hanoi

sức khoẻ: health (13, D1)

sương mù: fog (15, D2)

T

ta: we (5, G)

tai nạn: accident (13, Dr)

tái: rare, half-cooked (14, D1)

tại: in, at (9, N)

tại sao?: why? (10, G)

tám: eight (2, Dr)

tan: to clear, burn off (of fog) (15, D2)

tàn phá: to destroy, ruin (11, N)

tạnh: to stop (of rain) (15, D3)

táo: apple (2, Dr)

tạp chí: magazine, journal (1, Dr)

tạp hoá: dry goods (12, N)

Tàu: China; Chinese (in some word-
combinations) (11, Dr)

tàu hoả: train (in Northern Vietnam) (11, D4)

tàu thuỷ: ship (11, D4)

tay: arm, hand (9, D1)

tắm: to take a shower, take a bath (10, D4)

tăng/tăng lên: to increase (14, N)

tặng: to present, make a gift to (12, G)

tấn: ton (13, Dr)

tầng: floor (9, G)

tập: to practice (9, N)

tập: collection (of poems, short stories)
(12, D3)

tất: socks (12, U)

tất cả: all (10, N; 14, G)

tất nhiên: of course (10, N)

tây: west; western (11, N)

Tây Ban Nha: Spain, Spanish (2, Dr)

tem: (postage) stamp (11, G)

tên: name (1, D)

Tết: New Year (10, Dr)

tiếc: to regret (5, D2)

Tiếc quá! What a pity! (5, D2)

tiền: money (10, Dr)

tiền học: tuition (14, Dr)

tiến sĩ: doctor (8, D2)

tiện: convenient (10, D3)

tiện nghi: convenience (10, N)

tiếng: language (2, G)

tiếng: hour (7, D3)

tiếp xúc: to communicate (10, N)

tiểu thủ công nghiệp: hand(i)craft (12, N)

tiểu thuyết: novel (12, D3)

tìm: to look for, seek (15, D3)

tìm được: to find (15, Dr)

tin: news (13, Dr)

tin học: computer science (15, Dr)

tình hình: situation (13, N)

   Tình hình công việc của anh thế nào?:
   How are you doing?   •

tính: to calculate, figure out (14, D1)

tính ra: to calculate in (15, D4)

   tính ra độ F: to calculate in F degrees

to: big, large; loud (1, Dr; 3, Dr), wide(ly)
(13, D1), heavy; heavily (speaking of rain)
(15, D1)

toà: classifier for tall buildings (2, D2, G)

toán: mathematics (8, D1)

tỏi: garlic (14, N)

tổ chức: to organize (6, D2)

tôi: I (5, G)

tối: evening (6, G)

tối mai: tomorrow evening (6, D2)

tôm: shrimp (14, D2)

tốt: good (1, Dr)

tốt đẹp: fine, splendid (11, W)

tốt lắm!: very good! excellent! (9, D1)

tốt nghiệp: to graduate (8, N)

tờ: sheet; classifier for paper, newspapers
(2, G)

tới: to come, arrive (9, G)

tục ngữ: proverb, saying (1)

túi: pocket, bag (6, D1)

tuần: week (6, D1)

tuần lễ: week (6, G)

tuần sau: next week (6, D1)

tuần trước: last week (6, G)

túi: bag (10, N)

tuổi: age, year of age (8, N)

tuy … nhưng: though, although (14, N, G)

tuỳ theo: according to, depending on
(12, N)

tuyết: snow (15, N)

tư: four; fourth (3, G)

tư: private (11, N)

tư nhân: private (12, N)

từ: word, vocabulary (1, Dr)

từ: from (7, D3, G), since (13, N, G)

   từ lâu rồi: long since

từ điển: dictionary (1, Dr)

tự/tự … lấy: self (14, D1, G)

tự do: free (10, N)

tức là: that is (7, D1)

từng: every (11, N; 14, G)

tươi: fresh (14, D1)

tương: thick soy sauce (14, D3)

tương đối: relative(ly) (15, N)

tương ớt: hot chili sauce (14, D1)

tỷ: billion (6, G)

Th

thác/thác nước: waterfall (15, D2)

thái độ: attitude (12, N)

Thái Lan: Thailand (6, Dr)

tham gia: to take part, participate (10, N)

tham quan: to visit (a place) (15, D2)

thang máy: elevator (10, N)

tháng: month (3, Dr)

tháng chạp: December (6, G)

tháng giêng: January (6, G)

tháng sau: next month (6, G)

tháng trước: last month (6, G)

Thanh-Nghệ-Tĩnh: provinces of Thanh
Hoá, Nghệ An and Hà Tĩnh (15, N)

thành lập: to found, establish (9, N)

thành phố: city (4, Dr)

thạo: to be adept at, familiar with (14, D2)

tháp: tower (11, N)

thay: to replace, substitute (14, Dr)

thay đổi: to change (11, N)

thày/thầy giáo: (male) teacher (1, Dr)

thăm: to visit (8, N)

thẳng: straight (11, D1)

thân: sincerely (a complimentary closing) (13, N)

thân mến: dear (13, N, U)

thấp: low, short (3, Dr)

thật/thật là: really (15, D1, U)

thấy: to see (2, Dr), to feel (15, D1)

theo: according to (7, D1)

theo: to follow (10, D4)

   mang theo: to bring along

theo tôi: in my opinion (13, D2)

thế: thus, so (8, U; 10, D3), and (11, D1)

   như thế: so, to such extent

thế à?: oh! really? (6, D2)

thế giới: would (15, Dr)

thế kỷ: century (11, N)

thế nào?: what? how? (1, D1; 3, D2, G)

thế thì: well then, in that case (10, D4)

thể dục: gymnastics, exercises (10, D2)

thể hiện: to express, convey (12, N)

thể thao: sports (10, D1)

thêm: extra (10, N)

thêm … nữa: more (11, D3)

thi: exam; to take an exam (5, D1)

thi vào: to take entrance exams to a college (8, N)

thì: then (10, G)

thì giờ: time (10, D3, U)

thì phải: undoubtedly (final particle) (14, D4)

thì sao?: how about? (11, D4)

thị trường: market (an economic situation) (12, N)

thìa: spoon (14, D2)

thích: to like (2, Dr; 3, G)

thiên nhiên: nature (12, N)

thiếu: to lack, be short of (14, N)

thỉnh thoảng: sometimes, occasionally (8, N)

thịt: meat (10, D2)

thịt bò: beef (12, Dr)

thịt lợn: pork (12, Dr)

thóc: rice (14, U)

thôi: particle (12, D2, G)

thổi: to blow (10, N)

thổi cơm: to cook rice (14, N)

thống nhất: to unite, unify; (re)unified (11, N)

thơ: poetry, poem (12, D3)

thơ mộng: picturesque (15, D2)

thời gian: time (10, D2, U)

   một thời gian: a time, a while

thời khoá biểu: schedule (9, D4)

thời tiết: weather (15, D4)

   dự báo thời tiết: weather forecast

thu: autumn, fall (13, N)

thủ đô: capital (11, N)

thuận tiện: favorable (15, N)

thuốc: medicine, drug (13, D1)

thuốc lá: cigarette (13, D1)

thuộc: belonging, pertaining (10, N)

thuỷ sản: fresh and salt water seafood (12, N)

Thuỵ Sĩ: Switzerland (12, Dr)

thuyền: boat (11, G)

thư: letter (9, Dr)

thư ký: secretary (1, Dr)

thư viện: library (2, D2)

thứ: kind, sort (12, D2)

thứ ba: Tuesday (6, G)

thứ bảy: Saturday (6, G)

thứ hai: Monday (6, G)

thứ năm: Thursday (6, G)

thứ sáu: Friday (6, D1)

thứ tư: Wednesday (6, D1)

thử: to try (11, D4)

thưa: polite initial particle (4, D)

thực đơn: menu (14, D2)

thực hiện: to carry out, implement (15, D2)

thực phẩm: food (12, N)

thực tập: to practice (8, D2)

thường: usual; usually (8, Dr)

thường thôi: nothing special (13, N)

thưởng thức: to enjoy (14, N)

Tr

trả: to return (9, D2)

trả lời: to answer (1, Dr)

trai: male (8, N)

trái: left (11, D1)

trang: page (9, D1)

tranh: painting (9, Dr)

tranh thủ: to make use, take advantage (10, D2)

   tranh thủ thời gian: to make use of free time

trăm: hundred (6, G)

trắng: white (2, D2)

tre: bamboo (12, Dr)

trẻ: young (1, G)

trên: on, on top of (10, N, G)

triều đại: dynasty (11, N)

triệu: million (6, G)

trong: in, within, during (10, G)

trong: clear (15, N)

    trời trong xanh: blue sky

trong đó có: including (11, N)

trong khi: while, as (10, G)

trộn: to mix, blend (14, N)

trông: to look (10, N)

    trông ra: to overlook

    cửa sổ trông ra sông: the window overlooks the river

trở lạnh: to become cold (15, D1)

trở nên: to become (15, D3)

trở thành: to become (11, N; 15, G)

trời: weather (10, Dr)

trú: to shelter (intransitive) (15, D3)

    trú mưa: to shelter from the rain, take refuge from the rain

trung bình: average (15, N, U)

Trung Quốc: China, Chinese (2, Dr)

trung tâm: center (9, N)

truyền thống: tradition (14, N)

trừ (đi): to subtract (15, D4, G)

trừ: except (14, N)

trưa: noon (6, G)

trước: before; previous (9, N)

trước: in front of (10, N)

trước đây: before, formerly (12, N)

trước hết: first of all (14, N)

trước khi: before (10, G)

trường: school (2, D1)

trường đại học: college, university (2, D1)

trường Đại học Kỹ thuật Massachusetts: MIT (8, N)

trường trung học: high school (8, N)

trưởng: a person who leads, rules or is in charge (12, W)

trưởng phòng: chief of an office (13, N)

U

Úc: Australia (10, Dr)

uống: to drink (3, Dr)

uỷ ban: committee (11, N)

    Uỷ ban nhân dân thành phố: City Hall

Ư

ừ: yeah (6, D1)

V

và: and (2, G)

vài: several (11, N)

vải: fabric (12, Dr)

vàng: yellow (2, Dr)

vàng: gold (12, Dr)

vào: to enter, be admitted (8, Dr)

vay: to borrow (speaking of money) (14, N)

văn hoá: culture (10, N)

văn học: literature (8, Dr)

Văn miếu: Temple of Literature (11, N)

văn phòng: office (8, D2)

văn phòng phẩm: office supplies, stationery (12, N)

vắng mặt: to be absent (9, D1)

vấn đề: problem (13, Dr), issue (14, Dr)

vẫn: still (10, D2)

vâng: yes (1, D)

vậy: thế (15, D1)

    như vậy/như thế: so, to such extent

vẽ: to draw (2, G)

về: to return, go back, come back (9, G)

về: on, of, about (10, N; 12, D3, G)

về hưu: to retire (8, Dr)

về nước: to go back to one's home country (9, Dr)

vệ sinh: hygiene (10, N)

    phòng vệ sinh: lavatory, restroom

vì: because (10, N, G)

vì sao?: why? (10, U)

vì vậy/vì vậy nên: because of that (14, N)

vị trí: place, position (12, N)

vỉa hè: sidewalk (12, N)

việc: business (5, D1)

việc: an element, turning a verb into a noun (12, W)

việc làm: job (15, Dr)

viêm: inflamation; inflamed (13, D3)

    viêm ruột thừa: appendicitis

viên: member of an organization (12, W)

viên: tablet, pill (13, D4)

viện: institute (11, Dr)

viết: to write (9, Dr)

vội: to hurry, be in a rush (11, D4)

vở: notebook (1, Dr)

vợ: wife (8, N)

với nhau: with each other (9, N)

vua: king (11, N)

vui: to have fun, be fun, enjoy, be enjoyable (9, N)

vùng: region (14, N)

vừa: just (only a very short time ago) (8, G)

vừa: to fit (12, D1)

vừa mới: just (only a very short time ago) (8, G)

vừa ... vừa: both ... and (9, N, G)

vườn: garden (10, N)
 vườn hoa: flower garden

X

xa: far away (10, D3, U)
xa lộ: highway (10, Dr)
xanh: green, blue (2, Dr)
xanh lá cây: green (12, D1)
xanh nước biển: navy blue (12, D1)
xào: to stir-fry (14, D2)
xấu: ugly (3, G)
xây dựng: to build (11, N)
xe: vehicle, car (1, Dr)
xe buýt: bus (10, D3)
xe ca: long-distance bus (in Northern Vietnam) (11, D4)
xe đạp: bicycle (2, Dr)
xe điện ngầm: subway (10, N)
xe đò: long-distance bus (in Southern Vietnam) (11, D4)
xe lam: 3-wheeled van (11, D4)
xe lửa: train (in Southern Vietnam) (11, D4)
xe máy: motorbike (2, Dr)
xem: to watch, look, take a look (5, D2), and we'll see (13, U)
xích-lô: pedicab (11, D4)
xin: to let, allow, permit (8, D1)
xin lỗi: to excuse, beg pardon (1, D1), apologize (13, Dr)
xoài: mango (2, Dr)
xong: to be finished, be done (9, D3, G)
xông: to have a steam bath for a cure (13, N)
xuất hiện: to appear (11, N)
xuất khẩu: to export (12, N)
xung quanh: around (11, N)
xuống: to go down, get down (9, G)
xuống nhà: to go downstairs (9, Dr)
xúp: soup (14, D2)

Y

y: medicine, medical (10, Dr)
y tá: nurse (1, Dr)
Ý: Italy; Italian (2, Dr)
yên tĩnh: quiet (15, Dr)
yêu: to love (2, G)
yếu: weak (13, N)

English–Vietnamese Glossary

This glossary contains the English words, phrases and set expressions, the Vietnamese equivalents of which are used in this textbook. The part of speech of an English word is indicated in the cases when the same form of a word functions as different parts of speech that have different equivalents in Vietnamese, for instance: *after (conjunction): sau khi (10, G)* and *after (preposition): sau (10, G)*, or: *telephone (noun): điện thoại (11, Dr)* and *telephone (verb): gọi điện [thoại] (11, Dr)*. The explanations are used to distinguish the different meanings of a word, for example: *short (opposite long): ngắn (5, Dr)* and *short (not tall): thấp (3, Dr)*; or to distinguish homonyms, for example: *can (of beer, pop drink): lon (12, Dr)* and *can (be able): có thể (10, G)*.

The code is the same as used in the Vietnamese–English Glossary.

A

a few: *mấy* (2, D2)
a little: *hơi* (10, D2), *một ít* (14, D3, G)
about (approximately): *gần* (2, D2; 7, D3), *khoảng* (9, N), *độ* (11, D1)
about (in reference to): *về* (10, N; 12, D3, G)
abundant: *phong phú* (12, N)
academic year: *năm học* (8, Dr)
according to: *theo* (7, D1), *tuỳ theo* (12, N)
activity: *hoạt động* (10, N)
add: *cộng (với)* (15, D4)
advise: *khuyên* (13, D1, U)
aerobics: *thể dục nhịp điệu* (10, D2)
after (conjunction): *sau khi* (10, G)
after (preposition): *sau* (10, G)
after that: *sau đó* (8, D2)
again: *lại* (9, N)
age: *tuổi* (8, N)
agency: *cơ quan* (11, N)
ago: *cách đây* (8, D1)
    three days ago: *cách đây ba ngày*
agree with: *đồng ý với* (10, D2)
agriculture: *nông nghiệp* (14, N)
airplane: *máy bay* (3, Dr)
airport: *sân bay* (11, Dr)
alcoholic drink: *rượu* (14, D4)
all: *tất cả* (10, N; 14, G), *cả* (11, N; 14, G)
all night long: *suốt đêm* (13, D2)
all of a sudden: *bỗng/bỗng nhiên* (15, D1)
all year round: *quanh năm* (14, N)
allow: *xin* (8, D1)
almost: *gần như* (15, N)
almost nothing: *chưa ăn thua gì* (15, D4, U)
already: *rồi* (7, G)
also: *cũng* (1, D1)
although: *mặc dù, tuy ... nhưng* (14, N, G)
always: *bao giờ ... cũng* (11, G)
ambulance: *xe cấp cứu* (13, D3)
America: *Mỹ* (2, D1)
amount: *lượng* (14, N)

ancient: *cổ* (9, N)
    an ancient city: *thành phố cổ*
and: *và* (2, G), *thế* (11, D1)
and (particle for numbers): *linh* (6, G)
and a half: *rưởi* (14, D1)
and a half: *rưởi* (7, D1)
and then: *rồi* (9, N, G)
another: *khác* (9, N)
answer (verb): *trả lời* (1, Dr)
apologize: *xin lỗi* (13, Dr)
apparently: *hình như* (13, D1)
appear: *xuất hiện* (11, N)
appendicitis: *viêm ruột thừa* (13, D3)
apple: *táo* (2, Dr)
appliance: *đồ dùng* (12, N)
    household appliances: *đồ dùng gia đình*
application: *đơn* (13, D1)
approximately: *gần* (2, D2; 7, D3), *khoảng* (9, N), *độ* (11, D1)
architecture: *kiến trúc* (11, N)
area: *khu* (10, D1), *khu phố* (in a city) (10, N)
arm: *tay* (9, D1)
around: *xung quanh* (11, N)
arrive: *đến* (6, D2), *tới* (9, G)
article (newspaper): *bài/ bài báo* (10, Dr)
articles for sale: *hàng/mặt hàng* (12, N)
as: *như* (8, N)
as (conjunction of time): *trong khi* (10, G)
as for: *còn* (1, D)
as for me: *còn tôi/mình ... thì* (10, D1)
ask (a question): *hỏi* (1, Dr)
assiduous: *chăm* (10, D1)
assign: *giao* (9, D1)
association: *hội* (11, Dr; 12, W)
at: *ở* (2, D, U), *tại* (9, N)
at all: *cả* (10, G)
at first: *lúc đầu* (14, N)
at home: *ở nhà* (2, Dr)
at that time: *lúc ấy* (9, N)
at the end of the class: *cuối giờ* (9, N)
at the same time: *cùng một lúc* (14, N)

athletic center: *khu thể thao* (10, D1)
attentively: *chú ý* (9, N)
attitude: *thái độ* (12, N)
attractive: *hấp dẫn* (10, D1)
aubergine: *cà* (14, N)
audio tape: *băng ghi âm* (9, D3)
aunt: *cô, bác* (1, G, 5, U)
Australia: *Úc* (10, Dr)
author (writer): *nhà văn* (11, Dr)
autumn: *thu* (13, N)
average: *trung bình* (15, N, U)
award (noun): *giải thưởng* (9, N)

B

bag: *túi* (10, N)
bamboo: *tre* (12, Dr)
banana: *chuối* (2, G, Dr)
bank (financial establishment): *ngân hàng* (11, N)
bank (of a river, lake): *bờ* (10, D1)
barbecue (verb): *nướng* (14, D2)
bargain: *mặc cả/mà cả* (12, D2)
be: *là* (1, D)
be a vegetarian: *ăn chay* (14, N)
be able: *có thể* (10, G), *được* (13, D2, G)
be absent: *vắng mặt* (9, D1)
be acquainted with: *quen* (3, Dr)
be addicted to: *nghiện* (14, N)
be adept at: *thạo* (14, D2)
be admitted: *vào* (8, Dr)
be afraid: *sợ* (3, G)
be angry: *giận* (12, Dr)
be an important part of: *chiếm vị trí quan trọng* (14, N)
be born: *sinh* (8, N, U)
(be) call(ed) something: *gọi là/ gọi ... là* (11, D4)
be distant from: *cách* (10, N)
be done: *xong* (9, D3, G)
be enjoyable: *vui* (9, N)
be finished: *xong* (9, D3, G)
be fun: *vui* (9, N)
be hesitant: *ngại* (15, D1)
be homesick: *nhớ nhà* (13, N)
be in a rush: *vội* (11, D4)
be introduced to someone: *làm quen* (8, D1)
be located: *nằm* (10, N)
be named for: *mang tên* (9, N)
be short of: *thiếu* (14, N)
be sick: *ốm* (7, Dr)
be sold out: *hết* (12, D3)
be sure: *chắc* (13, N)
    I am sure that: *Tôi chắc*
be surprised: *ngạc nhiên* (13, N)
be tired: *mệt* (10, Dr)
be unwilling: *ngại* (15, D1)

be used to: *quen* (12, N, U)
bean: *đậu* (14, N)
bear (verb): *chịu* (11, W)
beat: *đánh* (10, D1)
beautiful: *đẹp* (1, Dr)
because: *vì* (10, N, G)
because of that: *vì vậy/vì vậy nên* (14, N)
become (come to be): *trở thành* (11, N; 15, G), *trở nên* (15, D3, G)
become cold: *trở lạnh* (15, D1)
become united: *hợp lại* (12, N)
beef: *thịt bò* (12, Dr)
beer: *bia* (3, Dr)
beer from a tap: *bia hơi* (14, D4)
before (adverb): *trước đây* (12, N)
before (conjunction): *trước khi* (10, G)
before (preposition): *trước* (9, N; 10, G)
beg pardon: *xin lỗi* (1, D1)
begin: *bắt đầu* (7, G)
beginning: *đầu* (11, D2)
    at the beginning of the street: *đầu phố, đầu đường*
behind: *sau* (10, G)
belittle: *chê* (11, G)
belly: *bụng* (13, D3)
belonging: *thuộc* (10, N)
below: *dưới* (10, G)
besides: *ngoài ra* (9, N)
big: *to* (1, Dr), *lớn* (2, Dr)
bike parking lot: *chỗ gửi xe* (11, D4)
billion: *tỷ* (6, Dr)
bindweed: *rau muống* (14, N)
biology: *sinh học* (8, Dr)
bird: *chim* (2, G)
birthday: *sinh nhật* (6, D2)
black: *đen* (2, Dr)
blend (verb): *trộn* (14, N)
bloom (verb): *nở* (10, N)
blossom (verb): *nở* (10, N)
blow (verb): *thổi* (10, N)
blue: *xanh* (2, Dr)
blue sky: *trời trong xanh* (15, N)
boat: *thuyền* (11, G)
boil (verb): *luộc* (14, N)
book (a room at a hotel): *đặt* (14, Dr)
book: *sách* (1, Dr)
bookstore: *hiệu sách* (2, Dr)
borrow: *mượn* (1, D2), *vay* (speaking of money) (14, G)
both ... and: *vừa ... vừa* (9, N,G)
bottle: *chai* (12, Dr)
bowl: *bát* (11, Dr)
box: *hộp* (12, Dr)
bread: *bánh mỳ* (11, Dr)
break down: *hỏng* (10, D3)
bridge: *cầu* (11, N)
bring along: *mang theo* (10, D4)

bring the food to the table: *dọn cơm*
(14, N)
broad: *rộng* (10, N)
broth: *nước dùng* (14, D1)
brown: *nâu* (2, Dr)
build: *xây dựng* (11, N)
bureau: *cơ quan* (11, N)
burn off (speaking of fog): *tan* (15, D2)
bus: *xe buýt* (10, D3)
    bus stop: *bến xe buýt* (10, D3)
business: *việc* (5, D1)
busy: *bận* (10, D2)
but: *nhưng* (3, Dr), *mà* (10, G)
but (having a good point): *được cái*
(15, D3, U)
buy: *mua* (1, Dr)
by: *bằng* (11, D2, D3, G)
by that means: *qua đó* (10, N)

C

cake: *bánh* (14, N)
calculate: *tính* (14, D1)
calculate in: *tính ra* (15, D4)
    calculate in F degrees: *tính ra độ F*
calendar: *lịch* (6, D1)
call (verb): *gọi* (10, D4)
camera: *máy ảnh* (15, D2)
can (be able): *có thể* (10, G)
can (of beer, soda pop): *lon* (12, Dr)
capital (city): *thủ đô* (11, N)
capital (in the past, not present day): *kinh đô*
(11, N)
car: *ô tô, xe* (1, Dr)
careful: *cẩn thận* (15, D1)
carry: *mang* (9, Dr), *đeo* (10, N)
carry out: *thực hiện* (15, D2)
cat: *mèo* (2, Dr)
cause (verb): *gây ra* (15, N)
celebrate one's birthday: *ăn sinh nhật* (6, D2)
center: *trung tâm* (9, N)
century: *thế kỷ* (11, N)
chair: *ghế* (2, G)
chalkboard: *bảng* (9, D1)
change (verb): *thay đổi* (11, N)
change to: *chuyển sang* (12, N)
cheap: *rẻ* (2, Dr)
check (verb): *kiểm tra* (9, D2)
check-up: *khám sức khoẻ* (13, Dr)
chicken: *gà* (14, D1)
chief of an office: *trưởng phòng* (13, N)
child: *con* (2, G; 5, G; 11, G)
China: *Trung Quốc* (2, Dr), *Tàu* (in some
    word-combinations) (11, Dr)
Chinese: *Trung Quốc* (2, Dr), *Tàu* (in some
    word-combinations) (11, Dr)
choose: *chọn* (14, D2)

chopsticks: *đũa* (10, Dr)
church: *nhà thờ* (11, N)
cigarette: *thuốc lá* (13, D1)
city: *thành phố* (4, Dr)
City Hall: *Uỷ ban nhân dân thành phố*
(11, N)
class: *lớp* (3, Dr)
class period: *giờ học* (9, D1)
classifier for animals, fish, birds: *con*
(2, G; 5, G; 11, G)
classifier for books: *cuốn, quyển* (2, D2, G)
classifier for buildings, houses: *ngôi*
(2, D2, G)
classifier for clouds, crowds: *đám* (15, D3)
classifier for events in which a number of
    people take part: *cuộc* (11, N; 12, W)
classifier for fruits: *quả* (2, G)
classifier for inanimate things: *cái* (2, G)
classifier for inanimate things: *chiếc* (2, G)
classifier for letters, paintings, etc: *bức*
(13, N)
classifier for movies: *bộ* (5, D2)
classifier for paper, newspapers: *tờ* (2, G)
classifier for rains, winds, storms, anger: *cơn*
(15, N, G)
classifier for some abstract concepts: *nền*
(12, N, G)
classifier for tall buildings: *toà* (2, D2, G)
clear: *rõ* (3, Dr), *trong* (15, N)
clear (verb; speaking of fog): *tan* (15, D2)
climate: *khí hậu* (11, Dr)
clock: *đồng hồ* (7, D1)
close (verb): *đóng* (10, N)
closely (to follow): *chú ý* (9, N)
clothes: *quần áo* (11, W)
cloud: *mây* (15, D3)
club: *câu lạc bộ* (10, N)
cluster: *nải* (12, Dr)
    a cluster of bananas: *nải chuối*
coast: *bờ* (10, D1)
coconut: *dừa* (1, Dr)
cold: *lạnh* (10, G), *rét* (15, D1)
    piercingly cold: *rét buốt* (15, D1)
cold (a disease): *cảm/cảm lạnh* (13, U)
collection (of poems, short stories): *tập*
(12, D3)
college: *trường đại học* (2, D1)
color: *mầu/màu* (2, Dr)
come: *đến* (6, D2), *tới* (9, G)
    come to class: *đến lớp* (9, D1)
come back: *về* (9, G)
come out: *ra* (9, G)
come over: *lại* (6, D2), *sang* (8, D1)
come to an end: *kết thúc* (11, N)
comma: *phẩy* (15, D4)
commemorate: *kỷ niệm* (15, D2)
committee: *uỷ ban* (11, N)

common: *phổ biến* (14, N)
communicate: *tiếp xúc* (10, N)
compared to/with: *so với* (12, N)
compete: *cạnh tranh* (12, N)
computer: *máy điện toán* (8, N), *máy vi tính* (15, Dr)
computer science: *tin học* (15, Dr)
condiment: *gia vị* (14, D1)
condition: *điều kiện* (15, N)
congratulate: *chúc mừng* (6, D2)
congratulations: *chúc mừng* (6, D2)
congress (the national legislative body): *quốc hội* (11, N)
consider: *coi là/coi như* (11, G)
consist of: *gồm* (12, N)
contagious: *lây* (13, N)
contemporary: *hiện đại* (11, N)
continuing without interruption: *cứ* (9, D3)
contribute: *góp phần* (9, N)
convenience: *tiện nghi* (10, N)
convenient: *tiện* (10, D3)
converse: *nói chuyện* (9, N)
convey: *thể hiện* (12, N)
cook (verb): *nấu* (10, Dr)
cook rice: *thổi cơm* (14, N)
cookies: *bánh* (14, N)
correct (adjective): *đúng* (3, Dr)
correct (verb): *chữa* (9, N)
cosmetics: *mỹ phẩm* (12, N)
cough: *ho* (13, D1)
country: *nước* (2, D1)
countryside: *nông thôn* (14, N)
cow: *bò* (14, D1)
crab: *cua* (14, D2)
criticize: *chê* (11, G)
cross (verb): *qua* (9, G)
crowded: *đông* (9, N)
cuisine: *cơm* (3, G, Dr)
    French cuisine: *cơm Pháp*
culture: *văn hoá* (10, N)
cup: *cốc* (11, Dr)
custom: *phong tục* (10, N)
customer: *khách hàng* (12, N)

D

dance (verb): *nhảy, khiêu vũ* (10, D1)
dance (noun): *khiêu vũ* (10, N)
dancing: *khiêu vũ* (10, N)
dancing (at night): *dạ vũ* (10, D1)
dangerous: *nguy hiểm* (11, Dr)
daughter: *con gái* (8, N)
day: *ngày* (5, D1)
day before yesterday: *hôm kia* (6, G)
daytime: *ban ngày* (6, G)
dear: *thân mến* (13, N)
decayed (of the teeth): *hỏng* (13, D2)
December: *tháng chạp* (6, G)

defend: *bảo vệ* (8, D2)
degree: *độ* (13, D1)
deliver: *chở* (12, D2)
deliver a lecture: *giảng* (11, Dr)
delta: *đồng bằng* (15, N)
Denmark: *Đan Mạch* (15, Dr)
dentist: *bác sĩ răng* (13, D2)
depending on: *tuỳ theo* (12, N)
destroy: *tàn phá* (11, N)
develop: *phát triển* (15, N)
    development: *việc phát triển*
dictionary: *từ điển* (1, Dr)
die: *chết* (3, U)
differ: *chênh lệch* (12, N)
different: *khác* (9, N), *khác nhau* (10, N)
difficult: *khó* (1, Dr)
diligent: *chăm* (10, D1)
dining hall: *nhà ăn* (10, D1)
dip (food in sauce): *chấm* (14, D3)
dipping sauce: *nước chấm* (14, N)
direction: *phía* (10, N), *hướng* (15, D1)
discuss: *bàn* (12, G)
dish: *món* (9, Dr)
dissertation: *luận án* (8, D2)
diverse: *đa dạng* (12, N)
divide: *chia (cho)* (15, D4)
dizzy: *chóng mặt* (13, U)
do: *làm* (4, Dr)
do not (imperative): *đừng* (9, D2)
do one's best: *cố gắng* (13, D1)
doctor (physician): *bác sĩ* (1, Dr)
doctor (the highest academic degree): *tiến sĩ* (8, D2)
dog: *chó* (2, Dr)
domestic: *nội* (12, N)
door: *cửa* (4, Dr)
dormitory: *ký túc xá* (10, D1)
dot: *chấm* (15, D4)
downpour: *mưa rào* (15, D3)
dozen: *chục* (11, N)
draw (verb): *vẽ* (2, G)
draw near: *kéo đến* (15, D3)
drift (figurative): *bay* (10, N)
drink (verb): *uống* (3, Dr)
drive (verb): *lái xe* (1, Dr)
driver: *lái xe* (2, Dr)
drizzle: *mưa phùn* (15, D1)
drug: *thuốc* (13, D1)
dry: *khô* (15, N)
dry goods: *tạp hoá* (12, N)
during: *trong* (10, G)
dynasty: *triều đại* (11, N)

E

each: *mỗi* (13, D4, G)
each other: *nhau* (12, N, G)

early: *sớm* (9, N)
earn: *kiếm* (10, N)
east: *đông* (12, N)
eastern: *đông* (12, N)
easy: *dễ* (1, Dr)
easy to please: *dễ tính* (10, N)
eat: *ăn* (1, Dr), *dùng* (formal) (14, D2)
eat breakfast: *ăn sáng* (9, Dr)
economics: *kinh tế* (11, N)
economist: *nhà kinh tế* (12, W)
economy: *kinh tế* (11, N)
edifice: *công trình* (11, N)
eel: *lươn* (14, D2)
egg roll: *nem/nem rán* (14, D2)
eight: *tám* (2, Dr)
elder brother: *anh* (1, D)
elder sister: *chị* (1, D1, Dr)
element turning a verb into a noun: *sự* (12, W), *việc* (12, W)
elevator: *thang máy* (10, N)
embassy: *đại sứ quán* (11, N)
emergency: *cấp cứu* (13, D3)
end: *hết* (11, D1)
endure: *chịu* (11, W)
engineer: *kỹ sư* (1, G)
England: *Anh, nước Anh* (1, Dr; 2, G)
English: *Anh; tiếng Anh* (1, Dr; 2, G)
enjoy: *vui* (9, N), *thưởng thức* (14, N)
enough: *đủ* (10, Dr)
enroll: *ghi tên* (10, D2)
enter: *vào* (8, Dr)
equal: *bằng* (15, D4)
equal(ly): *đều* (14, G)
error: *lỗi* (9, D2)
especially: *nhất là* (14, N)
Europe: *châu Âu* (11, Dr)
even (intensive adverb): *cả* (13, N, G)
evening: *chiều, tối* (6, G)
every: *nào ... cũng* (11, D2, G), *từng* (11, N), *mỗi* (13, D4, G), *mọi* (14, D2, G)
every day: *hàng ngày* (9, N)
everybody: *ai cũng* (11, G), *mọi người* (13, N; 14, G)
everyone: *ai cũng* (11, G), *mọi người* (13, N; 14, G)
exactly: *chính* (15, N, G)
exactly for that reason: *chính vì thế*
exam: *thi* (5, D1)
examine (verb): *kiểm tra* (9, D2), *khám/khám bệnh* (cho) (13, D1)
Excellent!: *Tốt lắm!* (9, D1)
except: *trừ* (14, N)
excessive: *quá* (3, D, G)
excuse (verb): *xin lỗi* (1, D1)
excuse me (to attract someone's attention): *ơi* (2, D2; 11, D1)
exercise: *bài tập* (2, Dr), *thể dục* (10, D2)

expect: *mong* (13, N)
expensive: *đắt* (1, Dr)
explain: *giảng* (9, N)
export (verb): *xuất khẩu* (12, N)
exposure (speaking of photos): *kiểu* (15, D2)
express (verb): *thể hiện* (12, N)
extention school: *hệ mở rộng* (9, N)
extra: *thêm* (10, N)
extract (verb): *nhổ* (13, D2)
    extract a tooth: *nhổ răng*
extracurricular: *ngoại khoá* (10, N)
extremely: *hết sức* (14, N)
eye: *mắt* (11, G)

F

fabric: *vải* (12, Dr)
factory: *nhà máy* (5, Dr)
faculty (of a university): *khoa* (9, N)
fall (autumn): *thu* (13, N)
fall down (speaking of people): *ngã* (15, Dr)
familiar with: *thạo* (14, D2)
family: *gia đình* (8, D2)
famous: *nổi tiếng* (9, N)
far away: *xa* (10, D3, U)
farm products: *nông sản* (12, N)
farmer: *nông dân* (14, N)
farming: *nông nghiệp* (14, N)
fast: *nhanh* (4, Dr), *chóng* (13, D1)
fat: *béo, mỡ* (10, D2)
    get fat: *béo ra*
father: *bố, ba, cha* (1, Dr; 5, U, G)
father's younger brother: *chú* (5, G)
favorable: *thuận tiện* (15, N)
fear (verb): *sợ* (3, G)
feel: *thấy* (15, D1)
feel a pain: *đau* (13, D1, U)
feel free and go ahead: *cứ tự nhiên* (12, D1)
female: *nữ* (4, D), *gái* (8, N)
feudal: *phong kiến* (11, N)
fever: *sốt* (13, D1, U)
few: *ít* (3, D)
field: *đồng* (14, N)
figure (shape of a human body): *người* (10, D2)
figure out: *tính* (14, D1)
find: *tìm được* (15, Dr)
fine: *khoẻ* (1, D)
fine: *tốt đẹp* (11, W)
finish: *kết thúc* (11, N)
first: *nhất* (3, D), *đầu tiên* (9, D1)
first of all: *trước hết* (14, N)
fish: *cá* (2, G)
fish sauce: *nước mắm* (14, D1)
fit (verb): *vừa* (12, D1)
fitting room: *phòng thử* (12, D1)
five: *năm* (2, Dr)

fix: *chữa* (9, Dr)

flatter someone too much: *khen quá lời* (3, D)

flood(ing): *lụt* (15, N)

floor: *tầng* (9, G)

flow: *chảy* (11, G)

flower: *hoa* (3, Dr)

flower garden: *vườn hoa* (10, N)

flu: *cúm* (13, D1)

fly: *bay* (10, N)

fog: *sương mù* (15, D2)

follow: *theo* (10, D4)

food: *cơm* (3, G, Dr), *đồ ăn* (10, N), *thực phẩm* (12, N)
   Vietnamese food: *cơm Việt Nam*

food, the price of which is affordable to everybody: *cơm bình dân* (12, N)

for: *cho* (1, Dr; 12, G), *đối với* (15, N, G)

for a long time: *lâu ngày* (5, D1)

for free: *không mất tiền* (11, Dr)

for how long?: *bao lâu?* (7, D3)

for what purpose?: *làm gì?*, *để làm gì?* (10, G)

force (someone to do something): *bắt* (13, N)

forecast: *dự báo* (15, D4)
   weather forecast: *dự báo thời tiết*

foreign: *nước ngoài* (11, D2)

foreign language: *ngoại ngữ* (3, D2), (in some word-combinations): *ngoại văn* (11, D2)
   foreign language bookstore: *cửa hàng sách báo ngoại văn*

forget: *quên* (9, D2)

fork: *nĩa* (14, D2)

formerly: *trước đây* (12, N)

forward (verb): *chuyển* (12, G)

found (establish): *thành lập* (9, N)

four: *bốn* (2, Dr), *tư* (3, G)

fourth: *tư* (3, G)

fragrance: *hương thơm* (10, N)

France: *Pháp* (2, Dr)

free (being at liberty): *tự do* (10, N)

free (having free time): *rỗi* (11, Dr)

freezing: *rét* (15, D1)

French: *Pháp* (2, Dr)

fresh: *tươi* (14, D1)

fresh and cool (speaking of weather): *mát* (14, Dr)

fresh and salt water seafood: *thuỷ sản* (12, N)

Friday: *thứ sáu* (6, D1)

friend: *bạn* (5, Dr)

from: *từ* (7, D3), *của* (14, G)

fruit: *quả* (2, G)

fruits: *hoa quả* (10, D2)

fry: *rán* (14, D3)

furniture: *bàn ghế* (11, W)

further: *nữa* (10, G)

furthermore: *hơn nữa* (13, N)

G

garden: *vườn* (10, N)

garlic: *tỏi* (14, N)

generally speaking: *nói chung* (10, N)

geography: *địa lý* (15, N)

Germany: *Đức* (2, Dr)

get better: *khỏi* (13, D1)

get down: *xuống* (9, G)

get married: *lập gia đình* (8, U), *lấy chồng* (speaking of a woman) (8, N), *lấy vợ* (speaking of a man) (8, U)

get up: *dậy* (14, N)

gift: *quà* (12, Dr)

ginger: *gừng* (14, N)

give: *cho* (12, G)

give a phone call: *gọi điện [thoại]* (9, Dr)

give birth to someone: *sinh* (8, N, U)

give discount to someone: *bớt* (12, D1)

give one's best regards: *gửi lời thăm* (13, N)
   Please give my best regards to your wife and children.: *Cho tôi gửi lời thăm chị và các cháu.*

give up: *bỏ* (13, D1)

glasses: *kính* (12, G)

glass noodles: *miến* (14, N)

glove: *găng* (12, U)

glutinous rice: *gạo nếp* (14, D4)

go: *đi* (1, Dr)

go back: *về* (9, G), *quay lại* (11, D3)

go back to one's home country: *về nước* (9, Dr)

go down: *xuống* (9, G)

go downstairs: *xuống nhà* (9, Dr)

go on a business trip: *đi công tác* (15, Dr)

go on a summer vacation (to get relief from the heat): *nghỉ mát* (15, Dr)

go on foot: *đi bộ* (10, D3)

go out: *ra* (9, G), *đi chơi* (11, N)

go to (see) the doctor: *đi khám bác sĩ* (13, N)

go to bed: *đi ngủ* (1, Dr)

go to work: *đi làm* (11, D4)

go up: *lên* (9, D1)

go upstairs: *lên gác* (9, Dr)

gold: *vàng* (12, Dr)

good: *tốt* (1, Dr)

good at something: *giỏi* (3, D1)

goods: *hàng* (12, Dr)

government: *chính phủ* (11, N)

gradually: *dần dần* (14, N)

graduate (adjective, noun): *cao học* (9, N)

graduate (verb): *tốt nghiệp* (8, N)

grammar: *ngữ pháp* (9, D2)

grandchild: *cháu* (5, U)

grandfather: *ông* (1, Dr; 5, G)

grandmother: *bà* (5, G)

grape: *nho* (2, Dr)

grapefruit: *bưởi* (2, Dr)

grease: *mỡ* (10, D2)
Great!: *Hay lắm!* (10, D1)
great-grandparent: *cụ* (5, U)
green: *xanh* (2, Dr), *xanh lá cây* (12, D1)
greet: *chào* (1, U)
grilled fish: *chả cá* (14, D2)
guest: *khách* (10, N)
gymnastics: *thể dục* (10, D2)

H

half: *nửa* (7, D3)
half-cooked: *tái* (14, D1)
hand (noun): *tay* (9, D1)
hand in: *nộp* (12, G)
hand(i)craft: *tiểu thủ công nghiệp* (12, N)
hard (difficult): *khó* (1, Dr)
hat: *mũ* (1, Dr)
have: *có* (1, D3)
have a joint venture: *liên doanh* (14, D4)
have a refreshing drink: *giải khát* (12, N)
have dinner/supper: *ăn tối* (10, D1)
have enough: *đầy đủ* (10, N)
have enough time to do something on time: *kịp* (15, D3, U)
have free time: *rỗi* (11, Dr)
have fun: *vui* (9, N)
have something stolen: *bị mất cắp* (11, D4)
have the honor: *hân hạnh* (8, D1)
have the opportunity to do something: *được* (10, N; 13, G)
have to: *phải* (10, D2, G)
he: *nó* (5, U)
head: *đầu* (11, D2)
headache: *nhức đầu* (13, D1)
healthy: *khoẻ* (1, D)
hear: *nghe* (1, Dr; 8, D2)
heavy: *nặng* (10, N)
heavy (ly) (speaking of rain): *to* (15, D1)
help (verb): *giúp* (11, Dr)
here: *đây* (1, G), *ở đây* (3, Dr)
hey (excuse me): *ơi* (2, D2; 11, D1)
high: *cao* (2, D2)
high blood pressure: *huyết áp cao* (13, U)
high school: *trường trung học* (8, N)
highlands: *cao nguyên* (15, N)
highway: *xa lộ* (10, Dr)
historic site: *di tích lịch sử* (11, N)
history: *lịch sử* (8, D1)
hit: *đánh* (10, D1)
holiday: *ngày lễ* (11, N)
home: *nhà* (1, Dr)
homework: *bài tập về nhà* (9, N)
hope (verb): *mong* (13, N)
horse: *ngựa* (2, Dr)
hospital: *bệnh viện* (3, Dr)
hot: *nóng* (12, D1)

hot (spicy): *cay* (12, Dr)
hot and blinding (speaking of the sun): *chang chang* (15, D3)
hot and muggy: *oi bức* (15, D1)
hot and sultry: *bức* (15, D1)
hot chili sauce: *tương ớt* (14, D1)
hotel: *khách sạn* (11, D1)
hour: *giờ, tiếng* (7, D1, D3, U)
house: *nhà* (1, Dr)
how?: *thế nào? như thế nào?* (3, D2, G)
how about?: *thì sao?* (11, D4)
how are you doing?: *tình hình công việc của anh thế nào?* (13, N)
how far?: *bao xa?* (10, G)
how long?: *bao lâu?* (7, D3)
    how long does it take?: *mất bao lâu?* (10, G)
how many?: *bao nhiêu?, mấy* (4, D, G)
however: *song* (15, N)
humid: *ẩm* (15, D1)
    humidity: *độ ẩm*
hundred: *trăm* (6, G)
hungry: *đói* (11, Dr)
hurry (verb): *vội* (11, D4)
husband: *chồng* (8, N)
hygiene: *vệ sinh* (10, N)

I

I: *tôi* (5, G), *mình* (3, D2; 5, U)
ice (for drinking): *đá* (14, D2)
ice (not for drinking): *băng* (15, N, U)
if: *nếu* (10, G)
if not: *nếu không* (10, D4), *kẻo* (11, D4)
implement: *thực hiện* (15, D2)
import (verb): *nhập khẩu* (12, N)
important: *quan trọng* (11, D4)
imported: *ngoại* (12, N)
improve: *nâng cao* (14, N)
    the living standard is improved: *mức sống được nâng cao*
in: *ở* (2, D, U), *tại* (9, N), *trong* (10, G), *bằng* (11, D2, D3, G), *nữa* (13, D2, G)
in addition: *ngoài ra* (9, N), *lại* (11, D4)
in comparison with: *so với* (12, N)
in my opinion: *theo tôi* (13, D2)
in order to: *để* (10, N)
in recent days: *mấy hôm nay* (15, D1)
in that case: *thế thì* (10, D4)
in the future: *sau này* (8, N)
in the middle of: *giữa* (10, G)
including: *trong đó có* (11, N), *kể cả* (14, N)
inconvenient: *bất tiện* (10, N)
    there is one more inconvenient thing: *còn một điều bất tiện nữa*
incorrect: *sai* (3, Dr)
increase (verb): *tăng/tăng lên* (14, N)

independent: *độc lập* (11, N)
indicate: *chỉ* (14, N)
inexpensive: *rẻ* (2, Dr)
infectious: *lây* (13, N)
inflamed: *viêm* (13, D3)
inflammation: *viêm* (13, D3)
influence: *ảnh hưởng* (15, N, U)
influenza: *cúm* (13, D1)
institute: *viện* (11, Dr)
institute of technology: *đại học bách khoa* (8, D1)
interesting: *hay* (1, Dr)
internal medicine: *nội/khoa nội* (13, D1)
internist (specialist in internal diseases): *bác sĩ nội* (13, D1)
intersection: *ngã tư* (11, D1)
introduce someone to someone: *giới thiệu ai với ai* (8, D1)
invite: *mời* (5, D2)
issue (noun): *điều* (10, N), *chuyện* (13, Dr), *vấn đề* (14, Dr)
it: *nó* (5, U)
it appears (seems): *hình như* (13, D1)
It's too expensive: *Sao đắt thế* (12, D1)
Italy: *Ý* (2, Dr)
itchy: *ngứa* (13, U)
item (article for sale): *mặt hàng* (12, N)

J

January: *tháng giêng* (6, G)
Japan: *Nhật* (2, Dr)
Japanese: *Nhật* (2, Dr)
job: *việc làm* (15, Dr)
journal: *tạp chí* (1, Dr)
journalist: *nhà báo* (12, W)
just (only a very short time ago): *mới* (8, G), *vừa/vừa mới* (8, G), *ngay* (11, N; 12, N, G)

K

keep: *giữ* (13, D1)
key: *chìa khoá* (10, D4)
kilogram: *cân* (12, D2)
kilometer: *cây số* (10, Dr)
kind (noun): *loại* (11, Dr), *thứ* (12, D2)
king: *vua* (11, N)
kiosk: *quầy* (11, D2)
knife: *dao* (11, G)
knock: *gõ* (15, Dr)
    knock at the door: *gõ cửa*
know: *biết* (2, Dr), *quen* (3, Dr)

L

label: *nhãn hiệu* (14, D4)
lack: *thiếu* (14, N)

lady: *bà* (5, G)
lake: *hồ* (11, N)
lamp: *đèn* (11, Dr)
language: *tiếng* (2, G)
language lab: *phòng học tiếng* (9, D3)
Laos: *Lào* (15, N)
large: *to* (1, Dr), *rộng* (10, N)
last: *cuối cùng* (9, D1)
last (verb; for a long time): *kéo dài* (15, D1)
last month: *tháng trước* (6, G)
last name: *họ* (11, Dr)
last time: *lần trước* (9, D1)
last week: *tuần trước* (6, G)
last year: *năm ngoái* (6, U)
lasting pain: *nhức nhối* (13, D2)
late: *muộn* (7, D3)
lavatory: *phòng vệ sinh* (10, N)
law: *luật* (12, Dr)
lawyer: *luật sư* (14, Dr)
leaf: *lá* (13, N)
lean (containing little or no fat): *nạc* (14, D1)
learn: *học* (2, D1)
leather: *da* (12, Dr)
left: *trái* (11, D1)
lemon: *chanh* (1, Dr)
lessen: *đỡ* (13, D4)
lesson: *bài* (1, Dr)
let (allow): *xin* (8, D1)
let someone ask: *cho hỏi/cho ... hỏi* (11, D1)
let someone do something: *để* (15, D2, G)
let someone know: *cho ... biết* (10, D4)
letter (a written communication): *thư* (9, Dr)
library: *thư viện* (2, D2)
lie (be placed or located somewhere): *nằm* (10, N)
life: *cuộc sống* (10, N), *cuộc đời* (11, G), *đời sống* (12, N)
light (not heavy): *nhẹ* (2, Dr)
light (a lamp): *đèn* (11, Dr)
like (preposition): *như* (8, N)
like (verb): *thích* (2, Dr; 3, G)
lime: *chanh* (1, Dr)
liquor: *rượu* (14, D4)
listen: *nghe* (1, Dr; 8, D2)
liter: *lít* (15, U)
literature: *văn học* (8, Dr)
little (not much): *ít* (3, D1)
little by little: *dần dần* (14, N)
live (verb): *ở* (2, Dr, U), *sống* (7, Dr)
living room: *phòng khách* (10, N)
living standard: *mức sống* (14, N)
lock (verb, noun): *khoá* (11, D4)
long (extending a relatively great distance): *dài* (10, Dr)

long (a long time): *lâu* (5, D1)
long established: *có từ rất lâu* (12, N)
long since: *từ lâu rồi* (13, N)
long-distance bus: *xe ca* (in Northern Vietnam), *xe đò* (in Southern Vietnam) (11, D4)
look (verb): *xem* (5, D2; 13, U), *trông* (10, N)
look for: *tìm* (15, D3)
loud: *to* (3, Dr)
love (verb): *yêu* (2, G)
low: *thấp* (3, Dr)

M

magazine: *tạp chí* (1, Dr)
main: *chính* (12, N)
maintain: *giữ* (13, D1)
     maintain one's health: *giữ sức khoẻ*
make (produce): *làm* (4, Dr), *sản xuất* (14, D4)
make (put someone into a certain state): *làm/làm cho* (13, N)
make a contribution: *góp phần* (9, N)
make a gift to: *tặng* (12, G)
make a mistake: *nhầm* (11, D3)
make a U-turn: *quay lại* (11, D3)
make someone be/become: *làm/làm cho* (15, D1, G)
make use: *tranh thủ* (10, D2)
     make use of free time: *tranh thủ thời gian*
male: *nam* (4, D), *trai* (8, N)
man: *người* (2, D)
mango: *xoài* (2, Dr)
manner: *cách* (13, N)
many: *nhiều* (3, G)
market: *chợ* (1, Dr)
market (an economic situation): *thị trường* (12, N)
Massachusetts Institute of Technology (MIT): *trường Đại học Kỹ thuật Massachusetts* (8, N)
mathematics: *toán* (8, D1)
matter: *chuyện* (13, Dr)
may: *có thể* (10, G)
meal: *bữa cơm* (13, D4), *bữa ăn* (14, N)
means: *phương tiện* (11, D4)
meat: *thịt* (10, D2)
meat paste/meat pie: *chả* (14, D2)
medicine: *y* (10, Dr), *thuốc* (drug) (13, D1)
medical: *y* (10, Dr)
meet: *gặp* (5, D1), *làm quen với* (be introduced to someone) (8, D1)
meet (have a meeting): *họp* (9, Dr)
meeting: *mít tinh* (11, G)
Mekong River (in Southern Vietnam): *sông Cửu Long* (15, N)
     the Mekong River delta: *đồng bằng sông Cửu Long (ĐBSCL)*

member of an organization: *viên* (12, W)
memory: *kỷ niệm* (15, D2)
menu: *thực đơn* (14, D2)
merge: *hợp lại* (12, N)
meter: *mét* (15, U)
method: *cách* (13, N)
milk: *sữa* (13, N)
million: *triệu* (6, G)
minister (in a Protestant church): *mục sư* (9, N)
minus: *âm* (15, D1)
minute: *phút* (5, D2)
miss (verb): *nhớ* (13, N)
Miss: *cô, chị* (1, D1, G)
mistake: *lỗi* (9, D2)
Mister: *ông* (1, Dr; 5, G)
mix (verb): *trộn, pha* (speaking of liquid) (14, N)
modern: *hiện đại* (11, N)
modern Vietnamese alphabet: *chữ quốc ngữ* (13, Dr)
moment: *lúc* (7, D2)
Monday: *thứ hai* (6, G)
money: *tiền* (10, Dr)
monsoon: *gió mùa* (15, D1)
month: *tháng* (3, Dr)
more: *nữa* (10, G), *thêm ... nữa* (11, D3)
more ... every day: *[càng] ngày càng* (14, N, G)
more than: *hơn* (9, N)
moreover: *lại* (11, D4)
morning: *sáng* (6, G)
most (the greatest part): *phần lớn* (10, N)
mother: *mẹ* (1, Dr), *má* (5, U)
motorbike: *xe máy* (2, Dr)
motorcycle: *xe máy* (2, Dr)
mountain: *núi* (15, N)
mountain pass: *đèo* (15, D2)
move (verb): *dời* (11, N)
move from one place to another: *đi lại* (11, D4)
movie: *phim* (5, D2)
much: *nhiều* (3, G)
muddy: *lầy lội* (15, D1)
muggy: *oi* (15, D1)
multiply: *nhân (với)* (15, D4)
museum: *bảo tàng* (11, N)
music: *nhạc* (1, Dr)
must: *phải* (10, D2, G)

N

name: *tên* (1, D)
nation: *dân tộc* (10, N)
national assembly: *quốc hội* (11, N)
nature: *thiên nhiên* (12, N)
nauseous: *buồn nôn* (13, U)

navy blue: *xanh nước biển* (12, D1)
near: *gần* (2, D2; 7, D3; 10, U)
need: *cần* (2, D2, 10, G)
nephew: *cháu* (5, U)
new: *mới* (1, D3)
New Year: *Tết* (10, Dr)
New Year rice cake: *bánh chưng* (14, N)
New Year's Eve: *đêm Giao thừa* (11, N)
news: *tin* (13, Dr)
newspaper: *báo* (1, D3)
next (adjacent): *cạnh* (12, N)
next month: *tháng sau* (6, G)
next time: *lần sau* (9, D2)
next week: *tuần sau* (6, D1)
next year: *sang năm* (6, G)
niece: *cháu* (5, U)
night: *đêm* (6, G)
nighttime: *ban đêm* (6, G)
nine: *chín* (2, Dr)
no: *không* (1, G)
no one: *không ai* (10, N)
no problem (reply to a thank you): *không có gì* (11, D3)
nobody: *không ai* (10, N)
noisy: *ồn* (15, Dr)
noon: *trưa* (6, G)
north: *bắc* (11, N)
northeast: *đông bắc* (15, U)
northern: *bắc* (11, N)
northwest: *tây bắc* (15, U)
not: *không* (1, G)
not any longer: *hết* (13, D2, G)
not to be at home: *không có nhà* (5, D2)
not … until: *mới* (14, N, G)
not yet: *chưa* (8, D2, G)
notebook: *vở* (1, Dr)
nothing special: *thường thôi* (13, N)
novel: *tiểu thuyết* (12, D3)
now: *bây giờ* (6, G), *hiện giờ* (8, N)
nowadays: *dạo này* (5, D1)
number: *số* (11, Dr)
nurse: *y tá* (1, Dr)

O

O.K.: *được* (12, D1, U), *bình thường* (13, Dr)
   is it O.K.?: *được không?*
O.K.?: *nhé* (9, D3)
occasionally: *thỉnh thoảng* (8, N), *có khi* (15, N)
occupy: *chiếm* (14, N)
occur: *diễn ra* (12, N)
ocean: *biển* (10, Dr)
odor: *mùi* (14, N)
of (belonging to): *của* (9, D1)
of (made from/of): *bằng* (12, D1, G)
of (with reference to, about): *về* (12, D3, G)

of course: *tất nhiên* (10, N)
office: *văn phòng* (8, D2), *cơ quan* (11, N)
office supplies: *văn phòng phẩm* (12, N)
official: *chính thức* (12, N)
often: *hay* (7, D3)
Oh! Really!: *Thế à?* (6, D2)
old (ancient): *cổ* (9, N)
old (speaking of inanimate things): *cũ* (1, D2)
old (speaking of someone's age): *già* (9, Dr)
on: *ở* (2, D, U), *trên* (10, N, G)
on time: *đúng giờ* (10, Dr)
on top of: *trên* (10, N, G)
one: *một* (2, Dr)
one another: *nhau* (12, N, G)
one of: *một trong những* (9, N)
only: *chỉ … thôi* (11, D1, G)
open (verb): *mở* (1, Dr)
open one's mouth: *há miệng* (13, D1)
or: *hay, hay là* (3, D2, G), *hoặc* (9, N)
or else: *kẻo* (11, D4, G)
orange: *cam* (2, Dr)
order (verb): *gọi* (in a restaurant) (14, D2)
organize: *tổ chức* (6, D2)
otherwise: *nếu không* (10, D4), *kẻo* (11, D4, G)
out of: *khỏi* (11, N, G)
outside of: *ngoài* (10, G)
over (more than): *hơn* (9, N)
overlook: *trông ra* (10, N)
   the window overlooks the river: *cửa sổ trông ra sông*
over there: *đằng kia* (11, D2), *kìa* (11, D2)
own: *riêng* (10, N)

P

page: *trang* (9, D1)
pain: *đau* (13, D1)
painting: *tranh* (9, Dr)
pair: *đôi* (12, D1)
   a pair of shoes: *đôi giầy*
pants: *quần* (2, Dr)
papaya: *đu đủ* (1, Dr)
paper: *giấy* (2, G)
parents: *bố mẹ* (1, Dr)
parliament: *quốc hội* (11, N)
part: *phần* (9, N)
participate: *tham gia* (10, N)
pass (verb): *qua* (9, G), *đưa* (12, G)
pay attention to: *chú ý* (9, N)
pea: *đậu* (14, N)
pear: *lê* (2, G)
peasant: *nông dân* (14, N)
pedicab: *xích-lô* (11, D4)
pen: *bút* (2, Dr)
people (a nationality): *nhân dân* (11, N)
pepper: *ớt* (red), *hạt tiêu* (black) (14, D1, N)

perhaps: *có lẽ* (10, N)
period: *chấm* (15, D4)
permit (verb): *xin* (8, D1)
person: *người* (2, D)
person who leads, rules or is in charge: *trưởng* (12, W)
pertaining: *thuộc* (10, N)
phone number: *số điện thoại* (10, Dr)
photo: *ảnh* (15, D2)
physician: *bác sĩ* (1, Dr)
pickle (verb): *muối* (14, N)
picture: *ảnh* (15, D2)
picturesque: *thơ mộng* (15, D2)
pie: *bánh* (14, N)
pill: *viên* (13, D4)
pineapple: *dứa* (1, Dr)
pink: *hồng* (11, W)
place: *nơi* (9, N), *chỗ* (11, D4), *vị trí* (12, N)
plain (delta): *đồng bằng* (15, N)
plan (verb): *định* (3, D2)
plate: *đĩa* (14, D2)
plateau: *cao nguyên* (15, N)
play: *chơi* (10, D1)
    play tennis: *chơi/đánh quần vợt*
play a role (figurative): *đóng vai trò* (12, N)
pleasant: *dễ chịu* (10, N)
pleasantly cool (reduplicative): *mát mẻ* (15, D3)
pleasantly warm (reduplicative): *ấm áp* (15, N)
please (used to make a request polite): *làm ơn* (11, D1), *mời* (9, G)
plentiful: *phong phú* (12, N)
plump: *béo* (10, D2)
plus: *dương* (15, D1)
poem: *thơ/bài thơ* (12, D3)
poet: *nhà thơ* (12, D3)
poetry: *thơ* (12, D3)
point: *chấm* (15, D4)
police: *cảnh sát* (10, D4)
politics: *chính trị* (11, N)
polytechnic institute: *đại học bách khoa* (8, D1)
pond: *ao* (14, N)
popular: *phổ biến* (14, N)
pork: *thịt lợn* (12, Dr)
Portugal: *Bồ Đào Nha* (2, Dr)
Portugese: *Bồ Đào Nha* (2, Dr)
position: *vị trí* (12, N)
post office: *bưu điện* (1, Dr)
pound (monetary unit of the United Kingdom): *Bảng* (12, Dr)
practice (verb): *thực tập* (8, D2), *tập* (9, N)
praise: *khen* (3, D)
precisely: *chính* (15, N, G)
prepare: *chuẩn bị* (5, D1)
prescription: *đơn thuốc* (13, D1)

present (verb): *tặng* (12, G)
pretty: *khá* (10, U)
previous: *trước* (9, N)
price: *giá* (12, D1, U)
private: *riêng* (10, N), *tư* (11, N), *tư nhân* (12, N)
probably: *có lẽ, chắc* (10, N; 12, D1), *chắc là* (15, D1)
problem: *vấn đề* (13, Dr)
process (verb): *chế biến* (14, N)
produce (verb): *sản xuất* (14, D4)
product: *sản phẩm* (14, N)
professor: *giáo sư* (7, Dr)
program: *chương trình* (10, D1)
promptly: *nhanh chóng* (12, N)
proverb: *tục ngữ* (1)
provide: *cung cấp* (12, N)
pupil: *học sinh* (5, Dr)
put (verb): *đặt* (9, N)
put on (one's clothes): *mặc vào* (13, U)
put on weight: *béo ra* (10, D2)
put oneself down for: *ghi tên* (10, D2)

Qu

question (noun): *câu hỏi* (1, Dr)
quickly: *nhanh chóng* (12, N)
quiet: *yên tĩnh* (15, Dr)
quiz: *bài kiểm tra* (9, D2)

R

radio: *đài* (7, D2)
rain: *mưa* (2, Dr)
raincoat: *áo mưa* (15, D3)
raise (verb): *nâng cao* (14, N)
raise one's hand: *giơ tay lên* (9, D1)
rally: *mít tinh* (11, G)
rare (half-cooked): *tái* (14, D1)
rather: *khá* (10, U)
raw vegetables: *rau sống* (14, N)
read: *đọc* (1, Dr), *ôn* (for a test, exam) (9, D2)
really: *thật/thật là* (15, D1, U)
receive: *được* (9, N), *nhận* (14, G)
recent: *gần đây* (11, N)
recommend: *khuyên* (13, D1, U)
record (verb): *ghi âm* (9, D3)
recover (get better): *khỏi* (13, D1)
red: *đỏ* (2, Dr)
Red river (in Northern Vietnam): *sông Hồng* (10, Dr)
reflect: *phản ánh* (14, N)
region: *miền* (11, N), *vùng* (14, N)
regret: *tiếc* (5, D2)
regulation(s): *nội quy* (10, N)
relative(ly): *tương đối* (15, N)

relieve: *đỡ* (13, D4)
remain: *còn lại* (11, N)
remember: *nhớ* (3, Dr), *làm kỷ niệm* (15, D2)
remind: *nhắc* (12, Dr)
renminbi (monetary unit of the People's Republic of China): *Nhân dân tệ* (12, Dr)
renowned: *nổi tiếng* (9, N)
repair: *chữa* (9, Dr)
replace: *thay* (14, Dr)
reporter: *nhà báo* (12, W)
research: *nghiên cứu* (9, N)
researcher: *nhà nghiên cứu* (14, N)
resemble: *giống (như)* (13, N)
reserve (verb): *đặt* (14, Dr)
rest (verb): *nghỉ* (2, Dr)
restaurant: *nhà hàng* (10, D1), *hiệu ăn* (12, N)
restroom: *phòng vệ sinh* (10, N)
retire: *về hưu* (8, Dr)
return (give back): *trả* (9, D2)
return (go or come back): *về* (9, G)
reunified: *thống nhất* (11, N)
review (for a test, exam): *ôn* (9, D2)
revolution: *cách mạng* (11, N)
rhythm: *nhịp điệu* (10, D2)
rice: *cơm* (3, G, Dr; 14, U), *gạo* (13, Dr; 14, U), *thóc* (14, U), *lúa* (14, N, U)
rice grown in flooded paddy fields: *lúa nước* (14, N)
rice gruel: *cháo* (14, N)
ride a bicycle: *đi xe đạp, đạp xe* (11, D1)
right (correct): *đúng* (3, Dr)
right (right side): *phải* (11, D3)
    on the right side: *bên [tay] phải*
right (just): *ngay* (11, N; 12, N, G)
ring (worn on the finger): *nhẫn* (12, U)
rise: *lên cao* (15, N)
river: *sông* (10, N)
river greens: *rau muống* (14, N)
riverside: *bờ sông* (10, D1)
road: *đường* (11, D1)
roads (collective noun): *đường sá* (15, D1)
roast (verb): *nướng* (14, D2)
room: *phòng* (3, Dr), *buồng* (10, N)
rose: *hoa hồng* (11, W)
Royal College (school for mandarins' children in Vietnam in the past): *Quốc tử giám* (11, N)
rule(s): *nội quy* (10, N)
run: *chạy* (7, D2)
run into: *gặp* (5, D1)
run out of: *hết* (12, D3)
runny nose: *sổ mũi* (13, U)
Russia: *Nga* (2, Dr)
Russian: *Nga* (2, Dr)

S

salesgirl: *cô bán hàng* (12, D1)
salesperson: *người bán hàng* (12, D3)
saleswoman: *cô bán hàng* (12, D1)
salt: *muối* (14, N)
salted seafood: *mắm* (14, N)
salted vegetables: *dưa* (14, N)
sandal: *dép* (12, D1)
    a pair of sandals: *đôi dép*
Saturday: *thứ bảy* (6, G)
saying: *tục ngữ* (1)
schedule (a program of classes): *thời khoá biểu* (9, D4)
scholarship: *học bổng* (13, Dr)
school: *trường* (2, D1)
school (of a university): *khoa* (9, N)
science: *khoa học* (9, N)
scientist: *nhà khoa học* (12, W)
sea: *biển* (10, Dr), *bể* (in some word-combinations) (14, D2)
    sea-crab: *cua bể*
season: *mùa* (10, N)
second (1/60 of a minute): *giây* (7, G)
secretary: *thư ký* (1, Dr)
see: *thấy* (2, Dr), *gặp* (5, D1)
seek: *tìm* (15, D3)
self: *tự/tự ... lấy* (14, D1, G)
sell: *bán* (1, Dr)
sell for the first time in a day (of a store, business etc.): *bán mở hàng* (12, D2)
semester: *học kỳ* (9, D4)
send: *gửi* (9, Dr; 12, G)
sentence: *câu* (9, Dr)
separate: *riêng* (10, N)
serious (of an illness): *nặng* (13, D4)
serve (verb): *phục vụ* (12, N)
service: *dịch vụ* (12, N)
set one's watch: *lấy đồng hồ* (7, D2)
set the table for eating: *dọn cơm* (14, N)
set to work/set about something: *bắt tay vào* (11, N)
seven: *bảy* (2, Dr)
several: *một số* (10, N), *vài* (11, N)
severe (of an illness): *nặng* (13, D4)
share (verb) (using something with someone): *dùng chung, ở cùng với* (an apartment, house) (10, N)
sharp (of pain, wind): *buốt* (15, D1)
sheet (of paper): *tờ* (2, G)
shelter (intransitive): *trú* (15, D3)
    shelter from the rain: *trú mưa*
shift to: *chuyển sang* (12, N)
ship (noun): *tàu thuỷ* (11, D4)
shirt: *áo* (2, G)
shoe: *giày* (12, D1)
shop: *hiệu* (3, Dr), *cửa hàng, cửa hiệu* (10, N)

shore: *bờ* (10, D1)
short (not tall): *thấp* (3, Dr)
short (opposite long): *ngắn* (5, Dr)
short sleeve shirt: *áo ngắn tay* (12, D1)
should: *nên* (10, D2, G)
show (verb): *chỉ* (13, N)
shrimp: *tôm* (14, D2)
side: *bên* (8, D1), *phía* (10, N), (in some word-
    combinations) *đằng* (11, D2)
sidewalk: *vỉa hè* (12, N)
sign (verb): *ký* (13, N)
    sign a contract: *ký hợp đồng*
sign up: *ghi tên* (10, D2)
silk: *lụa* (12, D1)
since: *từ* (13, N, G)
    long since: *từ lâu rồi*
sing: *hát* (3, G)
sit: *ngồi* (9, Dr)
six: *sáu* (2, Dr)
size: *cỡ* (12, D1)
sleep (verb): *ngủ* (2, Dr)
slipper: *dép* (12, D1)
    a pair of slippers: *đôi dép*
slope: *dốc* (11, D1)
slow: *chậm* (4, Dr)
small: *nhỏ* (1, G), *chật* (12, D1)
small notebook: *sổ* (4, Dr)
small restaurant: *quán* (12, N)
small store: *quán* (12, N)
smell (noun): *mùi* (14, N)
smoke (verb): *hút/hút thuốc lá* (13, D1)
snow: *tuyết* (15, N)
snowstorm: *bão tuyết* (15, Dr)
so (conjunction): *nên, cho nên* (10, N, G)
so (adverb): *đấy* (8, D2), *thế* (8, U), *thế* (8, U),
    vậy (15, D1)
socks: *tất* (12, U)
soft noodles made from rice flour:
    bún (14, N)
some (several): *một số* (10, N)
some day (in the future): *hôm nào* (11, D4)
someone: *ai đấy/đó, người nào đấy/đó* (15, G)
someplace: *ở đâu đấy/đó* (15, G)
something: *cái gì đấy/đó* (15, G)
something: *khi nào đấy/đó* (15, G)
sometimes: *thỉnh thoảng* (8, N), *đôi khi*
    (15, N)
somewhere: *ở đâu đấy/đó* (15, G)
son: *con trai* (8, U)
song: *bài hát* (12, Dr)
soon: *sắp* (8, D2)
sort: *loại* (11, Dr), *thứ* (12, D2)
soup: *xúp* (14, D2)
south: *nam* (12, Dr)
southeast: *đông nam* (15, U)
Southeast Asia: *Đông Nam Á* (14, N)
southern: *nam* (12, Dr)

southwest: *tây nam* (15, U)
Spain: *Tây Ban Nha* (2, Dr)
Spanish: *Tây Ban Nha* (2, Dr)
speak (of): *nói (về)* (2, Dr; 8, D2)
special: *đặc biệt* (14, D2)
specialize (in): *chuyên (về)* (8, D1)
specials/specialties: *đặc sản* (14, D2)
spice: *gia vị* (14, D1)
spicy: *cay* (12, Dr)
splendid: *tốt đẹp* (11, W)
spoon: *thìa* (14, D2)
sport area: *khu thể thao* (10, D1)
sports: *thể thao* (10, D1)
stamp (postage): *tem* (11, G)
stand (for the display of goods for sale): *quầy*
    (11, D2)
    newsstand: *quầy [bán] báo*
stand (verb): *đứng* (7, D1)
start: *bắt đầu* (7, G)
start doing something: *bắt tay vào* (11, N)
state (in the USA): *bang* (8, Dr)
state (supreme public power): *nhà nước*
    (11, N)
station: *ga* (10, N)
stationery: *văn phòng phẩm* (12, N)
steamed springrolls: *bánh cuốn* (14, N)
sticky rice: *gạo nếp* (14, D4)
still: *vẫn* (10, D2)
stinging pain: *nhức* (13, D1)
stir-fry (verb): *xào* (14, D2)
stomach: *bụng* (13, D3)
stone: *đá* (12, D1)
stop: *bến* (10, D3)
    bus stop: *bến xe buýt*
stop (speaking of rain): *tạnh* (15, D3)
stop (speaking of watches, clocks): *chết, đứng*
    (7, D1)
stop doing something: *nghỉ* (10, D2)
stop writing: *dừng bút* (13, N)
store: *hiệu* (3, Dr), *cửa hàng, cửa hiệu*
    (10, N)
storm: *bão* (15, N)
stout: *béo* (10, D2)
straight: *thẳng* (11, D1)
street: *phố* (1, Dr)
streets (collective noun): *phố phường* (11, N)
strong: *khoẻ* (1, D), *mạnh* (14, D4)
structure (something constructed): *công trình*
    (11, N)
structure: (the way in which parts are
    arranged): *cơ chế* (12, N)
student: *sinh viên* (1, Dr), *học sinh* (in an
    elementary or high school) (5, Dr)
study (verb): *học* (2, D1)
stuff (verb): *nhồi* (14, D3)
stuffy nose: *ngạt mũi* (13, U)
subject (an area of study): *môn* (5, D1)

substitute: *thay* (14, N)
subtract: *trừ (đi)* (15, D4)
suddenly: *bỗng nhiên* (15, D1), *chợt* (15, D3)
suffer: *bị* (13, D1, G)
sugar cane: *mía* (14, D2)
    sugar cane juice: *nước mía*
suggest: *khuyên* (13, D1, U)
sultry: *oi* (15, D1)
summer: *hè* (10, N)
summer vacation: *nghỉ hè* (8, N)
Sunday: *chủ nhật* (6, G)
sunglasses: *kính râm* (12, Dr)
sunny: *nắng* (13, Dr)
supermarket: *chợ, siêu thị* (1, Dr; 12, N, U)
supply: *cung cấp* (12, N)
sweet: *ngọt* (12, D2)
swim: *bơi* (12, Dr)
Switzerland: *Thuỵ Sĩ* (12, Dr)
sword: *gươm* (11, N)

T
T-intersection: *ngã ba* (11, D1)
table: *bàn* (2, Dr)
table tennis: *bóng bàn* (11, Dr)
tablet: *viên* (13, D4)
take: *lấy* (7, D2)
take a look: *xem* (5, D2)
take a photograph: *chụp* (15, D2)
    take a couple of exposures: *chụp mấy kiểu*
take a seat: *ngồi* (9, Dr)
take a shower/bath: *tắm* (10, D4)
take a steam bath for a cure: *xông* (13, N)
take a summer vacation: *nghỉ hè* (8, N)
take a winter break: *nghỉ đông* (8, N)
take an exam: *thi* (5, D1)
take entrance exams to a college: *thi vào*
    (8, N)
take money (informal): *lấy* (12, D3)
    I'll take 50,00 dong (from you): *Lấy anh 50
    nghìn.*
take off (give discount): *bớt* (12, D1)
take off (one's clothes): *cởi [ra]* (13, D1)
take part: *tham gia* (10, N)
take place: *diễn ra* (12, N)
take refuge from the rain: *trú mưa* (15, D3)
take the wrong way: *nhầm đường* (11, D3)
take time to do something: *mất* (10, N, G)
    It takes two hours to drive there.: *Lái xe
    đến đấy mất hai tiếng.*
talk (verb): *nói chuyện* (9, N)
tall: *cao* (2, D2)
tape: *băng* (9, D3)
tasty: *ngon* (1, Dr)
teach: *dạy* (3, D1)
teacher (female): *cô giáo* (1, G)
teacher (male): *thày/thầy giáo* (1, Dr)

teacher at a college or university: *giảng viên*
    (9, N)
technology: *kỹ thuật* (8, N)
telephone (noun): *điện thoại* (11, Dr)
telephone (verb): *gọi điện [thoại]* (11, Dr)
tell: *bảo* (13, N)
temperature: *nhiệt độ* (13, D1)
temple: *đền* (11, N)
Temple of Literature: *Văn miếu* (11, N)
ten: *mười* (2, Dr)
tennis: *quần vợt* (10, D1)
test (noun): *bài kiểm tra* (9, D2)
test (verb): *kiểm tra* (9, D2)
Thailand: *Thái Lan* (6, Dr)
thank: *cám ơn* (1, D1)
that: *ấy* (1, Dr, 2, G), *kia* (1, G; 2, D2, G),
    đấy, đó (1, G)
that (conjunction in a noun clause): *rằng, là*
    (14, G)
that is: *tức là* (7, D1)
That sounds good!: *Chương trình nghe hấp
    dẫn đấy!* (10, D1)
theater: *nhà hát* (11, N)
then: *sau đó* (8, D2), *rồi* (9, N, G), *thì* (10, G),
    là (11, D1)
there: *đấy, đó* (1, G), *kia* (1, G; 2, D2, G),
    kìa (11, D2)
thereby: *qua đó* (10, N)
these days: *dạo này* (5, D1)
thesis: *luận án* (8, D2)
they: *họ* (1, Dr), *người ta* (12, D2, G)
thick soy sauce: *tương* (14, D3)
thing (issue): *điều* (10, N)
think: *nghĩ* (13, G), *cho rằng* (14, N)
this: *đây* (1, G), *này* (2, G)
this year: *năm nay* (3, D2; 6, U)
though: *mặc dù, tuy ... nhưng ...* (14, N, G)
thousand: *nghìn* (6, G)
three: *ba* (2, Dr)
three-wheeled van: *xe lam* (11, D4)
throat: *họng* (13, D1)
through: *qua* (11, N)
throughout: *suốt* (13, D2)
    throughout the night: *suốt đêm*
    throughout the year: *quanh năm* (14, N)
thunderstorm: *dông* (15, N)
Thursday: *thứ năm* (6, G)
thus: *đấy, thế* (8, D2, U)
tiger: *hổ* (1, Dr)
time: *thì giờ, thời gian* (10, D2, D3, U)
time (a particular moment): *lần* (3, Dr)
to (preposition): *đến* (7, D3), *đối với*
    (15, N, G)
to (preposition denoting clock time): *kém*
    (7, D3)
to such extent: *như vậy/như thế* (15, D1)
today: *hôm nay* (6, D1)

today (at the present time): *ngày nay* (11, N)
tofu: *đậu phụ* (14, D3)
together: *cùng* (8, N)
   together with: *cùng với*
tomorrow: *ngày mai* (6, D2)
tomorrow evening: *tối mai* (6, D2)
ton: *tấn* (13, Dr)
too: *cũng* (1, D1)
tooth: *răng* (13, D1)
tornado: *bão* (15, N)
tower: *tháp* (11, N)
toy: *đồ chơi* (12, N)
traces (of ancient times): *di tích* (11, N)
tradition: *truyền thống* (14, N)
traffic: *giao thông* (11, D4)
traffic light: *đèn* (11, Dr)
train (means of transportation): *tàu hoả* (in Northern Vietnam), *xe lửa* (in Southern Vietnam) (11, D4)
train (verb): *đào tạo* (9, N)
translate: *dịch* (10, Dr)
   translate from English into Vietnamese: *dịch từ tiếng Anh ra tiếng Việt*
transmit (a disease): *lây* (13, N)
transportation: *giao thông* (11, D4)
travel: *du lịch* (8, N)
treat: *chữa* (give medical aid to) (13, D2), *mời* (provide with food) (14, N)
tree: *cây* (2, G)
trip: *chuyến đi* (15, D2)
tropical: *nhiệt đới* (12, N)
trousers: *quần* (2, Dr)
try: *thử* (11, D4)
Tuesday: *thứ ba* (6, G)
tuition: *tiền học* (14, Dr)
turn (verb): *rẽ* (11, D1)
   turn left: *rẽ [tay] trái*
turn in: *nộp* (12, G)
turtle: *rùa* (11, N)
two: *hai* (2, Dr)
type (noun): *loại* (11, Dr)
typhoon: *bão* (15, N)

U

ugly: *xấu* (3, G)
umbrella: *ô* (2, G)
uncle: *bác, cậu* (5, U)
under: *dưới* (10, G)
underneath: *dưới* (10, G)
understand: *hiểu* (1, Dr)
undoubtedly: *thì phải* (final particle) (14, D4)
unify/unified: *thống nhất* (11, N)
unite: *thống nhất* (11, N)
university: *[trường] đại học* (2, D), *[trường] đại học tổng hợp* (8, D1)
unpleasant: *khó chịu* (15, D1)

up to: *đến* (11, N)
U.S.A.: *Mỹ* (2, D2)
use (verb): *dùng* (10, Dr)
usual(ly): *thường* (8, Dr), *bình thường* (13, D2)
utensil: *đồ dùng* (12, N)

V

varied: *đa dạng* (12, N)
various: *khác nhau* (10, N)
vary: *chênh lệch* (12, N)
vegetables: *rau* (10, D2)
vegetables and fruits: *rau quả* (12, N)
vehicle: *xe* (1, Dr)
vermiform appendix: *ruột thừa* (13, D3)
very: *rất* (2, Dr; 3, G), *lắm, quá* (3, D, G), *chính* (15, N, G)
vestiges (of ancient times): *di tích* (11, N)
Vietnamese conical palm hat: *nón* (12, U)
Vietnamese eggplant: *cà* (14, D3)
Vietnamese soup: *canh* (14, D3)
Vietnamese soup with rice noodle: *phở* (11, Dr)
Vietnamese traditional flowing tunic: *áo dài* (11, W)
view: *phong cảnh* (10, N)
visit (verb): *thăm* (8, N), *tham quan* (a place) (15, D2)
vocabulary: *từ* (1, Dr)
vodka: *rượu trắng* (14, D4)

W

wait: *chờ, đợi* (5, D2; 7, U)
wake up (intransitive): *dậy* (14, N)
walk: *đi bộ* (10, D3)
walk around: *đi chơi* (11, N)
want: *muốn* (2, D2; 10, G)
war: *chiến tranh* (11, N)
warm: *ấm* (11, Dr)
watch (noun): *đồng hồ* (7, D1)
watch (verb): *xem* (5, D2)
water: *nước* (14, D1)
waterfall: *thác/thác nước* (15, D2)
wave of something: *đợt* (15, D1)
way: *đường* (11, D1), *lối* (used for directions), *cách* (13, N)
   what way to take?: *đi đường/lối nào?*
we (excluding the person addressed): *chúng tôi* (5, U)
we (including the person addressed): *chúng ta* (5, U)
weak: *kém* (in/at something) (3, G), *yếu* (13, N)
wear: *mặc, đội, đeo, mang, đi* (12, U)
weather: *trời* (10, Dr), *thời tiết* (15, D4)

Wednesday: *thứ tư* (6, D1)
week: *tuần/tuần lễ* (6, D1, G)
well: *khá* (3, G)
well (be feeling): *khoẻ* (1, D)
well then: *thế thì* (10, D4)
well-done (speaking of food): *chín* (14, D1)
west: *tây* (11, N)
western: *tây* (11, N)
what?: *gì? cái gì?* (1, D1; 2, G), *nào?*
  (2, D1, G), *như thế nào?* (3, G)
What a pity!: *Tiếc quá!* (5, D2)
what time?: *mấy giờ?* (7, D1)
wheat noodles: *mì* (14, N)
when?: *bao giờ?* (6, D1)
when (conjunction): *khi* (10, G)
whenever: *khi nào* (11, D4)
where?: (location) *ở đâu?* (2, G), *đâu?*
  (10, D3)
which?: *nào?* (2, D1, G)
while: *trong khi* (10, G)
white: *trắng* (2, D2)
who?: *ai?* (1, D2)
whole: *cả* (11, N)
why?: *sao?* (10, D3), *tại sao?* (10, G), *vì sao?*
  (10, U)
wide(ly): *to* (13, D1)
wife: *vợ* (8, N)
wind: *gió* (10, N)
window: *cửa sổ* (10, N)
wine: *rượu vang* (14, D4)
winter: *đông* (10, N)
winter break: *nghỉ đông* (8, N)
wish (verb): *chúc* (13, D1)
with each other: *với nhau* (9, N)
within: *trong* (10, G)
woman: *phụ nữ* (12, Dr)
wool: *len* (12, Dr)
word: *từ* (1, Dr), *lời* (11, W)
work (verb): *làm việc* (3, Dr)
world: *thế giới* (15, Dr)
worry: *lo* (1, Dr; 3, G)
write: *viết* (9, Dr)
write down: *ghi* (1, Dr)
writer: *nhà văn* (11, Dr)

Y

yeah: *ừ* (6, D1)
year: *năm* (3, D1)
year of age: *tuổi* (8, N)
yellow: *vàng* (2, Dr)
yes: *vâng* (1, D)
yesterday: *hôm qua* (6, G)
yet: *là* (11, D1)
you are welcome (reply to a thank you): *không
  dám* (11, D1)
you: *anh, chị, cô, ông, bà* (1, D; 5, G, U)

young: *trẻ* (1, G)
younger brother: *em trai* (8, N)
younger brother or sister: *em* (5, G)
younger sister: *em gái* (8, U)

Z

zero: *không* (15, G)
zone: *miền* (11, N)

Grammar and Usage Index

This index contains all the grammar and usage introduced in the lessons. The number in the parentheses indicates the lesson, and the number on the right side refers to the page.

GRAMMAR AND USAGE INDEX

GRAMMAR AND USAGE INDEX

GRAMMAR AND USAGE INDEX

Bibliography

Chomsky, Noam & Halle, Morris, *The Sound Pattern of English*. The MIT Press, Cambridge, Massachusetts, London, England, 1991.

Đoàn Thiện Thuật, *Ngữ âm tiếng Việt*, Nhà xuất bản Đại học và Trung học chuyên nghiệp, Hà Nội, 1977.

Đỗ Hữu Châu, *Từ vựng – ngữ nghĩa tiếng Việt*, Nhà xuất bản giáo dục, Hà Nội, 1981.

Greenbaum, Sidney, *The Oxford English Grammar*. Oxford University Press, 1996.

Katamba, Francis, *An Introduction to Phonology*. Longman, London and New York, 1989.

Ngô Như Bình, *Vietnamese Language in Contact with Chinese and French*. Proceedings of the Conference on Cultural and Language Contact in Asian and African Countries, Academy of Sciences of the USSR, Moscow, 1986. (in Russian: Вьетнамский язык в контакте с китайским и французским языками).

Ngô Như Bình, Analysis of the Typical Phonetic Errors of Russian Students Learning Vietnamese (Based on Comparison of Russian and Vietnamese Phonological Systems). Proceedings of the International Conference for Asian and African Studies, Moscow, December, 1989; Moscow University Press, 1990 (in Russian: Анализ типичных фонетических ошибок русских студентов, изучающих вьетнамский язык (на основании сопоставления русской и вьетнамской фонологической системы)).

Nguyễn Đình-Hoà, *Vietnamese-English Dictionary*. NTC Publishing Group, Illinois, 1995.

Panfilov, V.S., *A Vietnamese Grammar*. Saint Petersburg University Press, Saint Petersburg, 1993 (in Russian: Грамматический строй вьетнамского языка).

Shiltova, A.P. & Ngô Như Bình & Norova, N.V., *A Vietnamese Language Textbook: Beginning Course*. Moscow University Press, Moscow, 1989 (in Russian: Учебное пособие по вьетнамскому языку: начальный курс).

Thomson, A.J. & Martinet, A.V., *A Practical English Grammar*. Oxford University Press, 1993.

Thompson, Laurence C., *A Vietnamese Reference Grammar*, Edited by Stephen O'Harrow, University of Hawai'i Press, 1984-1985.

Từ điển bách khoa Việt Nam, Trung tâm biên soạn từ điển bách khoa Việt Nam. Hà Nội, 1995.

Từ điển tiếng Việt, Viện ngôn ngữ học. Trung tâm từ điển học. Hà Nội 1995.

Elementary Vietnamese CD Set

the Essential Companion to
Elementary Vietnamese

The set of eight compact discs has a total running time of
more than nine hours, and includes a valuable $2^1/_2$-hour
pronunciation guide and the main bulk of each lesson.

To purchase the CD set, please send a money order or
personal check for the amount of US$99.00 plus US$9.00
for shipping and handling for orders in the USA, or US$15.00
for shipping and handling for orders outside of the USA.
The money order/check should be made out in the name of
Binh N. Ngo, to the following address:

Binh N. Ngo
P. O. Box 380317
Cambridge, MA 02238-0317
USA